வேல ராமமூர்த்தி கதைகள்

வேல ராமமூர்த்தி கதைகள்

டிஸ்கவரி பப்ளிகேஷன்ஸ்
எண்: 9, பிளாட் எண்: 1080A, ரோஹிணி பிளாட்ஸ்
முனுசாமி சாலை, கே.கே.நகர் மேற்கு,
சென்னை - 600 078. பேச: 99404 46650

வேல ராமமூர்த்தி கதைகள்
தேர்வும் தொகுப்பும்: **வேல ராமமூர்த்தி**©

VELA RAMAMOORTHY KATHAIGAL
Compiled by: **Vela Ramamoorthy**©

அட்டை ஓவியம்: ராஜ்குமார் ஸ்தபதி

Edition: 1st Jan-2019; 4th Nov-2024

வெளியீட்டு எண்: 093
ISBN: 978-93-86555-80-9

Pages: 280

Rs. 320

Printed In India

Publisher	Sales Rights
Discovery Publications	**Discovery Book Palace (P) Ltd**
No. 9, Plot,1080A,	No. 6, Mahaveer Complex,
Rohini Flats,	Munusamy Salai,
Munusamy Salai,	K.K.Nagar West,
K.K.Nagar West,	Chennai-600 078.
Chennai - 600 078.	Ph: (044) 4855 7525
Mobile: +91 99404 46650	Mobile: +91 87545 07070

discoverybookpalace@gmail.com
WWW.DISCOVERYBOOKPALACE.COM

இந்த நூலில் பிரசுரமாகியுள்ள எந்த ஒரு பகுதியையும் பதிப்பாளரின் எழுத்துபூர்வமான முன்அனுமதி பெறாமல் எடுத்தாள்வதோ, மறுபிரசுரம் செய்வதோ, மொழியாக்கம் செய்வதோ, அச்சு மற்றும் மின்னணு ஊடகங்களில் மறுபதிப்புச் செய்வதோ, காப்புரிமைச் சட்டப்படி தடை செய்யப்பட்டுள்ளது. இந்த நூலிலிருந்து குறிப்பிட்ட பகுதிகளை மேற்கோள்காட்டி புத்தக விமர்சனம் செய்ய ஊடகங்களுக்கு மட்டும் அனுமதி உண்டு.

உங்கள் மொபைல் போனிலிருந்து ஸ்கேன் செய்து 'டிஸ்கவரி புக் பேலஸ்' மொபைல் ஆப்பை டவுன்லோடு செய்து, புத்தகங்களை வாங்குங்கள்.

சமர்ப்பணம்

எனது பேத்திகள்
அமிர்தவர்ஷினி
ஸ்ரீஹர்ஷிதா

பேரன்பும் பெருங்கோபமும்

இது, நான் எழுதிய சிறுகதைகளின் முழுத்தொகுப்பு.

1974-ல் 'செம்மலர்' இதழில் என் முதல் சிறுகதை வெளிவந்தது. முதல் மூன்று சிறுகதைகள் எந்தத் தொகுப்பிலும் இடம்பெறாமலே விடுபட்டுப் போய்விட்டன.

முதல் கதையும் மூன்றாம் கதையும் சலவைத் தொழிலாளிகளைப் பற்றியவை. இரண்டாம் கதை, 'செதறு தேங்காய்', ஒரு தலித் சிறுவனைப் பற்றியது.

பெருநாழி கிராமத்து எங்கள் வீட்டருகில் வண்ணார் தெரு. என் பால்யகால நண்பர்களில் பலரும் அவர்களே. அவர்களின் பாடுகளை அருகிருந்து பார்த்ததாலோ என்னவோ, பல கதைகள் அவர்களைப் பற்றியதாகவே அமைந்துபோயின.

அரும்பும் பருவத்தில் பலருக்கும் கவிஞனாகும் கனவு உண்டு. எழுதும் காதல் கவிதைகளில் நாலு நல்ல கவிதைகள் வாய்த்துப்போனால் அடுத்து, கதை எழுதும் கனவு. அதிலும் ஒன்றிரண்டு பிரசுரமானால், நேரடியாக சினிமா கனவுதான். எல்லா கனவாளிகளையும் சல்லடை போட்டுச் சலித்து, பதர் நீக்கி, மணிகளை மட்டுமே நிறுத்துகிறது காலம்.

எழுபதுகளில் என் எழுத்தை கவிதையிலிருந்தே துவக்கினேன். ஆனால் காதல் கவிதைகளில் இருந்தல்ல.

'செங்கொடியை கையிலேந்தி
சினந்தெழுந்து நிற்பவனே...
மண்குடிசை விட்டு வா...
மாளிகையை உடைத்தெறிவோம்.'

...என துவங்கிப் போகும் ஒரு நீள்கவிதை. எழுதி எடுத்துக்கொண்டு 'தீக்கதிர்' அலுவலகத்துக்குப் போனேன்.

அப்போது தீக்கதிர் அலுவலகம், மதுரை மீனாட்சி அம்மன் கோயில் மொட்டக் கோபுர வாசலுக்கு எதிரே ஒரு பழைய கட்டடத்தில் இருந்தது. அப்பிக்கிடந்த இருட்டுக்குள் முனகிக் கொண்டிருந்தது கொஞ்சூண்டு வெளிச்சம். அந்தக் காலத்து அச்சு இயந்திரம், 'கடக்... படக்...' 'கடக்... படக்...' என பெரும் சப்தம் எழுப்பிக் கொண்டிருந்தது.

இடுப்பில் நாலுமுழ வேட்டி. கைவைத்த கதர் பனியன். வேட்டியிலும் பனியனிலும் எந்திரக் கருப்பு மசி. கனத்த கண்ணாடி. அவ்வளவு பெரிய பத்திரிகை அலுவலகத்துக்குள் அவரைத் தவிர யாரையும் காணோம்.

இருட்டுக்குள் இருந்து முகட்டு வெளிச்சத்துக்கு வந்தவரைப் பார்த்து, வணக்கம் போட்டேன். கண்ணாடிக்கு உள்கூடி, முட்டை விழிகளால் என்னை உற்றுப் பார்த்தார்.

"அய்யா... ஒரு கவிதை எழுதிட்டு வந்திருக்கேன்" என்றேன். 'தோழர்' என்ற சொல், என் நாவில் நுழையாத காலமது.

ஒரு மர நாற்காலியில் அமரச்சொல்லி கை காட்டினார். எதிரே அவரும் அமர்ந்தார். கவிதைத் தாளை நீட்டினேன். வாங்கிப் படித்தார். ஒவ்வொரு வரியாய் கீழிறங்கியவர், கையில் ஒரு பென்சிலை எடுத்தார். 'மாளிகையை உடைத்தெறிவோம்' என்கிற வரியை அடிக் கோடிட்டார்.

"மாளிகையை ஏன் உடைக்கச் சொல்றீங்க? அதைக் கட்டினது யாரு? பாட்டாளிதானே? இந்தப் பிரபஞ்சத்தையே உருமாற்றி வைத்திருப்பது பாட்டாளியின் உழைப்புதானே? அவனுடைய உழைப்பால் வந்தவற்றை அழிக்கலாமா? எல்லாம் அவனுக்கே சொந்தமானவை. அவற்றை, அவனுடைய உடமை ஆக்க வேண்டும்."

இப்படி ஒரு தீர்க்கமான பார்வையையும் பேச்சையும் அதுவரை நான் பார்த்ததில்லை; கேட்டதில்லை. எனக்கு கண்ணு கலங்குது. அழுகை முட்டுது.

"உங்கள் உணர்வை மட்டம் தட்டுவதாக நினைக்கக்கூடாது. நம்முடைய எழுத்து, எதை நோக்கி இருக்கவேண்டும் என்பதற்காக சொல்கிறேன். நம் கவிஞர் ஒருவர் எழுதுகிறார்...

'தேனாறும் பாயுது...

செங்கதிரும் சாயுது.

ஆனாலும் ஏழை வயிறு காயுது...!'

என்று. அவரே...

'வசதி படைத்தவன் தரமாட்டான்.

வயிறு பசித்தவன் விடமாட்டான்.

அவன் தரமாட்டான். இவன் விடமாட்டான்.

அவன் தரமாட்டான். இவன் விடமாட்டான்.'

என, எழுதியது யார் தெரியுமா...?" என்றார்.

"பட்டுக்கோட்டை கல்யாணசுந்தரம்" என்றேன்.

"ம்" என்றவர், "அப்படி எழுதணும் கவிதை" என்றார்.

கும்பிடு போட்டுவிட்டு வெளியே வந்தேன். அன்று பகல் முழுக்க, பிறர் பார்க்காமல் அழுதேன். இரவு முழுக்க தூங்கலெ. கவிதையை கிழித்துப் போட்டுவிட்டு, கதை எழுதினேன். அந்த ஆண்டே, என் முதல் சிறுகதையை 'செம்மலர்' இதழில் அவரே பிரசுரித்தார். தொடர்ந்து கதைகள் கேட்டார்.

அவர், தமிழ்நாடு முற்போக்கு எழுத்தாளர் சங்க ஸ்பாதகத் தலைவர் தோழர் கே.முத்தையா. அவர் விதைத்த வித்து, தோழர் எஸ்.ஏ.பெருமாள் போன்றவர்கள் நீர் வார்த்து விளைந்து, படர்ந்திருக்கிறது உங்கள் கைகளில்.

என் முதல் எழுத்தையே தோழர் கே.முத்தையா அவர்களின்முன் கொண்டுவைக்க எது தூண்டியதோ... அதுவே, பேரன்பும் பெருங்கோபமும் கொண்ட எழுத்துகளாக இன்றும் முளைக்கின்றது.

45 ஆண்டுகளில் 45 சிறுகதைகளே எழுதியிருக்கிறேன். அவற்றிலும் சில, இத்தொகுப்பில் இடம் பெறவில்லை. எண்ணிக்கையில் குறைந்தவை என்றாலும் எளிய மக்களின்பால் நின்று நியாயம் கேட்டதால், தோற்காத கதைகளாகவுள்ளன.

அனைத்து இந்திய மொழிகளிலும் அந்நிய மொழிகள் பலவற்றிலும் வாசிக்கப்படும் எனது கதைகள், தமிழ் புழங்கும் நாவுகளில் புரளும் போதே மணம் பெறுகின்றன.

நான் எழுதத் துவங்கிய காலங்களில் எனக்கு எல்லாமுமாக இருந்த என் அருமை நண்பர் பெருநாழி மணியை என்றும் மறக்கவியலாது.

கதைகளைத் தொகுத்து வெளியிடும் அன்பு நண்பர் டிஸ்கவரி புக் பேலஸ் மு.வேடியப்பன் அவர்களுக்கு நெஞ்சார்ந்த நன்றி.

பேரன்புடன்

வேல ராமமூர்த்தி

மதுரை,

01.01.2019

irulappasamy21@gmail.com

96770 28003

உள்ளே

1.	கவிஞனின் முண்டாசுக்குள் ஒரு கருநாகம்	11
2.	சக்கம்மா	17
3.	இருளப்பசாமியும் 21 கிடாயும்	24
4.	ஹிட்லர்	34
5.	எங்க அய்யாமாருக்காக...	40
6.	நெஞ்சுப் பின்னல்	48
7.	ஆதி ஆயுதம்	54
8.	சீதா தேவி	62
9.	கறி	70
10.	சிப்பி	76
11.	கோட்டைக் கிணறு	82
12.	ரைட்... போகலாம்	91
13.	அக்கினி சலவை	96
14.	தடம்	103
15.	வடிவாம்பாள்	108
16.	மண்ணை மீறும் விதைகள்	112
17.	நெருப்பிலும் பூக்கும்	116
18.	அடைபடாத மடைகள்	121

19.	கன்னிதானம்	128
20.	வீரம்மாள்	149
21.	எருது கட்டு	154
22.	மயிலு	161
23.	சுனை	169
24.	ஆசை... தோசை...	173
25.	ஊமைச் சலங்கைகள்	179
26.	பிணம் வெட்டி	185
27.	கிறுக்கு சண்முகம்	191
28.	குர்ஷித்	198
29.	ஆரத்தி	204
30.	கொட்டடி... கொட்டடி... குருவக்கா	209
31.	அவ்வையார்ச் சாமி	215
32.	மேகமே... ரதமாக	223
33.	கூரை	229
34.	இடைவெளி தேடும் காற்று	236
35.	ஜீவித நிர்பந்தம்	241
36.	மாயழகி	245
37.	யானை... யானை...	253
38.	வேட்டை	259

1

கவிஞனின் முண்டாசுக்குள் ஒரு கருநாகம்

எட்டையபுரம் சுப்ரமண்ய பாரதி நடந்தே வந்தார். நேற்று புறப்பட்டதில் இருந்து கை வீச்சு குறையாத நடை. களைப்புத் தெரியாமல் இருக்க, காற்றோடும் காட்டுக் குருவிகளோடும் உரையாடிக்கொண்டு வந்தார். குயில்களோடு சேர்ந்து பாடிக்கொண்டும் வந்தார். கடந்து வந்த ஒவ்வோர் ஊர்க் கிளிகளும், குருவி, காகங்களும் அடுத்த ஊர் எல்லைவரை உடன் வந்து, பிரிய மனம் இல்லாமல் தத்தம் எல்லைக்குத் திரும்பின.

காடல்குடி மாரிச்சாமி நாயக்கர் வழிமறித்து அழைத்துப் போய் குடிக்கக் கொடுத்த இரண்டு செம்பு கம்பங்கஞ்சி, முத்துச் செல்லையாபுரம் தாண்டும்முன் மூத்திரமாகப் பிரிந்துபோனது. சுக்காய்க் காய்ந்த உடம்பு குளிக்க வியர்வை. உச்சந்தலையும் வியர்த்தது. முண்டாசு நமத்து, அவியல் நாற்றம் எடுத்தது. நடை வேகம் கூடியது. ஈடுகொடுத்துப் பறக்கமுடியாத ஒரு கிளி, பாரதியின் இடது தோளில் அமர்ந்தது. ஸ்கிளியின் பக்கம் பாரதி திரும்ப, மீசை மயிர், பச்சைக்கிளியின் சிவந்த அலகோடு உரசியது. ஒரு மயிர் கிளியின் நாசித் துவாரத்துக்குள் நுழைய, கிளிக்குத் தும்மல் வந்தது. பாரதிக்குச் சிரிப்பு பொத்துக்கொண்டு வெளியேறியது.

நாலு கைவீச்சு தூரத்தில்தான் பெருநாழி இருக்க வேண்டும். தமிழுக்கு நட்சத்திரக்கவி தந்த கவியோகி கருணையானந்த சுவாமிகள், பெருநாழிக்காரர். 'ன' 'ஸ' என்கிற கொம்புகளே இல்லாமல் ஆயிரத்துக்கும் மேற்பட்ட கவி மாலைகளை இயற்றிய கோவிந்தசாமிப் புலவன், பொந்தம்புளி கிராமத்தான். அவனுடைய ஓலைச் சுவடிகள் யாழ்ப்பாணம் நூலகத்தில் இருப்பதாக கவிமணி தேசிக விநாயகம் பிள்ளை அவர்கள் திருவனந்தபுரத்தில் சொன்னார். கவியோகி கருணையானந்த சுவாமிகள்பற்றி வையாபுரிப் பிள்ளை வாய்க்கு வாய் புகழ்ந்தார். இருவரையும் சந்தித்து அளவளாவ உத்தேசம். நடந்தே வந்தாயிற்று.

எட்டையபுரத்தில் இருந்து புறப்படும்போது கையில் தம்பிடிக் காசு கிடையாது. சீட்டுக் கவி அனுப்பி உதவி கோரியும் எட்டையபுரத்து ராசா கை விரித்துவிட்டான். செல்லம்மாவுடன் புதுச்சேரியில் செத்துச் செத்து ஜீவனம் நடந்த காலங்களில், கேட்காமலே உதவிகளைச் செய்து காப்பாற்றியவர் எட்டையபுரம் வெங்கடேச ரெட்டித் தேவர். தேவருக்கு மகாசக்தி அமரத்தன்மை தருக.

பசி அறியும் புலன்கள், புதுச்சேரி வாசத்தில் மரத்துப் போய்விட்டன. பசியே கவியாய் மாறி சாகாவரம் பெறுமன்றோ! உயிர். என்ன உயிர்! உள்ளுக்குள் ஓடும்வரை ஓடட்டும்! வைரவன் கோயில் ஆலமரத்தோடு அந்தி மயங்கியது. ஆலமரத் தூரில் இருந்து வெளியேறிய ஆள்நீளக் கருநாகம், பாதையின் குறுக்கே போகிற போக்கில் திரும்பிப் பார்த்தது. நாகப்பாம்பின் மேனி மினுமினுப்பு பாரதியைக் கிளர்த்தியது. கால்கள் ஓய்ந்து வந்தன.

ஆலமரத்தடியில் உட்கார வாகாக ஒரு சிறு பாறை. சற்றே ஓய்வுகொள்ளப் பொருத்தமான இடம். ஓய்வுக்குப் பின் நடக்கலாமே. பாறைக்கு அருகே வந்தார். பாதை கடந்துபோன கருநாகம் திரும்பி வந்து, ஆலமரத்தின் தூருக்கும் பாறைக்கும் இடையில் செருகியது. கருநாகத்தின் வால் நுனி மறையும்வரை கண் இமைக்காமல் பார்த்துக்கொண்டு இருந்தார். மெய் சிலிர்த்தது. முண்டாசைக் கழற்றி பாறையில் மலர்த்திவைத்தார். தலை வழுக்கையை அந்திக் காற்று மண்டித் தழுவும் சுகம், உள்ளங்கால் வரை பிசைந்தது. உச்சி நோக்கி முகம் ஏந்தி, கண்கள் செருக மூச்சிழுத்தார். வியர்வை உடம்பு நசநசத்தது.

காலையில் விளாத்திக்குளம் கண்மாயில் முங்கிக் குளித்தபின் அணிந்த கோட்டு. கழற்றி, பாறை மறைய விரித்தார். காலணிகளைக் கழற்றினார். காலடியில் கட்டெறும்புகள் மொய்த்தன. உளி உளியாய்க் கறுத்த எறும்புகள் முழங்கால் வரை ஏறின. 'கொடு கொடு...'வென ஊர்ந்து ஏறவும் இறங்கவுமாய் விளையாடின. அடி வயிற்றோடு கூச்சம் எடுத்தது. 'க்ளுக்' எனச் சிரித்தார். இருளும் வெளியில், நாய்களின் ஊளைச்சத்தம் நெருங்கிக் கேட்டது.

கணுக்காலுக்கும் முழங்காலுக்கும் இடையில் வலி எடுத்தது. கடையம் நாராயணப் பிள்ளையின் மீதான கோபத்தைத் தணிக்க 'திடுதிப்'பென மேற்கொண்ட நடைப் பயணம்.

'என்ன திமிர் இருந்தால்... என் மகள் சகுந்தலாவைப் பெண் கேட்பான்?' வலது கால் மிதி ஓங்கி விழுந்தது.

'பிள்ளைவாள்... துப்பாக்கி வைத்திருக்கிறானாம்... துப்பாக்கி! காலனை மிதிக்கக் காலருகில் அழைத்த இந்தக் கவிச் சக்ரவர்த்தியை கைத் துப்பாக்கியால் மிரட்டுகிறானாம்!' கறுக்கும் உச்சி வானம் பார்த்து உரக்கச் சிரித்தார்.

"யார்றா... அது?" உச்சந்தலைக்குமேல் அறைந்தது கேள்வி.

இடதுபுறம் திரும்பினார் பாரதி. ஓங்குதாங்கான உருவம். கண்ணுக்குப் புலப்படாத கறுப்பு.

"நீ... யாரு ஓய்...?" கண்களை உருட்டி அதட்டினார்.

"காவக்காரன்."

"யாருக்குக் காவல்?"

"சுத்துப்பட்டி காடு கரை எல்லாம் என் காவல்தான்."

"நாமகரணம்?"

"இருளாண்டித் தேவன்."

"ஓ... மறப்பயலா நீ?" மீசையைத் தடவினார்.

இருளாண்டித் தேவனுக்கு 'சுருக்' என்றது. "ஏன்டா... என்ன திமிரு ஒனக்கு!" விலாவில் இடிக்க வேல்கம்பால் வாகு பார்த்தான். "இடிச்சேன்... குடல் வெளியே தள்ளிரும். ஆளும் மீசையும்! எந்த ஊரான்டா நீ?"

அலுங்காமல், "எட்டையபுரத்து சுப்ரமண்ய பாரதி" என்று ஏற இறங்கப் பார்த்தார்.

"மேக்காட்டுப் பயலா நீ? வாக்கொழுப்பு இருக்கத்தான் செய்யும். என்ன வர்ணாச்சியம்?"

"பிராமணாள்."

இருளாண்டித் தேவன் பதறிப் போனான். "சாமி... நீங்க அய்யர் மகனா? மீசையும் கீசையும்... ஆளைப் பாத்தா அப்படித் தெரியலையே சாமி!" தலைக்குமேல் உயர்த்திக் கும்பிடும் உள்ளங்கைகளுக்குள் வேல் கம்பு இருந்தது. "என்ன சாமி... இந்நேரம் இங்கே?"

உதட்டோரம் சிரித்துக்கொண்டார். "ஓய்... இருளாண்டி! கவியோகி கருணையானந்த சுவாமிகளை உனக்குத் தெரியுமா?"

"எனக்கு மாமன் மொறைதான். பஞ்சம் பொழைக்க தஞ்சாவூர் காட்டுக்குப் போயிட்டாரு. திருவாரூர்ல அச்சாபீஸ் வெச்சிருக்கிறதாக் கேள்வி."

"பொந்தம்புளி எவ்வளவு தூரம்?"

"கெழக்கக் கூடி மூணு மைல் சாமி. அங்கே யாரைப் பாக்க?"

"கோவிந்தசாமிப் புலவன்."

"அந்தக் கிறுக்குப்பயலா?"

"கவி எழுதுபவன் கிறுக்கனா?"

"அட... அந்தாளு பாட்டு மட்டுமா எழுதுறாரு? வாக்கு விடுறாரு சாமி! விட்ட வாக்கு தப்பாது! சொர்க்கமோ... நரகமோ... வாக்கு வாங்குனவன் போய்ச்சேர வேண்டியதுதான்!"

"ஓ...!" கண்களை உருட்டினார்.

"முட்டி முட்டியா... கள்ளு! மூச்சுமுட்டக் கஞ்சா! அதுதான் அந்த ஆளுக்கு அன்ன ஆகாரமெல்லாம்! கண்ணைச் சுருக்கிச் சொன்னா... சொன்னதுதான். அத்தனையும் பலிக்குது!"

பாரதி, நெஞ்சு நிறையச் சிரித்தார். "அவை எல்லாவற்றிலும் எமக்கும் இஷ்டம் உண்டு. எமது சகவாசத்துக்குக் கோவிந்தசாமிப் புலவன் சிலாக்கியமான ஆள்தான் போலிருக்கிறது!"

"எட்டையபுரத்துல இருந்து நடந்தே வந்திருக்கீங்களே. பசி ஆறுனீங்களா சாமி?" பாரதியின் காலடியில் குத்தவைத்தான்.

"மாரிச்சாமி நாயக்கன் வீட்டில் மதியம் குடித்தது கம்பங் கஞ்சி. இரவு... இருளாண்டித் தேவன் வீட்டுக் கஞ்சி என்பது கொடுப்பினை."

"சாமீ...!"

"ஏன் பதறுகிறாய்?"

"ஐயர் மகன் நீங்க! நாங்க... கம்பஞ்சோத்தையும் கருவாட்டுக் கொழம்பையும் பெசஞ்சு திங்கிற ஆளுக..."

"ஆஹா... எச்சில் ஊறுகிறதே! போ... போ... போய் கஞ்சியையும் கருவாட்டையும் சீக்கிரம் கொண்டுவா."

"ஆத்தாடீ! அந்தப் பாவத்தை நான் செய்யமாட்டேன் சாமி" இருளாண்டித் தேவன் எழுந்தான். "கொஞ்சம் இங்ஙனயே தாமசிங்க

சாமி. பெருநாழியிலே ஒரு ஐயர் வீடு இருக்கு. குருநாதசாமி வீடு. அங்கே போயி 'ஒங்க சோறு' ஏதாச்சும் வாங்கியாறேன்."

"ஏய்!" கை நீட்டினார்.

சொல் கேட்காமல் இருளாண்டித் தேவன் வேகமாக நடந்தான்.

"சாமீ... சாமீ!"

"யார்றா அவன் இந்நேரம்?" வீட்டுக்குள் இருந்து குருநாத சாமியின் வெண்கலக் குரல், வாசலை அறுத்தது.

"காவக்கார இருளாண்டி வந்திருக்கேன் சாமி."

"என்னடா... சொல்லு" வெளியே வரக்காணோம்.

"ஒங்க வர்ணாச்சியத்தோட ஒரு சாமி வந்திருக்காரு. வைரவன் கோயில் பொட்டல் ஆலமரத்தடியிலே ஒக்காந்திருக்காரு. பாவம்... பசிக்குதாம்! சாமி வீட்டு ஆகாரம் ஏதாச்சும் குடுத்தீங்கன்னா... அவரைப் பசி ஆத்தலாம்."

குருநாதசாமி கதவைத் திறந்தார் . "எந்த ஊர் சொன்னான்?"

"எட்டையபுரமாம்!"

"என்ன பேர் சொன்னான்?"

"சுப்ரமணிய பாரதியாம்!"

"மீசை வெச்சிருக்கானா?"

"ஆமா சாமி. நல்லா முறுக்கி விட்டுருக்காரு!"

"முண்டாசு கட்டியிருக்கானா?"

"ராசாமாதிரி முண்டாசு!"

"பூணூல் போட்டிருக்க மாட்டானே!"

"இருட்டுல நான் கவனிக்கலே சாமி."

"அவன் பட்டினி கெடந்தே சாகட்டும்" வீட்டுக்குள் திரும்பினார்.

"சாமீ!" இருளாண்டித்தேவன் கை ஏந்தினான்.

"கோத்திரம் கெட்ட அந்தக் கிறுக்குப் பயலை... எங்காள் ஜாதிப் பிரஷ்டம் பண்ணி இருக்கான்! பச்சத் தண்ணிகூடக் குடுக்க முடியாது. போ... போ!" கதவைச் சாத்தினார்.

பாறையில் மலர்த்தி வைத்திருந்த முண்டாசுக்குள் கருநாகம் சுருண்டு கிடந்தது. எட்டுத் திக்கும் பறந்து திரும்பிய வௌவால்கள், கனி வர்க்கங்களை பாரதியின் கை வாக்கில் அடுக்கி இருந்தன.

"ஆஹா... என்ன ருசி! என்னே ருசி!" கலயத்துக் கம்பங்கஞ்சியை மாந்தினார். ஒரு வாய் கஞ்சிக்கு, ஒரு வெங்காயத்தை, உப்புக் கல்லைத் தொட்டுக் கடித்துக்கொண்டார். மீசையில் ஒட்டி இருந்த கஞ்சியை, இடது கையால் துடைத்துக்கொண்டார். இருளாண்டித் தேவன் பாரதியின் காலடியில் அமர்ந்து, வைத்த கண் வாங்காமல் பார்த்துக்கொண்டு இருந்தான்.

"குருநாதனிடம் போனாயா? என்ன சொன்னான்?"

"நான் அங்கே போகலை சாமி" கண்களைத் துடைத்தான்.

"டேய்... களவாணிப்பயலே! பொய் சொல்கிறாயா? என் பெயரைக் கேட்டதும் உன்னை அவன் துரத்தி இருப்பானே!" என உற்றுப் பார்த்தவர், 'கிறுக்குப்பயலே! நீ ஏன் அழுகிறாய்?' என்று துடைத்துவிட்டார்.

"வேற ஒண்ணுமில்லே சாமி. எங்க வீட்டுக் கஞ்சியை ஒங்களைக் குடிக்கவெச்சு... நான் பாவம் பண்ணீட்டேனோன்னு ஒரு நெனப்பு வந்துச்சு."

"அட கிறுக்கா... கிறுக்கா! இந்தக் கஞ்சியைக் குடிக்க நான்தாண்டா புண்ணியம் பண்ணி இருக்கணும்." கஞ்சிக் கலயத்தை அண்ணாக்க விட்டார்.

இருளாண்டித் தேவன் கவிழ்ந்துகொண்டே பேசினான். "குருநாத சாமி மேலே இருந்த மதிப்பு, மரியாதை எல்லாம் போச்சு சாமி. ச்ச்சேய்... என்ன மனுசன் அவரு!" 'பசின்னா என்ன?' ன்னு தெரியாத அந்த ஆளை ரெண்டு பொழுதுக்குப் பட்டினி போட்டா... சாதியைப் பத்திப் பேசுவாரா சாமி? கோயில்ல அவரு பூஜை பண்ணி, எங்க பாவம் தீரப் போகுதாக்கும்?"

தொண்டை நிறையக் கஞ்சி இறங்கிக்கொண்டு இருந்ததால் பாரதிக்கு வாய்விட்டுச் சிரிக்க முடியவில்லை.

முண்டாசுக்குள் சுருண்டு கிடந்த கருநாகம், அவிழ்ந்து, பாரதியின் வலது தொடையில் ஏறியது!

•

2 சக்கம்மா

ஆயுள்தண்டனைக் கைதியாய் பாளையங் கோட்டைச் சிறைச்சாலையில் இருந்த வேம்பு மாமா, விடுதலையாகி வந்து பதினைந்து நாட்கள் இருக்கும்.

மாமாவின் பூர்வீக வீடு ஊருக்குள் இருந்தது. கையிலும் காலிலும் விலங்குமாட்டி கச்சேரிக்கு இழுத்துப்போனதிலிருந்து, சிறுகச் சிறுக விழுந்து நொறுங்கி, பாம்பு, பல்லிகள்கூட அடையமுடியாத கட்டைக் கோட்டைதான் மிச்சம்.

விடுதலையாகி வந்தவர், ஊருக்கு வடக்கே நிறைகுளத்து அய்யனார் கோயில் நந்தவனத்துக்குள் நுழைந்துகொண்டார்.

பெரிய நந்தவனம். மருத மரங்களும், தூர்பெருத்த புளி, வேம்பு, பூவரசு மரங்களும், மூலிகைச் செடிகளும் நிறைந்திருக்கும். தெற்கே ஊரணிக்கரையில் சோற்றுக்கற்றாழைப் புதர் மண்டிக் கிடக்கும்.

அய்யனார் பார்வையில் ஆளுயரக் கழுமரம் நின்றது. இந்தக் கழுமரத்தில் பாய்ந்துதான் சக்கம்மா செத்தாள்.

பொழுது மயங்க, கோயிலுக்குள் விளக்கேற்றும் பண்டாரம், பத்துப் பதினைந்து நாளாய் நந்தவனத்துப் பக்கமே போகக் காணோம். ஊரார் யாரும் உள்ளே எட்டிக்கூடப் பார்க்கவில்லை. கொலைகார வேம்பு மாமாவைப் பார்க்க எல்லோரும் பயந்தார்கள்.

உலகத்துக்கான விடியலே இங்கிருந்துதான் என்பதுபோல, நந்தவனத்துப் பட்சிகள் கூச்சலிடும். தன் துணை இழந்த பெட்டைக் குயிலொன்று தினமும் நடுநிசி தாண்டி, தாழக் குரல் எடுத்துக் கூவும்.

'குக்கூ... கூ.... குக்கூ... கூ.... குக்கூ... கூ....'

குயிலின் முடிவுறாத துயரில், சக்கம்மாவின் நினைவு கூடி, வேம்பு மாமாவின் நெஞ்சை அறுக்கும். அந்தப் பெட்டைக் குயிலை, மாமா இதுவரை பார்த்ததில்லை. தன் கண்பட்டால் குயில் வேறு இடம் போய்விடும் என்கிற பயம்.

'சக்கம்மாதான் அந்தக் குயில். தினமும் அவள் கூவட்டும், என நினைத்திருக்கலாம்.

சின்ன வயதிலேயே அப்பன் ஆத்தாவை இழந்த வேம்புவை, வளர்த்து ஆளாக்கியது அவருடைய அக்கா செல்லம்மாதான். அக்கா புருசன் துரைச்சாமி, வேம்புவுக்குத் தகப்பன்மாதிரி. வேம்பு வளர வளர, பார்த்துப் பார்த்துப் பூரித்தவர். எப்போதாவது செல்லம்மா கோபித்தாலும், துரைச்சாமி ஒரு நாளும் வேம்புவிடம் கோபப்பட்டது கிடையாது.

'இளவட்டம் அப்படித்தான் இருப்பான். விடுடீ' ... என்பார்.

வேம்பு மாமா ஆறடிக்குமேல் உயரம். அபூர்வமாய் வாய்க்கும் ஜுவாலை நிறம். உடம்பெல்லாம் பாளம் பாளமாய்க் கறி திரண்டு, சுருள்சுருளாய் ரோமம். மேல் வரிசையில் ஒன்று, தங்கப்பல். கண்ணால் சிரிக்கும் தந்திரம். மிதிபடும் தரை மகிழ நடக்கும் நடை. கையில் வேல்கம்போடு, காவலுக்கு வேம்பு மாமா கிளம்பிப் போனால்... காட்டுப் பயிர் பச்சைகள் எவ்வி எவ்விப் பார்க்கும். பூச்சி, பாம்புகள் பொந்து தேடிப் பதுங்கும்.

சுற்றுப்பட்டி காடுகரையெல்லாம் வேம்பு மாமாதான் காவல். விடியுமுன் வேல்கம்போடு கிளம்பி, அத்தனை ஊர்க் காடுகளையும் ஒரு சுற்றுச் சுற்றி, பல் துலக்க வீட்டுக்கு வந்துவிடுவார். மும்முரமான வெள்ளாமைக் காலங்களில் இரவிலும் காவலுக்குக் கிளம்புவார். ஒரு பருத்திச் சுளை களவு போகாது.

காவலுக்குப் போகிற இடங்களில், பக்கத்துப்பட்டிக் குமரிகள், வேம்பு மாமாவை காட்டுக்குள் வளைப்பார்கள். காட்டுக்கஞ்சி பரிமாறப் போட்டி போடுவார்கள். வளர்ந்திருக்கும் கம்பந்தட்டையும் சோள நாற்றும், கட்டிப் புரண்டு கள்ள உறவாட திரை போட்டுத்

தூண்டும். வேம்பு மாமா, யாரிடமும் சிக்கமாட்டார். தங்கப்பல் சிரிப்போடு, வேல்கம்பின் அடிமுனையால், பெண்களின் பின்புறம் ஒரு செல்லத் தட்டு தட்டிவிட்டு வந்துவிடுவார்.

உள்ளூர் முறைகாரப் பெண்கள் எல்லோரும் வேம்பு மாமாவுக்கு வாழ்க்கைப்பட ஆசைப்பட்டார்கள்.

துரைச்சாமியுடன் பிறந்த குமராயிதான் மாமாவுக்கு 'மாப்பிள்ளைக்காரி'. சாதி வழக்கப்படி, குமராயி கழுத்தில்தான் வேம்பு மாமா தாலி கட்டவேண்டும். அவள் காதுபட, எவளாவது வேம்பு மாமாபற்றி பேசினால் ஆய்ந்துவிடுவாள் ஆங்காரி.

செல்லம்மாவின் மகன் பாண்டியும் நானும் ஒரு பிராயம். பகல் முழுக்கச் சேர்ந்தே அலைவோம். படுக்கைக்கு மட்டும் அவரவர் வீட்டுக்குப் பிரிவோம்.

கோயில்காளையாய் அலையும் வேம்பு மாமாவை வசக்க, துரைச்சாமியும் செல்லம்மாவும் கல்யாணப் பேச்செடுப்பார்கள். அக்கா புருசனுக்கு முன்னால் வேம்பு மாமா, தலைநிமிர்ந்து பேசமாட்டார். அவ்வளவு மரியாதை! ஆனாலும் பிடிகொடுக்காமல் நழுவி விடுவார்.

விடிந்தால் வெள்ளிக்கிழமை. ஆடி மாதப் பிறப்பு.

முதல்நாள் பொழுது சாய, வேம்பு மாமா ஓட்டிவந்த கூட்டு வண்டிக்குள் தெற்குப்பட்டி பெரிய வீட்டு சக்கம்மா உட்கார்ந்து வந்தாள். விளைந்த முத்துச்சோளக் கதிர்போல் சக்கம்மாவின் நிறமும்... உயரமும்... கண்ணும்... மூக்கும்... அழகான அழகு! நெளிவு நெளிவாய்த் தலைமுடி! வம்புக்கு ஏற்ற பேரழகி என்று ஊரே கூடி வாய்ப்பாறியது. சக்கம்மாவைப் பெண் கேட்டு ஆயிரம் பண்ணைகள் வந்து போனார்களாம். அவளோ... வேம்பு மாமாவின் கூட்டு வண்டியிலேறி ஓட்டுக் குச்சிலுக்குமுன் வந்து இறங்கினாள்.

சக்கம்மாவைக் கண்ட உள்ளூர்க் குமரிகளுக்கு ரத்தம் சுண்டிப் போனது.

பதறிப்போன துரைச்சாமியும் செல்லம்மாவும் வேம்பு மாமாவின் வீட்டுக்கு ஓடினார்கள். நானும் பாண்டியும் கூடவே ஓடினோம். தம்பிக்காரன் கூட்டி வந்திருக்கும் சக்கம்மாவை பார்க்கப் பார்க்கச் செல்லம்மாவின் கண் குளிர்ந்தது. ஆனாலும் புருசனுக்குப் பதறி, முகத்தைச் சுருக்கி வைத்துக்கொண்டாள்.

"டேய்... வேம்பு! உனக்காக மாப்பிள்ளைக்காரி ஒருத்தி இங்கே இருக்கிறாள். நீ என்ன காரியம்டா பண்ணி இருக்கிறே?" அக்காவும் அக்கா புருசனும் சேர்ந்து சொன்னார்கள்.

வேம்பு மாமா, யார் முகத்தையும் பார்க்காமல், "இவள்தான் என் பெஞ்சாதி" என்றார்.

"நம்ம சாதிக் கட்டுமானத்தை மீற முடியாது."

"எனக்கு சாதி வேண்டாம்"

"நாங்களெல்லாம் உனக்கு வேண்டாமா?"

"அதை நீங்கதான் முடிவு பண்ணணும்." வேம்பு மாமா கல்லாய் இருந்தார்.

விடிய விடிய குமராயி தூங்கவில்லை.

"இந்த வேம்புப் பயல் இப்படிப் பண்ணிட்டானே! குமராயியை எப்படிச் சமாதானப்படுத்துவது?" என்று, துரைச்சாமியும் செல்லம்மாவும் நிம்மதி கெட்டு உழன்றுகொண்டிருந்தார்கள்.

விடிந்து பொழுது கிளம்பியும் குமராயி மூடிப் படுத்திருந்தாள்.

நானும் பாண்டியும் சுவரோரம் பதுங்கிப் பதுங்கி வேம்பு மாமாவின் வீட்டுக்கு ஓடினோம்.

முதலிரவு அலுப்புத் தீர வெந்நீர் விளாவிக் குளியலாடி, கூந்தலைத் தோகையாய் விரித்து உலர்த்திக் கொண்டிருந்தாள் சக்கம்மா. இன்று, இன்னும் அழகாய் இருந்தாள்.

எங்களைக் கண்டதும் வேம்பு மாமா, "வாங்க மருமன்களா," ரெண்டு பேரையும் செந்தூக்காய்த் தலைக்குமேல் தூக்கி இறக்கினார்.

சக்கம்மா இரண்டு கைகளையும் விரித்து, "உள்ளே வாங்க தம்பிகளா.." என்றாள்.

வேல்கம்போடு கிளம்பிய வேம்பு மாமா, "மருமக்கமாரே...! நான், ஒரு சுத்து காவலுக்குப் போயிட்டு வந்திர்றேன். உங்க அத்தைக்குத் துணையா நீங்க ரெண்டுபேரும் இருங்க" என்றபடி வெளியேறினார்.

சக்கம்மா, எங்களைக் கையருகில் அமர்த்திவைத்து, கேள்வி மேல் கேள்வியாய் ஊர் விவரம் கேட்டாள். தெலுங்கு வாடையில் மேல்காட்டுப் பேச்சு பேசினாள். எங்களுக்கு அரைபாதி புரிந்தது. தலையை ஆட்டவும் ஓரிரு வார்த்தை பேசவுமாய் இருந்தோம்.

விளக்குமாறு, அரிவாள்மணையோடு குமராயி வீட்டுக்குள் நுழைந்தாள். அவளோடு ஐந்தாறு குமரிகளும் வந்தனர். உலர்ந்து விரிந்துகிடந்த சக்கம்மாவின் நீளமான கூந்தலை கொத்தாகப் பிடித்துத் தெருவுக்கு இழுத்துவந்தார்கள். விளக்குமாற்றாலேயே சக்கம்மாவை அடித்தார்கள். அரிவாள்மணையால் கூந்தலை அரிந்தார்கள். சக்கம்மா தெருவில் புரண்டு அலறினாள்.

பாண்டி ஓடிப்போய் தகப்பன் துரைச்சாமியைக் கூட்டி வருமுன், சக்கம்மாவின் சேலையை உரிந்து அம்மணமாக்கினார்கள்.

துரைச்சாமி, கண்கள் கூச, செருப்பைக் கழற்றி குமராயியையும் குமரிகளையும் ஓங்கி ஓங்கி அறைந்தார்.

நடுத்தெருவில் அம்மணமான சக்கம்மா, ஒரு கையால் மார்புகளையும், மறுகையால் உயிர் உறுப்பையும் பொத்தி மறைத்து திண்ணை தாண்டி, தெருவழியே ஓடி, வடக்கே நிறைகுளத்து அய்யனார் கோயில் நந்தவனத்து கழுமரத்தில் ஏறி, நடு நெஞ்சைக் கொடுக்க, கழுமரம் மறுபுறம் கண்டு செத்துத் தொங்கினாள்.

காவலுக்குப் போய்த் திரும்பினார் வேம்பு மாமா. வாய் பொத்தி, ஒடுங்கிக் கிடந்தது ஊர். பாண்டிதான் விவரம் சொன்னான். மாமா அய்யனார் கோயிலுக்கு ஓடினார்.

சக்கம்மாவின் ரத்தம், கழுமரத்தின் அடிவாரத்தையெல்லாம் நனைத்திருந்தது. மோதிமோதி அழுதார்.

“அடேய்... துரைச்சாமி! வெளியே வாடா....” வேம்பு மாமாவின் அடங்காத கோபமும் சப்தமும் ஊரையே பதறவைத்தது.

“அடேய்.... தம்பீ... வேணாம்டா...” குறுக்கே விழுந்து மறித்த செல்லம்மாவை இடது கையால் தள்ளிவிட்டார்.

வீட்டுக்குள் இருந்த துரைச்சாமி, “ஏய்... வேம்பு! சொல்றதைக் கேளுப்பா...” கத்தினார்.

“கூடப்பிறந்த ஓடுகாலி முண்டையை அடக்கமுடியாத பேடிப்பயலே! வாடா வெளியே.”

தனக்குமுன்னே நின்று தலைநிமிர்ந்து பேசாத வேம்பு, ‘போடா... வாடா...’ என்கிறானே! துரைச்சாமிக்குக் கோபம் உச்சிக்கு ஏறியது. மூலையில் சார்த்திவைத்திருந்த வாளை எடுத்தார். பாண்டியை விட உயரமான வாள்.

ஆளுயரத் திண்ணைக்குக் கீழே நின்ற வேம்பு மாமா, அக்கா புருசனை வேல்கம்பால் குத்த வாகு பார்த்தார்.

துரைச்சாமி உள்வாசலில் நின்று இரண்டு கைகளாலும் வாளைத் தூக்கி, வேம்பு மாமாவின் உச்சந்தலைக்கு நேராக ஓங்கி வெட்டினார். வெட்டு வாசல் நிலையில் விழுந்தது. வாள் கை நழுவியது.

வேம்பு மாமாவின் வேல்கம்புக் குத்து, துரைச்சாமியின் இடது விலாவிலும் நடுநெஞ்சிலும் இறங்கியது.

“என் புருசனைக் கொன்னுட்டியேடா கொலகாரப் பாவி!” செல்லம்மா மயங்கிச் சரிந்தாள்.

துரைச்சாமி, குடல் தள்ளி செத்துப்போனார்.

பாண்டி, நடுத்தெருவில் நின்று அழுதான்.

விடுதலையாகி வந்த வேம்பு மாமாவைப் பார்க்க ஊர் கூடியது. யாரையும் ஏறெடுத்துப் பார்க்காமல், சக்கம்மா கழுவேறிச் செத்த நந்தவனத்துக்குள் நுழைந்துகொண்டார். பதினைந்து நாட்களாய் அன்ன ஆகாரமில்லை. ஆள் நடமாட்டமும் இல்லை.

தன் தாலியைப் பறித்த தம்பி, விடுதலையாகி வந்த விவரம், செல்லம்மாவுக்கும் தெரியும்.

கண் முன்னால் தகப்பன் குத்துப்பட்டுச் செத்தது, பாண்டியின் நெஞ்சில் அகலாமல் இருந்தது.

பதினைந்து நாட்களாய்த் தாயும் மகனும் ஒரு வார்த்தை கூடப் பேசிக் கொள்ளவில்லை. என்னோடும் பாண்டி பேச்சை நிறுத்திக்கொண்டான்.

ஏதோ ஒரு விபரீதத்தை எதிர்பார்த்து, ஊர் மௌனம் காத்தது. வாய்க்கும் காதுக்குமாய்ப் பேசினார்கள்.

'அப்பனைக் கொன்னு, ஆத்தா தாலியைப் பறிச்சவனை, பாண்டி கொல்லப் போறான்.'

'மாமனைப் போல எட்டு மடங்கு கோபக்கார இளவட்டம் பாண்டி. கொல்லாமல் விடமாட்டான்.'

தகப்பன் குத்துப்பட்டுச் செத்த அதே வெள்ளிக்கிழமை.

ஊரார் கண்குளிர பாண்டி கிளம்பிவிட்டான். முளைக்கொட்டுத் திண்ணை தாண்டி வடக்கே நிறைகுளத்து அய்யனார் கோயிலுக்கு ஓடினான். பாண்டிக்குப் பின்னால் பேச்சும் கும்மாளமுமாய் ஊர் திரண்டு ஓடியது.

'பாண்டி வெறுங்கையோடு போறானே!'

'பதினைந்து வருசம் ஜெயிலிலே கிடந்து... பதினைந்து நாள் பட்டினி கிடக்கிற வேம்பு... பழைய வேம்பு இல்லை, அவன் தொண்டைக்குழியைக் கிள்ள, பாண்டிக்குச் சுண்டுவிரல் நகம் போதும்' பேசிக்கொண்டே பாண்டியின் பின்னால் ஊர் ஓடியது.

நந்தவன எல்லையில் பாண்டி தடுமாறி நின்றான். உள்ளே இருந்து தாயார் செல்லம்மாவின் அழுகுரல் கேட்டது. நுழைந்தான்.

கழுமரத்து ஓரம் அமர்ந்து அழுதுகொண்டிருந்த செல்லம்மாவின் மடியில் வேம்பு மாமா தலைசாய்த்திருந்தார். துருப்பிடித்த கழுமரத்திலேயே இமை ஆடாமல் பார்வை நிலைகுத்தி இருந்தது. நிற்காத விக்கல்.

தம்பியின் நெஞ்சை செல்லம்மா தடவி விட்டுக் கொண்டிருந்தாள்.

வேம்பு மாமாவின் தொண்டைக்கும் நெஞ்சுக்குமாய் உருண்டு கொண்டிருந்த சக்கம்மாவின் நினைவு, செல்லம்மா ஊற்றிய கடைசிச் சொட்டுப் பாலில் நின்றுபோனது.

பாண்டி, கழுமரத்தில் முட்டி முட்டி அழுதான்.

●

3 | இருளப்பசாமியும் 21 கிடாயும்

இருளாண்டித் தேவரை உப்பங்காற்று 'சிலுசிலு' என உறக்காட்டியது. முளைக்கொட்டுத் திண்ணைக்கு என்று ஒரு உறக்கம் வரும்.

நெஞ்சளவு உயரமான திண்ணை. நடுவில் நாலு அடுக்கு சதுரக் கும்பம். தப்பித் தவறி கால் பட்டுவிட்டால் தொட்டுக் கண்ணில் ஒற்றிக்கொள்ள வேண்டும். நாலு கல்தூணில் நிற்கும் ஓட்டுக் கொட்டகை. கிழக்குப் பாதையோரம் தரையோடு முளைத்த பத்ரகாளி. இளவட்டங்கள் பத்ரகாளிக்குப் பயந்து இரவு நேரங்களில் தப்பிலித்தனம் பண்ணுவதில்லை. இந்த விஷயத்தில் பெரியாளுகள் ரொம்பக் கண்டிஷன்.

'எளவட்ட முறுக்கிலே எவளோடயாவது போறவன்... கம்மாக்கரை, கிணத்தடி, படப்படிப் பக்கம் போயிருங்க. தப்பி நடந்தா... காளி கண்ணைக் கெடுத்திடும்' என்பார்கள். மற்றபடி, பகல்பூராவும் வெட்டுச் சீட்டு, ரம்மி, தாயக்கட்டம், ஆடுபுலி ஆட்டம் நடக்கும்.

தென்புறம் இருளாண்டித் தேவர் படுத்திருந்தார். அவர் தலைமாட்டில் கந்தையாத்

தேவர். வடஓரம் ஏழுபேர் ரம்மி. ஏழுபேரில் இருளாண்டித் தேவர் மகன், மகள் புருஷன், கந்தையாத் தேவர் மகன், தம்பி மகன் ஆடிக் கொண்டிருந்தார்கள். மேலப்புறம் வெட்டுச்சீட்டு. கிழக்கே பத்ரகாளி பார்வையில் தாயக்கட்டம். இருளாண்டித் தேவரின் கால்மாட்டில் ஆடுபுலி ஆட்டம். எல்லோரும் ஒன்னுக்குள்ளே ஒன்னு சொந்தம். தகப்பன், மகன், மாமன், மச்சினன்.

சீட்டுப் பிடிக்க கைபழகாத சின்னப் பயலுகளுக்கு நிறைகுளத்தம்மன் கோயில் ஆலமரத்தில் காக்கா குஞ்சு விளையாட்டு. ஊர்க்கிணறுகள் அத்தனையும் குட்டப்புழுதி ஆகிவிடும். குதியாட்டம்தான்.

இருளாண்டித் தேவரின் இடதுகை மடங்கித் தலைமாட்டில் பாந்தப்பட்டிருந்தது. இரண்டு தொடை இடுக்கிலும் வலது கையைக் கொடுத்திருந்தார். தொடை இடுக்கில் கிடந்த தழும்புகள் மேடு தட்டிக் கிடந்தன. கவுல்பட்டியில் ஆடு திருடப்போய்ப் பிடிபட்டு, பெருநாழி போலீஸார் கம்பியைக் காயவைத்து இழுத்த தழும்பு.

பெருநாழிக்கு மேற்கே நாலாவது மைலில் கவுல்பட்டி, தெலுங்கு பேசுகிற ரெட்டிமார் ஊரு. வண்ணான், குடிமகனைத் தவிர்த்து எல்லோரும் ரெட்டிமார்தான். சம்சாரிகளுக்கான எல்லாக் கோப்புகளும் உள்ள ஊர். வீட்டுக்கு வீடு உழவுமாடு, கிடை கிடையாக ஆடு, ஊரைச்சுற்றி பெரும்பெரும் படப்புகள். வாய் அகன்ற மண்பானைபோல் ஊரணி. மாட்டுக்கும் மனுசருக்கும் அதுதான் குடிதண்ணீர். யாரும் கால், முகம் கழுவக்கூடாது. கட்டு செட்டான ஊர். களவுக்கு இடங்கொடுக்காத ஊர்.

பத்துப்பேர் எதிர்த்து வந்தாலும் அடித்து விரட்டுகிற வீரன் இருளாண்டித் தேவர். அன்றைக்கு கவுல்பட்டிக் களவுக்குப் போனவர்களில் யாரும் குறைந்த ஆளில்லை. முருகேசத் தேவர், ஒத்தையிலே நின்று ஊரையே அடிக்கிற தாட்டியன். அதேமாதிரி கந்தையாத் தேவர், நாகுத் தேவர், கருப்பையாத் தேவர், முத்துத் தேவர், சுந்தரத் தேவர், குருசாமித் தேவர் எல்லோரும் வீரவான்கள். இத்தனை பேரும் கம்புகட்டி நின்றால் எந்தப்படையும் பின்வாங்கும்.

அன்றைக்குச் சாமத்துக்குமேலே எல்லோரும் கிளம்பி, வைரவன்கோயில் பொட்டல் ஆலமரத்தடிக்கு வந்து சேர்ந்தார்கள். பின்நிலாக் காலம். ராத்திரி ஒரு மணிக்கு மேலேதான் நிலா கிளம்பும்.

ஆலமரம், பாறையில் வேர்பிடித்து உச்சியில் நின்றது. ஆலமரத்துப் பட்சி உத்தரவு கொடுத்தால்தான் களவுக்குக் கிளம்புவது வழக்கம். ஆந்தை, வலமிருந்து இடம் பாய்ந்தால் நல்ல சகுனம். போகிற இடத்தில் ஆபத்தில்லை. இடமிருந்து வலம் போனால் ஆகாது. வீட்டுக்குத் திரும்பிவிட வேண்டும்.

எல்லோர் கையிலும் வேல்கம்பு, கனத்த செருப்பு, கருப்புப்போர்வை. குத்துக்காலிட்டு காத்திருந்தார்கள். வெகுநேரம் கழித்து 'கீச்ச...' என்ற சத்தத்தோடு ஆந்தை வலமிருந்து இடம் பாய்ந்தது.

இருளாண்டித் தேவர் எழுந்தார்.

"வைரவன் உத்தரவு கொடுத்துட்டாரு. ஒரு குறையும் வராது. எல்லாரும் கௌம்புங்க." கிளம்பினார்கள்.

பத்துப்பேருக்கு மேல் இருக்கும். நிலா கிளம்பிவிட்டது. நாலு மைலும் வண்டிப்பாதை. ரெண்டுபக்கமும் முள்ளுக்காடு. இருளாண்டித் தேவர் முன்னால் போனார். பேச்சும் சிரிப்புமாக நடந்தார்கள்.

வனாந்தரம். இருட்டு. யாராவது கொஞ்சம் பலக்கப் பேசினாலோ, சிரித்தாலோ இருளாண்டித் தேவருக்குக் கோபம் பொத்துக்கொண்டு வந்தது.

இடையிலே ரெண்டு மூணு ஓடைக்காடு. முழங்காலுக்கு வண்டல் இறக்கியது. செருப்புகளைக் கையில் எடுத்துக்கொண்டு ஓடைகளைக் கடந்தார்கள்.

மணிப்பத்தா ஓடையைத் தாண்டி, பத்து எட்டு நடந்திருப்பார்கள். வண்டிப்பாதையின் இந்தத் தடத்துக்கும், அந்தத் தடத்துக்கும் சரியாக, ஒரு பாம்பு புழுதியைக் குடித்துக்கொண்டு படுத்திருந்தது. தொடைக்கனம். முன்னே போன இருளாண்டித் தேவர், ரெண்டு எட்டு இடைவெளியில் பாம்பைப் பார்த்துவிட்டு நின்றார். நாகம் தலைதூக்கிச் சீறுமுன், வேல்கம்பால் தலையில் ஒரு குத்துக் குத்தி, முள்வேலிக்குள் தூக்கி எறிந்துவிட்டு நடந்தார்.

கவுல்பட்டி ஊரணிக்கரையைச் சுற்றி பெரும் பெரும் புளியமரங்கள் பேயாய் நின்றன. நிலா வெளிச்சத்தில் ஊரணிப் புளியமரங்கள் தட்டுப்பட்ட உடனே, இருளாண்டித் தேவர் ஆட்காட்டி விரலை உதட்டில்வைத்து 'உஸ்.... ஸ்...' என்று எச்சரித்தார்.

செருப்புச் சத்தம் கேட்காதபடி பொத்திப் பொத்தி நடந்து முன்னேறினார்கள். ஊர்க்கிட்டே அண்ட முடியாது. வீட்டு வீட்டுக்கு நாய் கெடக்கும். ராஜபாளையத்துக் கோம்பை நாய்கள். துரத்திப் பிடித்தால் தொடைக்கறியை தோண்டி எடுத்துவிடும்.

குளிருக்கு குன்னிப் படுத்திருக்கும் அனாதைக் கிழவிமாதிரி, ஊர் உறங்கிக் கொண்டிருந்தது. ஊரை தெற்கேவிட்டு, ஊரணிக்கு வடக்காக நடந்தார்கள். ஆட்டுக்கிடை, ஊருக்கு வெளியே மந்தைக்காடுகளில்தான் கெடக்கும்.

"யோவ்... குருசாமித் தேவரே... எட்டி நடங்க..."

ஊரணிக்கு வடக்கே, நாலு புஞ்சை கடப்புக்கு ஆட்டுச்சத்தம் கேட்டது.

இருளாண்டித் தேவர், வலதுகையை லாத்தி காட்டினார். எல்லோரும் வடக்காக எட்டி நடந்தார்கள்.

சுந்தரத் தேவருக்கு இருமல் முட்டியது. நெஞ்சுக்குள் அமுக்கினார்.

"கந்தையாத் தேவரே... செருப்புச் சத்தம் கேட்குது..."

கந்தையாத் தேவர் பொதுமலாய் நடந்தார்.

எல்லா ஆடுகளும் படுத்துக் கிடந்தன. ஒரு ஆடு 'புர்ர்ர்...ர்...ர்.' எனத் தும்மியது. தென்கோடியில் ஒரு கயிற்றுக்கட்டில். உள்ளங்கால் முதல் உச்சந்தலை வரை தெரியாமல் போர்த்திக்கொண்டு கிடைக்காரன் படுத்திருந்தான். கட்டிலில் ஒரு வேல்கம்பு சாத்தி இருந்தது. கட்டிலுக்கு அடியில் நாய் சுருட்டிப் படுத்திருந்தது.

"நாய் படுத்திருக்கு."

அடுத்த புஞ்சைப்பொழியில் எல்லாரும் பதுங்கி உட்கார்ந்தார்கள். வேல்கம்புகளைக் கிடத்திவிட்டு போர்வைகளை இறுக்கிப் போர்த்தினார்கள். வேட்டியை தார்ப்பாய்ச்சி கட்டிக்கொண்டார்கள்.

"தெற்கயும் மேற்கயும் யாரும் போகாதீங்க. வடக்க பாதிப்பேரும் கிழக்க பாதிப்பேரும் போகணும். சுருக்கா முடியணும்."

வேல்கம்பைக் கையில் எடுத்துக்கொண்டார்கள். இருளாண்டித் தேவரோடு சேர்ந்து பாதிப்பேர் கிழக்கேயும், முருகேசத் தேவரோடு சேர்ந்து பாதிப்பேர் வடக்கேயும் பிரிந்தார்கள்.

பச்சைப் பனை ஓலையைக் கிழித்ததுபோல் குட்டி ஆடுகள் சிணுங்கின. சின்னச்சின்ன சத்தங்களோடு ஆடுகள் கிடந்தன. கிடைக்காரனும் நாயும் அசையவில்லை. நல்ல தூக்கம். நிலா வெளிச்சத்தில் ஆடுகளின் நிறம் தெரியும் அளவுக்கு நெருங்கி விட்டார்கள்.

சுந்தரத் தேவர் மறுபடியும் இருமலை நெஞ்சுக்குள் அமுக்கினார்.

'புர்ர்... ர்...ர்' என்று ஒரு ஆடு தும்மியது.

பத்தடி நெருக்கத்திலே நின்று அவரவருக்குத் தகுதியான ஆடுகளை இனம் குறித்தார்கள். கிடாயாக இருந்தால் கறி நல்லா இருக்கும். பெருத்த கிடாயாக இருந்தால் தோளில் போட்டுக்கொண்டு நாலு மைல் தூரம் ஓடுவது சிரமம்.

இருளாண்டித் தேவரின் சைகைக்காக காத்திருந்தார்கள். கட்டிலில் படுத்திருந்த கிடைக்காரன் புரண்டு படுத்தான். நாய் அசையவில்லை.

கிழக்கே இருந்து இருளாண்டித் தேவர், துண்டை வீசினார்.

அவரவர் குறித்துவைத்திருந்த கிடாய்களை நெருங்கி, இடதுகையால் வாயை இறுக்கிப் பிடித்தார்கள். வலதுகையால் குரல்வளையை 'கடக்' என நெறித்து ஒதுக்கிவிட்டார்கள். கிடாய்கள் கால்களை உதறிய சத்தந்தான் லேசாய்க் கேட்டது. கத்த முடியவில்லை. கைக்கு இரண்டு கால்களைப் பிடித்துத் தூக்கி, துண்டைப் போர்த்துவதைப் போல் தோளில் போட்டார்கள்.

கிடைக்காரனுக்கும், நாய்க்கும் நல்ல தூக்கம். இடதுகையால் ஆட்டுக்கால்களையும் வலதுகையில் வேல்கம்பையும் பிடித்துக் கொண்டு 'லொங்கு... லொங்கு' என ஓடக் கிளம்பினார்கள். மூன்றாவது புஞ்சைப் பொழியைக் கடந்து இருளாண்டித் தேவர் முன்னால் ஓடிக் கொண்டிருந்தார்.

தோளில் கிடந்த ஆட்டின் சூடு, இந்தக் குளிர்ந்த நேரத்தில் எல்லோருக்கும் இதமாக இருந்தது. வண்டிப் பாதைக்கு வந்து விட்டார்கள். யாரும் வாய் திறக்கவில்லை. ஓட்டம் குறைந்து, ஓட்டமும் நடையுமாகப் போனார்கள்.

முத்துத் தேவரின் கழுத்தில் கிடந்த கிடாயின் குரல்வளை சரியாக நெறிபடவில்லை. 'ம்மே... ம்மேய்... ம்மேம்...' என்று கத்தக் கிளம்பிவிட்டது. முத்துத் தேவரின் பிடி தவறியது. கிடாய் துள்ளவும் பிடியை விட்டுவிட்டார்.

கீழே குதித்த கிடாய், 'ம்... மே... மே... மேம்... ய்...' கத்தித் தீர்த்து விட்டது.

முத்துத் தேவர் சுதாரித்து, கிடாயின் குரல்வளையை கடித்துத் துப்பினார். கிடாய்ச் சத்தம் நின்றது.

'லொள்... லொள்... லொள்...'

இராஜபாளையத்துக் கோம்பை கிளம்பிவிட்டது.

கிடை ஆடுகள் எல்லாம் கத்த ஆரம்பித்தன.

கிடைக்காரன் போர்வையைச் சுருட்டி வீசிவிட்டு வேல்கம்பைக் கையில் எடுத்துக்கொண்டு ஊரைப் பார்த்துக் கத்தினான்.

"ஐய்... கள்ளன்... கள்ளன்... ஓடியாங்க..."

இருளாண்டித் தேவரோடு சேர்ந்து எல்லோரும் வண்டிப்பாதையில் கெதியாய் ஓடினார்கள். முத்துத் தேவர் கடைசியாக வந்தார். வாயில் இட்டு ரத்தம் வழிந்துகொண்டிருந்தது. முதல் புஞ்சைப் பொழியை நாய் தாண்டிவிட்டது.

ஊர் எழுந்துகொண்டது.

'ஹஹ... ஹஹ' வெனக் கூச்சல்.

சுந்தரத் தேவருக்கு மூச்சு இரைத்தது. எல்லோரும் வேல்கம்பு இருந்த வலதுகையில் செருப்பைக் கழற்றி எடுத்துக்கொண்டு ஓட்டமெடுத்தார்கள்.

மணிப்பத்தா ஓடை வண்டலுக்குள் 'சதக்... பொதக்...' என மிதித்து வெளியேறி ஓடினார்கள்.

நாய் ஒரு புஞ்சைக் கடப்பில் வந்துகொண்டிருந்தது. ஊர்ச்சனங்கள் கம்புகளோடும் ஆயுதங்களோடும் வண்டிப்பாதையில் 'திமுதிமு'வென ஓடிவந்தனர்.

'வேய் ரா... வேய் ரா...' தெலுங்கில் கத்தினார்கள்.

நாய், வண்டலைக் கண்டதும் மலைத்து நின்று குரைத்தது. ஓடையின் தென்கரையில் கொஞ்சதூரம் ஓடியது. வண்டல் மாறி தண்ணீர் தட்டுப்பட்டது. பாய்ந்து நீந்தி வடகரையில் ஏறி கிழக்கே வண்டிப் பாதையில் விரட்டி ஓடியது.

அதற்குள் முருகேசத் தேவர் கூட்டத்தினர் எட்டிப் போய் விட்டார்கள். வைரவன்கோயில் பொட்டல் ஆலமரம்தான் இவர்களுக்குக் குறி. கெதியாக ஓடினால் ஒன்னுக்கு இருக்கும் நேரம்தான். எல்லையைத் தொட்டுவிடலாம். அப்புறம் வெளியூரான் நெருங்கமாட்டான்.

நாய், நாலுகால் பாய்ச்சலில் வந்துகொண்டிருந்தது.

கவுல்பட்டிச் சனம் மணிப்பத்தா ஓடையைக் கடந்துவிட்டது..

"வேய் ரா... வேய் ரா..."

'களவாணிப் பயலுகளை ஒரு தடவை ஊருக்குள் விட்டுவிட்டால் அப்புறம் ஒன்னும் மிஞ்சாது. மனுஷன் குடியிருக்க நீதி இல்லாமல் போயிரும். இதுவரைக்கும் அக்கம்பக்கத்திலே, அடுத்த ஊரு மூணாவது ஊருலேதான் களவுபோனது. கவுல்பட்டிக்கு களவாணிப் பயலுக வந்தது இதுதான் முதல் தடவை.' அவிழ்ந்த தலைமயிரைக் கூட அள்ளி முடியாமல் பெண்கள் சேலையை ஏத்திச் செருகிக் கொண்டு ஓடி வந்தார்கள்.

"வேய் ரா... வேய் ரா..."

கடைசியாகப் போய்க்கொண்டிருந்த முத்துத் தேவரை நாய் எட்டிக் கவ்வியது. வேட்டி பிடிபட்டது. முத்துத் தேவர் செருப்பை ஓங்கி நாயின் வாயில் அடித்தார். வேட்டியை விட்டுவிட்டது. போர்வையைக் கவ்வியது. பிடறியில் கிடந்த கிடாயை கீழே போட்டார். செருப்புகளையும் கீழே போட்டார். போர்வையை உதறிவிட்டார். வேல்கம்பு மட்டும் கையில் இருந்தது. நாய், நெஞ்சில் குதறியது.

இடதுகையால் நாயின் மூஞ்சியில் அடித்தார். வேல்கம்பை ஓங்கினார். வலதுமணிக்கட்டை கவ்விக்கொண்டது. திமிர முடியவில்லை. வேல்கம்பு நழுவியது. இடதுகையால் நாயில் மேல்வாயைப் பிடித்து, வாய்க்குள் மாட்டி இருந்த வலதுகையை கீழே அமுக்கினார். நாய், பக்கத்து முள்வேலியில் விழுந்தது. குனிந்து வேல்கம்பை எடுப்பதற்குள், நாய், முதுகில் பாய்ந்தது. கீழே சாய்ந்தார்.

முன்னால் போனவர்கள் வெகுதூரம் போய்விட்டார்கள். பின்னால் ஊர் திரண்டு வந்துகொண்டிருந்தது.

"வேய் ரா... வேய் ரா..."

நிலா வெளிச்சத்தில் சனம் வருவது தெரிந்தது.

நாயைப் புரட்டினார். கால் நகத்தால் உடம்பைப் பிறாண்டியது. நாயோடு முள்வேலியில் புரண்டார். பாளம்பாளமாய் முள்குத்திக் கிழித்தது. மறு புரட்டில் வண்டிப்பாதைக்கு வந்தார். மேலே கிடந்த நாயின் வாயெல்லாம் ரத்தம் ஒழுகியது. இரண்டு கைகளையும் நாயின் வாய்க்குள் கொடுத்துக் கிழித்தார்.

பலமான சத்தத்தோடு நாய் மல்லாக்கச் சரிந்தது. முத்துத்தேவரின் வாய், கை உடம்பெல்லாம் ரத்தம்.

"வேய் ரா... வேய் ரா..."

சனம் நெருங்கிக் கொண்டிருந்தது.

முத்துத்தேவர் எழுந்து வேட்டியை தார்ப்பாய்ச்சி கட்டினார். போர்வையைக் காயங்களின் மேலே போர்த்திக் கொண்டார். கிடாயைத் தூக்கித் தோளில்போட்டு, வேல்கம்பு, செருப்புகளை வலதுகையில் எடுத்துக்கொண்டு கெதியாய் ஓடினார். வைரவன் கோயில் பொட்டல் ஆலமரம் நெருங்கித் தெரிந்தது.

மறுநாள், பெருநாழி போலீஸ் நிலையத்தில் கவுல்பட்டி கிராமமே வந்து நின்றது.

முதல்நாள் ராத்திரி களவுக்குப் போனவங்க, போகாதவங்க எல்லா ஆம்பளைகளுக்கும், போலீஸார் கம்பியைக் காயவைத்து துடிக்கத் துடிக்க, கதறக் கதற சூடு போட்டார்கள். கன்னத்திலே, தொடையிலே, கையிலே, கழுத்திலே, வயிற்றிலே, முதுகிலே என்று பலமாதிரி சூடு. அன்றைக்கு இழுத்த சூடுதான், இருளாண்டித்தேவரின் தொடை இடுக்கில் தழும்பேறிக் கிடந்தது.

இருளாண்டித் தேவர் புரண்டு படுத்தபோது, கால்மாட்டில் ஆடுபுலி ஆட்டம் ஆடிக்கொண்டிருந்த நாகுத்தேவரின் இடுப்பில் கால்பட்டு விட்டது.

“நல்லா மிதிங்க மச்சான்,” நாகுத் தேவர் நக்கலாய்ச் சிரித்தார்.

“எங்கிட்ட மிதி வாங்கணும்னா, முன்ஜென்மத்திலே புண்ணியம் செஞ்சிருக்கணும் மாப்ளேய்...” இருளாண்டித் தேவர் உதட்டோரம் சிரித்தபடி, கால்களை ஒடுக்கி மறுபடியும் தலைசாய்த்துக் கொண்டார்.

ரம்மி ஆட்டத்தில் ஜோக்கர் வெட்டியதில் தகராறு. தாயக்கட்டத்தில் ஒரு காய் வெட்டுப்பட்ட சந்தோஷம். சிரிப்பும் கேலியுமாய்ச் சத்தம்.

கிழக்கே இருந்து முருகேசத் தேவர் வந்தார்.

“ஏய்ய்... நம்ம மூத்தவர் மகன் சேது வந்திருக்குதாம்...!”

எல்லோரும் திரும்பிப் பார்த்தார்கள். சீட்டாட்டம், ஆடுபுலி, வெட்டுச்சீட்டு, தாயக்கட்டம் எல்லாவற்றையும் கலைத்தார்கள். உறங்கிக்கொண்டிருந்த இருளாண்டித் தேவரையும் கந்தையாத் தேவரையும் எழுப்பினார்கள்.

எல்லோரும் கிளம்பி, மூத்தவர் வீட்டுக்கு நடந்தார்கள்.

சேது, கால், முகம் கழுவித் துடைத்துவிட்டு அய்யாவுடைய போட்டோவுக்கு முன்னால் நின்றான். அய்யாவின் நெற்றியில் குங்குமம் இட்டிருந்தது.

சேதுவுக்கு அருகில் அம்மா நின்றது. படத்தில் இருந்த கணவரையும், பக்கத்தில் நின்ற மகனையும் மாறி மாறிப் பார்த்து, அம்மா அழுதது. சேதுவுக்கு கண்கலங்கிப் பார்வையை மறைத்தது. வீட்டுவாசலில் ஆள் அரவாட்டம் தெரிந்ததும், சேது திரும்பி வாசலைப் பார்த்தான்.

“மருமகனே...” கூட்டத்துக்கு முன்னால் முருகேசத் தேவர் நின்றார். சேது வாசலுக்கு வந்தான்.

“கும்பிடுறேன் மாமா... கும்பிடுறேன் சின்னய்யா... கும்பிடுறேன் மச்சான்... வாங்க எல்லோரும் வாங்க...”

கண்டதும் சேது, கையெடுத்துக் கும்பிட்டதில் எல்லோருக்கும் சந்தோஷம் தாங்கமுடியல.

“எப்போ வந்தீங்கப்பூ...”

“இப்போதான் மாமா.”

அம்மா திண்ணையில் பாய்களை விரித்தது.

“டூட்டி ஒப்புக்கொண்டுட்டீங்களா?” நாகுத் தேவரின் கன்னத்தில் தழும்பு கிடந்தது.

“நாளைக்குப் போயி ஜாய்ன்ட் பண்றேன் மாமா.”

“எங்கே டூட்டி?” குருசாமித் தேவரின் வலது கையில் தழும்பு இருந்தது.

“பழநி பக்கத்திலே மடத்துக்குளம் போலீஸ் ஸ்டேசன்லே.”

“சப் இன்ஸ்பெக்டருதானே?” கந்தையாத் தேவருக்குப் பிடறியில் தழும்பு.

“ஆமாம் சின்னய்யா. ஒரு வருசம் ட்ரெயினிங் முடிஞ்சு... முதல் போஸ்டிங்.”

திண்ணையின் மூலையில், ஓரத்தில் ஊட்கார்ந்து இருந்தவர்கள் எல்லாம் எம்பி எம்பி சேதுவைப் பார்த்தார்கள்.

‘உடுப்பு போட லாயக்கான ஆளு’ எல்லோருக்கும் பெருமை தாங்கலே.

“உங்க அண்ணனை எங்க காணோம்?”

“எனக்கு சப் இன்ஸ்பெக்டர் வேலை கெடைச்சா... இருளப்பசாமிக்கு கிடா வெட்டிப் பொங்கல் வைக்கணும்னு அம்மா நேர்த்திக்கடன் வச்சதாம். அதுக்கு ஒரு கிடாக்குட்டி வெலைக்கு வாங்க அண்ணன் வெளியே போனாரு.”

முருகேசத் தேவர் கன்னத்தில் கிடந்த தழும்பைத் தடவிக்கொண்டே “என்னது...! கிடாக்குட்டியை வெலைக்கு வாங்கப்போனாரா? பைத்தியக்காரப் பிள்ளைக. நம்ம வீட்டுப் பிள்ளைக்கு சப் இன்ஸ்பெக்டர் உத்தியோகம் கெடச்சிருக்கு. சனமெல்லாம் சேர்ந்து கொண்டாட வேண்டாமா? நம்ம குலதெய்வம் இருளப்பனுக்கு நாளைக் காலை யிலே ஒரு கிடாய் இல்லே... இருபத்தியோரு கிடாய் வெட்டுப்படுது” என்றவர், திண்ணையில் இருந்த எல்லோரையும் பார்த்து “ஏய்... ய்... வீட்டுக்கு வீடு ஒரு கிடாயைப் பிடிச்சுக் கொண்டுவந்து இங்கே கட்டுங்கடா” என்று உத்தரவிட்டார்.

“எதுக்கு மாமா... வேண்டாம்” சேது, மருகி மருகி எல்லோரையும் பார்த்தான்.

‘கள்ள ஆடு இல்லே மருமகனே... எல்லாம் நம்ம சொந்த ஆடுக.”

சேதுவின் கண்களில் ‘குபுக்’ என நீர் அடைத்தது. காலமெல்லாம் காயம்பட்ட சனங்கள்.

“தம்பி சேது... இந்தப் பயலுகளுக்கு ஒரு ஆசை.”

“என்ன மாமா...? சொல்லுங்க...”

“நீங்க சப் இன்ஸ்பெக்டர் உடுப்பு மாட்டிக்கிட்டு வந்து, கொஞ்ச நேரம் எங்க எல்லாரோடையும் உக்காந்து பேசிக்கிட்டிருக்கணும்.”

முருகேசத் தேவரின் கைகளைச் சேது பிடித்துக் கொண்டான்.

"இதோ... வர்றேன் மாமா." வீட்டிற்குள் போனான்.

எல்லோரும் உள்வாசலையே பார்த்துக் கொண்டிருந்தார்கள்.

சேது சப் இன்ஸ்பெக்டர் உடுப்போடு திண்ணைக்கு வந்தான்.

எல்லோரும் 'திடுக்' எனப் பதறியெழுந்து, தோளில் கிடந்த துண்டை கட்கத்தில் அடுக்கியபடி, திண்ணையை விட்டு இறங்கிக் கீழே நின்றார்கள்.

●

4. ஹிட்லர்

"**அ**டேய், இட்லரு...!" டவுசர் பட்டனைப் பிரித்துவிட்டு, கட்டைச் சுவற்றின்மேல் ஒன்னுக்குப் பெய்துகொண்டே கூவினான், சிறுவன்.

ஹிட்லருக்கு நாற்பதுக்குமேல் வயது. மூன்று குழந்தைகளுக்குத் தகப்பன்.

"என்ன அய்யா?" உதடு அலுங்காமல் கேட்டான். முகம் நிறைய தாடி. இமை ரோமங்களில் தெருப்புழுதி.

"உன்னை எங்க அப்பா கூப்பிட்டாரு. சீக்கிரம் வருவியாம்."

"ம்... நடங்க சாமி." சிறுவனின் தடம் பார்த்து நடந்தான்.

அப்பன் ஆத்தா வைத்த பெயர் 'ஆப்ரஹாம்'.

'ஹிட்லர்' பட்டப்பெயர்.

பட்டப் பெயர்களுக்குக் காரணம் இருக்கும்.

தாயார் வறுத்து வைத்திருக்கும் ஆட்டுக்கறியை அரவாட்டமில்லாமல் தின்று, சட்டியைத் துடைத்துவைப்பவன் 'பூனை'.

பழைய கஞ்சி பிடிக்காமல் தினமும் கடை இட்லி திங்க காய்ச்சல்காரனைப் போல் நடிப்பவன் 'நரி.'

இரவோடு இரவாக, நிலா வெளிச்சத்திலேயே ஊரார் புஞ்சையில் பருத்திச்சுளையைத் திருடுபவன் 'சுளைப் பெறக்கி'.

பிறர் பேசும்போது குறுக்கே பேசுபவன் 'குறுக்க பேசி'.

அடைபடாத விவகாரங்களில் சூழிவாய் வழிசொல்பவன் 'குறுக்குவழி'.

'லொட... லொட'ன்னு பேசுபவன் 'லோட்டா'.

கனமானவன் 'புளிமூட்டை'.

ஒல்லியானவன் 'புல்தடுக்கி.'

முளைத்து மூணு இலை கொள்ளாத சின்னப்பயகூட 'வாடா போடா'ன்னாலும், 'அய்யா... சாமி' என்கிற ஆப்ரஹாமுக்கு பட்டப் பெயர் 'ஹிட்லர்'. திக்குவாயனுக்கு 'திருநாவுக்கரசன்' என்று பெயர் வைத்தமாதிரி.

ஹிட்லர் வாழ்க்கைப்பாடுகளை எல்லாம் மென்று விழுங்கி விட்டு இறுகிப்போய் இருந்தான்.

பாதங்களை அகற்றி அகற்றி எட்டுப் போட்டு, சிறுவனுக்குப் பின்னால் தலை நிமிராமல் நடந்துபோனான்.

சிறுவனுடைய அப்பாதான் ஊருக்கு முதல் கரை.

நேற்று ஹிட்லரை கடைத்தெருவில் பார்த்து 'டேய் இட்லரு. நம்ம கிணத்து ஓரம் ஒரு கருவேலமரத் தூர் நிக்குது. அதை வேர்ப் பறிச்சி, தோண்டி எடுக்கணும். நாளைக் காலையிலே வீட்டுப்பக்கம் வந்துட்டுப் போடா' என்று சொல்லி இருந்தார்.

'அதுக்குத்தான் இருக்கும். சொல்ற வேலையைச் செய்துவிட்டு ஒரு பழைய சட்டை இருந்தா கேக்கணும். போடுறதுக்குச் சட்டை இல்லை...'

ஹிட்லர் சட்டை போட்டிருந்தான். கந்தல் கந்தலாய் இருந்தது.

வீட்டிலே பொம்பளைக்கு மாத்துச் சேலை கிடையாது. வெளியிலே தலைகாட்ட அஞ்சுறா. பிள்ளைகளுக்கு மறுதுணி இல்லை. உடுத்தினது... உடுத்தினதுதான். மாசக்கணக்கா அவுக்கலே!

எச்சிலைக் கூட்டி விழுங்கிக்கொண்டே நடந்தான்.

பத்தரை மணி பஸ்ஸூ ஊருக்குள் நுழைந்தது. தெருவெல்லாம் புழுதிக்காடு.

"டேய் இட்லரு..." சென்ட் வாசனையோடு ராவுத்தர் கையசைத்தார். துபாய்க்குச் சம்பாதிக்கப் போய் வந்து இறங்குகிறார்.

"டேய், இந்த சூட்கேஸை நம்ம வீட்டுக்குத் தூக்கிட்டு வா..."

ஹிட்லர், சிறுவனைப் பார்த்து, "அய்யா நீங்க வீட்டுக்குப் போங்க. நான் ஒரு பாய்ச்சல்லே வந்துர்றேன்" என்றுவிட்டு பஸ் நிலையத்துக்குள் நடந்தான்.

சூட்கேஸைத் தூக்கி தலையில் ஏற்றிக்கொண்டு 'எனக்கென்ன' என, எட்டுப் போட்டு நடந்து ராவுத்தர் வீட்டில் இறக்கினான்.

ராவுத்தர் ஐந்து ரூபாயை நீட்டினார்.

"ராவுத்தர் அய்யா... ஒரு சட்டை இருந்தா குடுங்களேன்".

"அட போடா... பன்னிக்குப் பொறந்த பயலே...! இப்பத்தான் வந்து எறங்கி இருக்கேன். நாளைப் பின்னே பார்ப்போம். எடத்தைக் காலி பண்ணுடா மொதல்ல..."

வெகுநாள் கழித்து மனைவியைப் பார்க்கும் ராவுத்தர், ஹிட்லரைத் துரத்தினார்.

ஹிட்லருக்கு ஐந்து ரூபாய் கூலி கிடைத்த சந்தோஷம். தெருவோடு நடந்தான்.

"யார்டா அவன் போறவன்? சூசை மகனா?"

திண்ணையில் கால்நீட்டி உட்கார்ந்திருந்த மீனா கிழவி கேட்டாள். காது தண்டட்டி தோளுக்குத் தொங்கியது.

"ஆமா, ஆத்தா..."

"இங்க வா பயபுள்ளேய்... ரெண்டு விறகை ஒடச்சுக் குடுத்துட்டுப் போ. கஞ்சி ஊத்துறேன்"

சந்து வழியாக வீட்டைச் சுற்றி கொல்லைப்பக்கம் வந்த ஹிட்லர் வேட்டியைத் தார்ப்பாய்ச்சி கட்டி, கோடாலியைத் தூக்கினான்.

வெயில் ஏறிக்கொண்டிருந்தது.

வியர்வை நாசி வழியாக ஓடியது.

பிளந்த விறகுகளை சுவர் ஓரம் அடுக்கிவிட்டு நிமிர்ந்தான். மீனா கிழவி துருப்பிடித்த இரும்பு நாழி நிறைய கம்பங்கஞ்சியைக் கரைத்துக்கொண்டு வந்தாள். புளிச்ச கஞ்சி. உரலில் ஊற்றினால் உழவு மாடுகூட குடிக்காது. உதட்டைச் சுழித்து, வானத்தை நோக்கித் தலையைத் தூக்கிக் கொள்ளும். ஹிட்லர் குடித்தான்.

நாக்கை சப்புக் கொட்டினான். புளிப்பு கொம்பேறியது. இதுக்கெல்லாம் பழைய மீன்குழம்பு வெஞ்சனம் இருக்கணும் அல்லது பாசிப்பயறு துவையல் இருக்கணும். கஞ்சி தன்னாலே 'கட கட'னு எறங்கும்.

"ஏத்தா... தொட்டுக்கிற ஏதாவது பழைய வெஞ்சனம் இருந்தா குடுங்களேன் தாயீ..." மீசை நிறைய கஞ்சி ஒட்டி இருந்தது.

"பயபுள்ளைக்கு கொளுப்பைப் பாரேன்! வெஞ்சனம் வேணுமாமில்லே, வெஞ்சனம்! போனாப்போகுதுன்னு புண்ணியத்துக்குக் கஞ்சி ஊத்தினா குடிச்சிட்டுப் போவியா!" குமட்டில் இடிக்க வந்தாள்.

கண்ணை மூடிக்கொண்டு வைத்த வாய் எடுக்காமல் கஞ்சியை இழுத்தான். தொண்டைக்கு மேலேதானே ருசி கேக்குது. தொண்டையை விட்டு எறங்கிட்டா, எல்லாம் ஒன்றுதான்.

நாழியைக் கழுவி வாசல் ஓரம் வைத்துவிட்டுத் தெருவோடு நடந்தான். வெயிலுக்கு வயிறு 'குளுகுளு' என்றிருந்தது. முளைக்கொட்டுத் திண்ணையைத் தாண்டி, டீக்கடை பெஞ்சுகளில் ஆட்கள் கூடிக் கிடந்தனர்.

"டேய் இட்லரு..."

"என்ன அய்யா?"

"இங்க வாடா? இந்தச் செருப்பு அறுந்துபோச்சு. கொண்டு போயி பாலுபகடை கிட்டே குடுத்துத் தச்சுட்டு வா..."

அறுந்த செருப்பைத் தூக்கிக்கொண்டு கடைத்தெருவுக்குப் போய் பாலுபகடையிடம் குடுத்துத் தைத்து எடுத்துக்கொண்டு வந்தான்.

"ஏய் முனியசாமி... இட்லருக்கு ஒரு டீ குடுப்பா"

அய்யாமார்களின் கால்மாட்டில் குத்துக்காலிட்டு உட்கார்ந்தான். பெஞ்ச்மீது கிடந்த தினசரி பேப்பரை எடுத்துப் பிரித்தான்.

"டேய் இட்லரு, நீ படிச்சிருக்கியாடா...?"

கவிழ்ந்தபடி பின்னந்தலையைச் சொரிந்தவன், நிமிராமல் "மூத்தவர் அய்யா மகன் துரை இருக்காரே... அவரும் நானும் மடத்துப் பள்ளிக்கூடத்துலே அஞ்சு வரை ஒன்னாப் படிச்சோம் சாமீ..."

டீயை, ஊதி ஊதிக் குடித்தான்.

"யாரு! மிலிட்டேரியிலே இருக்கிற துரை மச்சானா?"

"ஆங்... ங்... ங்... அந்த அய்யாதான்"

"துரை லீவிலே வந்திருக்காரு. பாத்தியாடா?"

டீயை மடக்கென விழுங்கினான்.

“என்ன சாமீ...! துரை அய்யா வந்திருக்காரா?”

டீ கிளாஸை கழுவி வைத்துவிட்டு நடந்தான்.

முதல்கரை வீட்டைக் கடந்துதான் துரை வீட்டுக்குப் போக வேண்டும். வேர்பறிக்கக் கூப்பிட்டது ஞாபகம் வந்தது.

முதல்கரை வாசலில் மறித்தார்.

“ஏன்டா அயோக்கியப் பயலே! நான் கூப்பிட்டு விட்டு எவ்வளவு நேரமாகுது! இந்நேரம் வரை, உம் பொண்டாட்டியை ஊரானுக்குக் கூட்டிவிட்டியாக்கும்டா?” வலதுகால் செருப்பைக் கழற்றி ஹிட்லரின் பிடரியில் ஓங்கி அறைந்தார்.

“அய்யா...” பிடரியைப் பொத்திக் கொண்டான்.

“ஓடுடா நிக்காதே. இனிமே இந்தப் பக்கம் வந்தே காலை வெட்டிப் புடுவேன்” மறுபடியும் செருப்பை ஓங்கினார்.

ஹிட்லர் நடந்தான்.

அடிபட்டாலும் மிதிபட்டாலும் அழுது பழக்கமில்லை. சிரிப்பைப் போலவே அழுகையும் மறந்துபோச்சு.

துரை வீட்டுவாசலில் செருப்புகள் கிடந்தன.

“அய்யா”

“யாரது?” துரை, உள்ளேயிருந்து எட்டிப் பார்த்தான்.

ஹிட்லர், இங்கிருந்தே கைகளை உயர்த்திக் கும்பிட்டான்.

“அட... நம்ம ஆப்ரஹாம்! வாங்க. உள்ளே வாங்க ஆப்ரஹாம்”, திண்ணையைக் கடந்து இறங்கி ஓடிவந்தான் துரை.

“ஆப்ரஹாம் நல்லா இருக்கீங்களா? பார்த்து எவ்வளவு வருஷமாச்சு” மார்போடு தழுவிக்கொண்டு, “வீட்டிலே உங்க மனைவி, குழந்தைங்க எல்லாம் சௌக்கியமா ஆப்ரஹாம்,” அணைத்தபடி உள்ளே அழைத்துப் போனான்.

“உமா, இங்கே பாரேன், என் கிளாஸ்மேட் ஆப்ரஹாம்!” துரை, தன் மனைவியை அழைத்தான்.

உமா, உள்ளிருந்து வந்து “வாங்க அண்ணா!” கைகூப்பி வணங்கினாள்.

“மகராசியா இருங்க தாயீ...” உடலின் சகல பகுதிகளிலிருந்தும் ‘குப்’பெனக் கிளம்பிய சந்தோசம், கண்களில் நிலைகொண்டது.

நாற்பது வருட கால அவமானச் சேர்மானம், பொலபொலவென கண்ணீராய் உதிர்ந்தது.

"ஆப்ரஹாம்... ஏன் அழுகுறீங்க?" துரை தோள்களைக் குலுக்கினான்.

துரையின் உள்ளங்கைகளுக்குள் முகம் புதைத்துக் கொண்டு 'மூசு மூசு' என அழுதான்.

"நான் அழுகலே துரை... அழுகலே! சந்தோஷம் தாங்கமுடியலே சாமீ! என்னை 'ஆப்ரஹாம்'னு கூப்பிடவும் ஆள் இருக்கே!ங்கிற சந்தோஷம். அதுதான் கண்ணீர் நிக்காம ஓடுது!"

துரையின் நெஞ்சுச் சூட்டில், தாயின் மடுவில் முட்டிமுட்டி பால் குடித்த சுகம் தெரிந்தது ஆப்ரஹாமுக்கு.

●

5
எங்க அய்யாமாருக்காக...

"எல்லா எளவட்டமும் வேல்கம்போட கௌம்புங்கடா டேய்..." முத்துச்சாமியின் உத்தரவு ஊரைப் பிளந்தது.

"டேய்... சோலை, பாண்டி, கேசவா... எல்லாரும் அரிவாள், வேல் கம்பை எடுத்துக்கிட்டு ஓடியாங்கடா"

மத்தியான வெய்யில் உச்சியைப் பிளந்தது.

என்ன ஏதெனக் கேட்காமலேயே சில நிமிடங்களுக்குள் திமுதிமுவெனக் கிளம்பிவிட்டனர்.

அறுபத்தேழு வயதிலும் முறுக்கிய மீசை, சுருள்சுருளாய்த் தலைமுடியுடன் முத்துச்சாமி வேட்டியைத் தார்ப்பாய்ச்சி கட்டிக்கொண்டு கையில் வேல்கம்புடன் நிலைகொள்ளாமல் நின்றார்.

விடலைப் பையன்களின் கையில்கூட கம்பும் அரிவாளும் ரத்த தாகத்துடன் கெக்கலித்தன.

எல்லா கடைகளும் மூடப்பட்டன. சாராயக்கடை வாசல் அகலத் திறக்கப்பட்டது.

பஸ் நிலையத்துக்குள் கன்றை ஈன்றுவிட்டுக் களைத்துப்போய் நிற்கும் எருமையைப் போல் விளாத்திகுளம் பஸ் நின்றது.

"டேய், நம்ம இருளாண்டியை விளாத்திகுளத்திலேர்ந்து வர்றப்போ பஸ்ஸுக்குள்ளேயே வச்சு அடிச்சுட்டாங்களாம்டா!"

"எந்தூரரான்...?" ரத்தம் குடிக்கத் துடித்தனர்.

"எங்க அய்யாமகனை எவன் அடிச்சது?" சலவைத் தொழிலாளி மாடசாமியின் கம்பு சீறியது.

"எந்தூரரான்னு தெரியலே... வர்ற வழியிலேயே பஸ்ஸை நிறுத்தி, எறங்கி ஓடுறாங்களாம்".

"எந்தப் பக்கம்?" பதிலுக்குக் காத்திராமல் கிளம்பினர்.

"மூத்தவர் வீட்டுக்கு நேர... கம்மாய்க்குள்ளதான் போவான்ங்க..."

"டேய் மாடசாமி! அந்த மொட்டைக்கம்பப் போட்டுட்டு இந்தா... இந்த வேல்கம்பைப் பிடி. அவன்ங்க எவனக் கண்டாலும் குத்திச் சாய்டா...."

"கொண்டாங்க சாமீ...." மாடசாமிக்குச் சந்தோஷம் தாளவில்லை. தான் ஓர் ஏழைத் தொழிலாளியாய் இருந்தும், தன்னையும் மதித்து வேல்கம்பைக் கொடுத்து, தன் வீரத்தை அங்கீகரித்த முத்துச்சாமியைத் தெய்வமாய் வணங்கி, வேல்கம்பை வாங்கிக்கொண்டு புயலாய்க் கிளம்பினான்.

நாலுபக்கச் சாலைகளிலும் நரவேட்டைக்குச் சிதறி ஓடினர்.

"அடலேய்.. காட்டுராசா!" மாடசாமியின் மனைவி வீரசுத்தி தன் செம்பட்டைத் தலையைச் சொறிந்துகொண்டே, "அடலேய்!" மகனை அழைத்தாள். ஊராரின் அழுக்குத்துணிகள் பொட்டலம் பொட்டலமாய் வீடெங்கும் உட்கார்ந்திருந்தன.

குனிந்து வீட்டிற்குள் போய் நீராகாரம் இருந்த ஈயச்சட்டிக்குள் கையை விட்டுத் துழாவினாள்.

"பசி அத்தியப் பிடிக்குது." வாய் உலர்ந்து வறண்டிருந்தது. ஏழெட்டுப் பருக்கைகளை விரட்டிப் பிடித்து வாயில் போட்டுக் கொண்டு நிமிர்ந்தபோது வாசலில் ஒரு கழுதை முன்உதட்டை உயர்த்திக்கொண்டு சிரித்தது.

"கழுதைக ரெண்டும் பிடிச்சுக்கட்டாம தன்னாலே திரியுது. வீடான வீட்டுலே ஆம்பளையா உள்ள மனுசன்..." நீராகாரத்தை 'கடக் கடக்' எனக் குடித்தாள். "விடிஞ்சா சாயாக் கடை... அடஞ்சா சாராயக் கடை..."

வீட்டுக்குள் நுழைய முயன்ற கழுதையை, "த்தா..." என அதட்டினாள். ஒத்த மகன்... பள்ளிக்கூடம் போற பச்சமண்ணு. மூணு மாசமா 'பொய்த்தம், பொய்த்தம்'னு உசுர வாங்குது. வீடு வீடாய்ப் போயி ஊருக்கஞ்சி வாங்கிக் குடிக்கிற பொழப்பு நம்மளோட போகட்டும். அவனாவது நாலெழுத்து படிக்கட்டும்னா... பொய்த்தம் வாங்க வழி யில்லே" சேலை முந்தானையால் கண்களைத் துடைத்துக் கொண்டே புலம்பினாள். விவரம் தெரிந்த நாளிலிருந்தே வாழ்க்கை பற்றிய அவநம்பிக்கை நித்தம் வளரும் பாறையாய் நெஞ்சில் கனத்தது. "இந்தப் பய எங்க போனான்? அடலேய் காட்டுராசா!" தெருமுனை வரை கூவினாள்.

ரத்தக் குளியலாட நாலு பக்கமும் சிதறி ஓடிய அரிவாள், வேல்கம்புகளிடமிருந்து ஒரு தகவலும் இல்லை.

மூத்தவர் வீட்டின்முன் முத்துச்சாமி வந்து நின்றார். மூத்தவர் மெதுவாய் எழுந்து வந்தார்.

"என்னப்பா முத்துச்சாமி?"

"நம்ம எளயவர் மகன் இருளாண்டியை...."

"அடிச்சது எந்தூரரான்ங்களாம்?"

"எந்தூரரான்னு தெரியல. நம்ம இருளாண்டி விளாத்திகுளத்திலிருந்து பஸ்ஸிலே வந்திருக்கான். அவன்ங்க பத்து பதினைஞ்சு பேரு... கொளந்த குட்டிகளோடு சோலசாமி கோயில்ல சாமி கும்பிட்டுட்டு வந்திருக்கான்ங்க."

பஸ்ஸில் இடம் பிடிப்பதில் தகராறு.

"அவன்ங்க ஆளுக பத்துப் பதினைஞ்சுபேரு மெஜாரிட்டியா இருக்கவும், பஸ்ஸுக்குள்ளயே ஒன்னுக்குள்ளே ஒன்னு தள்ளுமுள்ளு ஆகி, இருளாண்டி கன்னத்தில லேசா நகக்காயம்."

"அது சரிப்பா. லேசா 'நகக்காயம்'னு சொல்றே! இப்போ நம்ம பயலுக போற வேகத்திலே குழந்தை, குட்டி... கையிக்கு எது கெடச்சாலும் வெட்டி எறிஞ்சிருவான்ங்களேடா. கையிலே கம்பு அருவாளோட போறாங்களே!"

சேலை முந்தானையை ,இடுப்பில் இறுகச் செருகியபடி, பெண்கள் பரணி பாடிக்கொண்டு வந்தனர். கைகளில் துடைப்பம், குத்துக்கம்பு.

"எங்கண்ணனை எவன் அடிச்சது?"

"எங்க மச்சானை அடிச்சவன் குடலை உருவி காக்கா கழுகுக்குப் போடாம விடக்கூடாது."

“இந்தா, பொம்பளைக கொஞ்சம் பொறுங்கம்மா,” மூத்தவர் அமர்த்தினார்.

நான்கு திசைகளிலிருந்தும் இளவட்டங்கள் திரும்பினர்.

“இங்கிட்டு வேதக்கோயில் வரை எவனையும் காணோம்...” சோலை ஏமாற்றத்தோடு வேல்கம்பைத் தரையில் குத்தினான்.

“கம்மாய்க்குள்ளே பொட்டக்காடு வரை போயாச்சு.” கோயிலில் கிடாய் வெட்டும் வாளுடன் கேசவன்.

“நாங்க மடக்குழி வரை போயிட்டோம். ஒருத்தனும் அகப்படலே.” கருப்பையா கையில் பளபளக்கும் கை அரிவாள்.

“பெரியபாலம் வரை ஒருத்தனும் தட்டுப்படலே சாமீ...” மாடசாமி.

எல்லோரும் முயல் வேட்டைக்காரர்களாய் மூச்சிரைத்தனர்.

“நாலு தெசையிலேயும் காணோம்னா எங்க போய்ட்டான்க?” இரத்தமாய்ச் சிவந்திருந்த முத்துச்சாமியின் விழிகள் கொதித்தன.

“அடலேய்... காட்டுராசா!” வீரசுத்தியின் சப்தம் தெருமுனை வரை போய், மகன் காட்டுராசாவை கையைப் பிடித்துக் கூட்டி வந்தது.

கையெல்லாம், கடலை உருண்டையின் வெல்லப்பாகு ‘பிசுக் பிசுக்’கென ஒட்டியது. டவுசரின் பின்புறம் தடவிக்கொண்டே வீட்டின்முன் வந்து நின்றவன், வாயைத் திறக்காமலே. “ம்...?” என்றான்.

“களுதக ரெண்டும் தன்னாலே திரியுது. இந்த மனுசன் எங்கடா போச்சு?”

“அப்பாவா?”

“ஹஹும்!”

“அப்பா கம்பெடுத்துட்டு ஓடுது!”

“எதூ! கம்பெடுத்து ஓடுதா? எங்கிட்டு?”

“பஸ்டாண்டுப் பக்கம்...!”

எச்சிலை வடித்துக்கொண்டு அவன் சொல்லி முடிப்பதற்குள், பக்கத்து வீட்டு மீனா சேர்ந்துகொண்டாள். “எக்கா, வீரசுத்தி, ஓம் புருஷனுக்கு இது தேவையா?”

“எதுடி...?” வீரசுத்தி பதறினாள்.

அரிவாள், வேல்கம்புகளுக்கெல்லாம் யாரையும் காவுகொள்ள முடியாத கவலை.

“ஏய்! எல்லாரும் இங்க ஓடியாங்க... அவன்ங்க இங்க இருக்கான்ங்க... ஓடியாங்க...” ஐந்தாறு வீடு தள்ளி திருக்கம்மா அலறினாள்.

அரிவாள், கம்புகளெல்லாம் மலையாண்டியின் வீட்டு முற்றத்தில் விருந்துக்குப் போய் நின்றன.

“இந்தா... நான் இப்பத்தான் பார்த்தேன். இந்த வீட்டுக்குள்ளதான் அவன்ங்க ஒளிச்சிருக்கான்ங்க...” இரு கைகளாலும் ஆவேசமாய்க் கதவைக் குத்தினாள் திருக்கம்மா.

“டேய், கதவை உடை...” அரிவாள்.

“நொறுக்குடா வீட்டை...” வேல்கம்பு.

“ஏய் பொறுங்கப்பா...” மலையாண்டி கதவின் குறுக்கே நின்று மறித்தார்.

“அவன்ங்கள வெளியேத்துங்க சாமீ...” மாடசாமி, அவிழ்ந்த வேட்டியை மீண்டும் தார்ப்பாய்ச்சினான்.

“ஓட்டை ஒடச்சிட்டு உள்ளே போங்கடா...”

“ஏய், நான் சொல்றதைக் கேளுங்கப்பா...” மலையாண்டி.

“என்னய்யா கேட்க? வெளியிலே விடு அவன்ங்கள”

“ஏய், வீணா கெட்டுப்போகாதீங்கப்பா!”

“வீட்டுல அடச்சு வச்சுக்கிட்டு என்னய்யா பேசுறே நீ...?”

மூத்தவர் பதறினார். யாரைச் சமாதானப்படுத்த? எல்லோர் முகத்திலும் ரத்தவெறி.

“எம்மான்! மூத்தவர் நீங்க... நீங்களாவது சொல்லுங்க...”

“டேய், பொறுங்கடா... சொல்றதக் கேளுங்கடா... டேய்...” மூத்தவர்.

“வீட்டை நொறுக்குடா” வேல்கம்பு முன்னேறியது.

மலையாண்டி கர்ஜித்தார். “என் வீட்டுக்குள்ளே அடைக்கலம்னு, வந்தவன்களை நான் வெளியே விடமாட்டேன். என்னையக் கொல்லுங்கப்பா...” மார்பை உயர்த்திக்கொண்டு முன்னேறினார்.

“அடியே... மீனா! என்னடி சொல்றே?” அழுக்குப் பொட்டலங்களை மிதித்தேறித் தாண்டி மீனாவின் அருகில் ஓடி வந்தாள் வீரசுத்தி.

“இருளாண்டியை யாரோ அடிச்சுட்டாங்களாம், அருவா... கம்போடு ஊரே தெரண்டு ஓடுது. ஓம் புருசன்தான் முதல் ஆளு!”

வீரசுத்தியின் அடிவயிற்றில் தீப்பற்றியது.

“ஆத்தாடீ... குடி கெட்டுச்சே...” அலறினாள்.

“இந்நேரம் அங்க பொணம் விழுந்திருக்கும்! போயி ஒம் புருஷனை இழுத்துட்டு ஓடியாக்கா...” மீனா பிடித்துத் தள்ளுமுன் வீரசுத்தி ஓட்டமும் நடையுமாய் கிளம்பினாள்.

“அடேய்...! நான் சொல்றத கேக்கப்போறீங்களா... இல்லையாடா? ஏப்பா முத்துச்சாமி...” மூத்தவர் மறித்தார்.

“ஏய், நம்ம மூத்தவர் சொல்றாரு. எளவட்டங்கள் எல்லாம் கொஞ்சம் பொறுங்கப்பா... ஏய்...” முத்துச்சாமி கை உயர்த்தினார்.

“சும்மாயிருங்க சின்னய்யா... ரெண்டு பேரையாவது வெட்டிச் சாய்க்கணும்” கோயில்வாள்.

“எவன்டா அவன்” மூத்தவர்.

“...” கோயில்வாள். வேல்கம்பு, அரிவாள்.

“நீங்க வெலகுங்க பெரீய்யா. அவன்ங்கள வெளக்கமாத்தாலே ரெண்டு சாத்தாவது சாத்தணும்.”

“அடி செருப்பாலே... பொட்டைக் களுத” மூத்தவர்.

“...” துடைப்பம்.

“ஏய்... எல்லாம் அங்கிட்டு பஸ்டாண்டு பக்கம் போய் நில்லுங்க. போங்க. போங்கடா! நீங்க... பொம்பளைக அவ. அவ. வீட்டுக்குப் போங்க. போங்கடீன்னா...” மூத்தவர் துரத்தினார்.

வீரசுத்தி, முளைக்கொட்டுத் திண்ணையைத் தாண்டி வந்து கொண்டிருந்தாள்.

சாராயக்கடையில் காலி பாட்டில்கள் உருண்டன.

“குடிங்கடா... இன்னைக்கு எவ்ளோனாலும் குடிங்க.”

“எங்கண்ணனத் தொட்டுட்டு அவன் தப்பிக்கவா?”

“அண்ணே...! நம்ம மாடசாமி சுத்த ‘வீரன்'ண்ணேன். இன்னைக்கு அவன் கம்பெடுத்துப் போன வேகத்துக்கு எதிரே எத்தனைபேர் சிக்கியிருந்தாலும் குத்திச் சாய்ச்சிருப்பான்...”

“டேய்... எல்லாம் வெளிய வாங்கடா.” சாராயக்கடைக்கு வெளியே முத்துச்சாமி உறுமினார்.

ஒவ்வொருவராய் வெளியேறி வந்து, பஸ்நிலையச் சுவருக்கு முட்டுக்கொடுத்து நின்றனர்.

“இங்கே பாருங்கப்பா... அடிச்சவன்ங்க வேறயாருமில்லே... வேப்பங்குளத்தான்ங்களாம். நம்ம சாதிக்காரன்ங்கதான்.”

“எதூ... நம்மாளுங்களா?” கருப்பையாவின் புருவம் உயர்ந்தது.

“எவனா இருந்தா என்ன? வெளியே விடு... ரெண்டுல ஒன்னு பார்க்கணும்.”

“அவன் தலையை வெட்டித் தாழ்வாரத்திலே கட்டணும்...”

“டேய்... குடிகாரப்பயலுகளா! சொல்றதக் கேளுங்கடா... இனத்தானுக்கு இனத்தான் வெட்டிக் குத்திச் சாகப்போறீங்களா?”

“ஆமா... சாகணும்! இப்பவே சாகணும்!” சோலை.

“பல்லை ஒடச்சிறுவேன். சொல்றதக் கேக்கப்போறியா என்னடா?” சோலையின் தோளைப் பிடித்து உலுக்கினார்.

“நாங்க பெரியாளுக எல்லாம் ஒக்காந்து பேசினோம். அதாவது. நம்ம இருளாண்டியை, இன்னாருன்னு தெரியாம கை நீட்டிட்டான்ங்க. தெரியாத்தனமா நடந்துபோச்சு. இப்போ நம்ம இருளப்பசாமி கோயிலுக்கு மாலை வாங்கிப் போட்டு, தேங்காய் ஒடச்சி ராசியாப் போயிறதுன்னு பேசி முடிச்சோம். இனத்தானுக்கு இனத்தான் கொஞ்சம் பொறுமையாப் போறதுதான் நல்லது. என்ன சொல்றீங்க?”

“எங்க அய்யா மகனை அடிச்சவன் எவன்னாலும்...” மாடசாமி போதையில் தடுமாறினான்.

“ஏண்டா டேய்... வண்ணாப்பயலே! அடிச்சவன் ‘எவன்’னாலுமா? அவன்ங்க எங்காளுகன்னு சொல்லிக் கிட்டிருக்கேன். ஏழைப்பயலுக்கு எம்புட்டுத் திமிரு இருந்தா... எங்காளுகள ‘அவன் இவன்’னு சொல்லுவே? செருப்புட்டே போடுங்கடா, அவன...” முத்துச்சாமியின் மிதியடி மாடசாமியின் கன்னத்தைப் பெயர்த்தது. நின்றவர்கள் எல்லாம் வரிசையாய் மாடசாமியின்மேல்...

“சாமீ... ய்... சாமீ... அய்யா... அய்யாவுகளே! தெரியாம, ஏழை... அய்யா தெரியாம...” மாடசாமி கும்பிட்டுக்கொண்டே சரிந்தான்.

“சாமீ, எம்புருசன அடிக்காதீங்க. அய்யா...” வீரசுத்தி அலறிக் கொண்டு ஓடி வந்தாள்.

இருளப்பாசாமி கோயிலுக்கு மாலை அணிவித்து, தேங்காய் உடைத்து, இரு தரப்பாரும் சமரசமாயினர். உறவுமுறைகள் விசாரிக்கப்பட்டன.

“ஒன்னும் மனசுல வச்சுக்கிறாதீங்க மாப்பிளே...”

“அட... போங்க மச்சான் நீங்க ஒரு திக்கம்... நமக்குள்ளே தானா?” தன் தோளின்மேல் கிடந்த வேப்பங்குளத்துக்காரரின் கையைப் பாசத்துடன் விலக்கிவிட்டார் இருளாண்டி.

வேப்பங்குளத்துக்காரர்கள் சந்தோஷமாக விடைபெற்றனர்.

ஒழுகிய ரத்தம் மண்ணோடு உறைய, குப்புறக் கிடந்த புருஷனை தன் மடியில் வாரிப் போட்டுக்கொண்டு ஓங்கி ஓங்கி தலையில் அடித்தபடி ஒப்பாரி வைத்துக்கொண்டிருந்தாள் வீரசுத்தி.

ஈனக்குரலில் விக்கி விக்கி அழுதபடி, நாலாபக்கமும் வெறித்துப் பார்த்துக் கொண்டிருந்தான் காட்டுராசா.

●

6 நெஞ்சுப் பின்னல்

லக்ஷ்மி, மாநிறமாய், கூட்டிலிருந்து தெறித்து விழுந்த தெள்ளு போல் 'கடக்' என்றிருப்பாள். இடுப்புக்குக் கீழே தொங்கும் தலைமுடி. ஒருச் சாண் அளவுக்கே எட்டுவைத்து, லேசாக இடுப்பு ஆடும் நடை. உவர்மண்ணில் முக்கிப் பிழிந்து, வெள்ளாவியில் வைத்து அவித்துத் துவைத்துக் காயவைத்த துணிபோல், வெதுவெதுப்பும் மண்வாடையும் அகலாத அழகு.

மாடசாமி ஏகாலிக்கு மகள் என்றால் உயிர். பட்டும் படாமலும் பார்த்துப் பார்த்து பூரித்தான். பெஞ்சாதி மாடத்தி செத்து ஏழெட்டு வருடமிருக்கும்.

படுக்கையிலே மாடசாமிக்குக் கண்ணீர் ஓடும். வீடுவீடாகப் போய் ஊருக்கஞ்சி வாங்கிக் குடிக்கிற பிழைப்பு மகளுக்கு வந்து விடக்கூடாதென்று லஷ்மியை உள்ளூர்ப் பள்ளிக்கூடத்தில் படிக்க வைத்தான். எட்டு முடித்து ஒன்பதுக்குப் போய் மூன்று மாதங்கள் இருக்கும்.

லக்ஷ்மி ஆளாகிவிட்டாள்.

வாய் நிறையத் துண்டை அழுத்திக்கொண்டு மூலையில் உட்கார்ந்து மாடசாமி அழுதான்.

"மாடத்தி... நீ இல்லையே தாயீ! நம்ம சந்தனச்சிலை சபை ஏர்ற நேரம்... கண்ணை மூடி கதவைச் சாத்திட்டியே அம்மா! மருக்கொழுந்தக் கையில் வச்சிக்கிட்டு மருண்டுபோயி நிக்கிறேனே" குலுங்கிக் குலுங்கி அழுதான்.

பெண்கள் கூடினார்கள். எல்லோர் நெஞ்சிலும் ஈரம் கிடந்தது. காரியங்கள் நடந்தன.

லக்ஷ்மி, பதறிப் பதறி பள்ளிக்கூடம் போனாள். இரண்டு மூன்று தெருக்களைத் தாண்டி பள்ளிக்கூட வாசலை மிதிப்பதற்குள் வழி நெடுக இளவட்டங்கள் சாவகாசமாய்க் கேலி பேசினார்கள்.

மாடசாமி, இதற்காக ஒரு பாட்டம் அழுது தீர்த்தான்.

"வேணாம் தாயீ... வேணாம். பள்ளிக்கூடம் போகவேணாம். முடவன் கொம்புத்தேனுக்கு ஆசப்பட்டுட்டேன். தப்புத்தான். மானம், மருவாதையாவது மிஞ்சட்டும். வீட்டோடு இரு தாயீ..."

லக்ஷ்மி, பள்ளிக்கூடம் போவதை நிறுத்தினாள்.

மாடசாமி, ஊருக்கஞ்சி வாங்கிக் குடிப்பதை நிறுத்தினான்.

லக்ஷ்மியே தட்டுத் தடுமாறி உலைவைத்தாள்.

மாடசாமி, சாதத்தைப் பிசைந்துகொண்டே சொல்லுவான். "தாயீ... லச்சிமி... ஒங்க ஆத்தா மாடத்தியோட கைப்பக்குவம் அப்பிடியே ஒனக்கும் வாய்ச்சிருக்கு! உன் கைபட்ட அன்னம்... அமுர்தமா இருக்கும்மா!"

லக்ஷ்மி கவிழ்ந்தபடி சிரித்துக் கொள்வாள்.

ஊர்ச்சனங்களின் அழுக்குத்துணிகளை எல்லாம் அள்ளிக்கட்டி, கழுதை மேலே பொதி ஏற்றிக்கொண்டு கண்மாய்த் துறைக்குப் போவான் மாடசாமி. உச்சிவெயிலுக்குள் தலையில் கஞ்சிக் கலயத்தோடு லக்ஷ்மி வந்துவிடுவாள். தகப்பனுக்கு ஒத்தாசணையாக ரெண்டு துணிகளை எடுத்து நீரில் நனைத்து அடித்துத் துவைக்கப் போவாள். மாடசாமி விடமாட்டான்.

"போ... போ... கரையிலே போயி உக்காரு" துரத்துவான்.

அழுக்குத்துணிகள் பொதிபொதியாக இருந்தாலும் தானே துவைப்பான். முழங்கால் தண்ணீரில் நின்றுகொண்டு ராகம் போட்டுப் பாடுவான். கரைமேல் ஒரு வேட்டியோ, ஜமக்காளமோ விரித்திருக்கும். அடித்துத் துவைத்த துணியை சக்கையாய்ப் பிழிந்து

விட்டெறிவான். லக்ஷ்மி, துணிகளைப் பொட்டல்தரை பார்த்து விரித்துக் காயப்போட்டு மடித்துவைப்பாள். துணிகளில் குறிபார்த்து இனம் பிரித்து ஒதுக்கிக் கட்டுவாள். சாயங்காலம் பொழுது இருட்ட வீட்டு வீட்டுக்குத் துணிகளைக் கொண்டுபோய் ஒப்படைப்பது மாடசாமிதான். லக்ஷ்மி போகமாட்டாள்.

ஒரே ஒரு வீட்டுக்குத்தான் போவாள். தமயந்தியின் வீடு. கொல்லைக்குள் விழுந்து தெருவைத் தாண்டினால் தமயந்தியின் வீடு. தமயந்தி, துரையின் மனைவி. துரை, ராணுவத்தில் பணிபுரிகிறான். லக்ஷ்மிக்கு வேலை ஒழிந்த நேரங்களில் தமயந்தியிடம் போய்ப் பேசிக் கொண்டிருப்பாள்.

தமயந்தியின் குழந்தைகள் ராஜேஷ், ராதிகா. தமயந்தி ஒரு வேலை சொல்லி, ராஜேஷ் செய்ததே இல்லை. கையை ஓங்கினால் தப்பித்து விடுவான்.

ராதிகா, சொன்னபடி கேட்பாள். அவளையும் அடிக்கடி ஏவினால் முறைத்துக்கொண்டு நகரமாட்டாள்.

துரை விடுமுறையில் வந்திருக்கிறான். விறைப்பான ஆள். அளவான பேச்சு. ஊருக்கு வந்தால் அபூபக்கரின் ஜவுளிக்கடையில்தான் பொழுது கழியும். இருவரும் பள்ளித் தோழர்கள். துரை, வருடத்தில் பத்து மாதம் வடநாட்டில் இருப்பவன். தமயந்திக்கு லஷ்மிதான் பேச்சுத்துணை. அடுப்படி வேலையை எல்லாம் பகிர்ந்து கொள்வாள்.

லக்ஷ்மி நுழைந்தாள். வீட்டில் துரை இல்லை. தமயந்தி அரிசியில் கல் பொறுக்கிக் கொண்டிருந்தாள்.

“வா... லக்ஷ்மி.”

தமயந்தி, நிமிர்ந்து லக்ஷ்மியைப் பார்த்ததும் பதறிப் போனாள்.

“லக்ஷ்மி... ஏன் அழுகுறே?”

லக்ஷ்மி ஓடிவந்து தமயந்திக்கு அருகில் அணைவாய் அமர்ந்து கொண்டு ‘மூசு மூசு’ என அழுதாள்.

“ஏய்... ஏன்டீ அழுகுறே!” தோள்களைப் பிடித்துக் குலுக்கினாள். லக்ஷ்மியை நெஞ்சோடு சேர்த்து அணைத்துக்கொண்டு கைகளை விலக்கினாள். கண்கள் சிவந்திருந்தன.

“ஏய் சொல்லுடீ... ஏன்டீ அழுகுறே?”

“தலையாரி சம்சாரம் இருளாயி... தண்ணிக் கெணத்தில... வாளிக் கயிறாலே என்னை அடி... அடின்னு...” வாயை அடைத்திருந்த சேலைத்தலைப்புக்குள் பேசினாள்.

“ஏன்டீ அடிச்சா?”

“நான் கட்டி இருக்கிற இந்தச் சேலை, அவுங்க சேலை...” தமயந்தியின் நெஞ்சுக்குள் முகம் அழுத்தி அழுதாள்.

தமயந்தி உறைந்துபோனாள். பேச நா எழவில்லை.

ஊர் வெள்ளை வெளுக்கிற வண்ணாத்தி. எப்பவாவது ஊரார் துணிமணிகளை உடுத்துவது உண்டுதான்.

லக்ஷ்மியின் முதுகைத் தடவிக் கொடுத்தாள்.

“பாதகத்தி! தாய் இல்லாப் பிள்ளைன்னுகூட பாராமல், இப்பிடி அடிச்சிருக்கிறாளே!” லக்ஷ்மியின் தலையைக் கோதிவிட்டாள்.

“அக்கா, எங்க வீடு நெறையா சேலைகளா குமிஞ்சு கெடக்கும். எல்லாம் ஊரார் சேலை. எனக்குன்னு ஒரு சேலை இல்லை” சொல்லி முடிப்பதற்குள் அழுதாள்.

மாடசாமி பதைபதைத்து ஓடி வந்தான்!

“ஆத்தா... லச்சிமி... இங்க வா தாயீ...” வீட்டிற்குள் நுழையாமல் வாசலில் நின்றபடியே கூவினான். தகப்பனைப் பார்த்ததும் லக்ஷ்மி சத்தம்போட்டு அழுதாள்.

“அம்மா... தாயீ... இந்தா... சிட்டுக்குருவி சேர்த்தமாதிரி சிறுகச்சிறுக சேர்த்த காசு முந்நூறு ரூவா இருக்கு. ஒனக்கு மனசுக்குப் புடிச்ச சீலையை எடுத்துக்க... இந்தா...” மாடசாமியின் ஏந்திய உள்ளங்கைகளில் சில்லறையும் நோட்டுமாக இருந்தன.

தமயந்தியின் கண்களும் நெஞ்சும் கனத்துப்போய் இருந்தன. லக்ஷ்மியை மறுபடியும் இறுக அணைத்துக்கொண்டாள். கண்களிலிருந்து பாரம் இறங்கி ஓடிக்கொண்டிருந்தது.

மாடசாமி வாசலிலேயே நின்றுகொண்டிருந்தான்.

“தாயீ... ஜவுளிக்கடைக்கு நான் போனா, நல்ல சேலையா நாலு சேலைகளைக் காட்டமாட்டங்க. ஏழைப்பயதானே நானு? இந்தாங்க... இந்தப் பணத்தை நீங்களே வச்சிருந்து, லச்சிமிப் பிள்ளைக்கு நல்ல சீலையா எடுத்துக் குடுத்துருங்க.”

தமயந்திக்கு கடைத்தெருவுக்குப் போகும் பழக்கம் இல்லை. யாரையாவது அனுப்பிவைத்தால் நல்ல ரகமாக பத்து சேலைகளைப் பொட்டலம் கட்டிக் கொடுத்துவிடுவார்கள். மனதுக்குப் பிடித்ததை எடுத்துக்கொண்டு மற்ற சேலைகளைத் திருப்பி அனுப்பிவிடுவார்கள்.

யாரை அனுப்புவது?

ராஜேஷும் ராதிகாவும் நுழைந்தார்கள். ராஜேஷ் போகவே மாட்டான். உள்ள வேலைக்கே உதருவான். ராதிகா இருக்கிறாள். பத்துச் சேலைகளைச் சுமப்பாளா?

"கும்பிடறேன் சாமீ..." மாடசாமி, வாசலைவிட்டு ஒதுங்கி நின்று கும்பிட்டான்.

துரை வந்துகொண்டிருந்தான்.

"வா மாடசாமி... சௌக்கியமா?"

"இருக்கேன் அய்யாவுகளே..." மறுபடியும் கும்பிட்டான். கணவனைப் பார்த்ததும் தமயந்திக்குச் சந்தோஷம்.

"ஏங்க... நம்ம லச்சிமிப் புள்ளைக்கு ஒரு சேலை எடுக்கணுமாம். ஜவுளிக்கடைக்கு மாடசாமி போனா, கடைக்குள்ளே நல்ல டிசைன்ஸ் இருந்தாலும் காட்ட மாட்டங்க. ஜவுளிக்கடை அபூபக்கர் உங்க கிளாஸ்மேட்தானே? ராதிகாவை கூட்டிக்கிட்டுப் போயி. நல்ல சேலைகளா பத்துச் சேலை குடுத்து அனுப்புங்களேன்..."

மாடசாமிக்கு திடுக் என்றது.

"தாயீ... தாயீ... இந்த ஏழைப்பய காரியத்துக்காக ஒரு அதிகாரியை ஏவுறீங்களே தாயீ!"

"அதனாலென்ன மாடசாமி?" என்றபடி துரை, ராஜேஷைப் பார்த்தான்.

ராஜேஷும் அப்பாவுக்குப் பின்னால் ஓடினான்.

மாடசாமி, உள்ளங்கைப் பணத்தை ஓரமாய் குவித்துவிட்டு, "தாயீ... எம் புள்ளைக்கு நீங்கதான் துணை. நான் வர்றேன்" தெருவோடு நடந்தான்.

லஷ்மி எழுந்து பணத்தை அள்ளி, தமயந்திக்கு அருகில் குவித்தாள்.

ராஜேஷும் ராதிகாவும் வந்தார்கள். சேலைப் பொட்டலம் ராஜேஷின் தலையில் இருந்தது. தமயந்தி, பொட்டலத்தை இறக்கிப் பிரித்தாள். புரட்டிப் புரட்டி ஒரு சேலையைக் கையில் எடுத்தாள்.

"லச்சிமி, இந்தச் சேலை உனக்கு நல்லா இருக்கும். ஆனால் இதிலேயே பூக்கள் சன்னமாய் இருந்தால் ரொம்ப நல்லா இருக்கும்."

ராஜேஷைப் பார்த்தாள். திரும்பப் போய் வருவானா?

ராதிகாவிடம் சொன்னாள். "ராதிகா இதே டிசைன்லே... சின்னச் சின்ன பூப்போட்ட சேலை இருந்தா கொண்டுவர்றியா?"

எல்லா சேலைகளுக்கும் மேல் 'அந்த' சேலையை வைத்துப் பொட்டலம் கட்டி ராதிகாவிடம் கொடுத்தாள். ராஜேஷ் இடைமறித்து பொட்டலத்தை வாங்கித் தலையில் ஏற்றிக் கொண்டே, "ராதிகா... நீ இரு. நான் போயிட்டு வர்றேன்" என்றபடி நடந்தான்.

தலையில் பொட்டலத்தோடு போன ராஜேஷ், சற்றுநேரம் கழித்து திரும்பி வந்தான். மேலும் பல ரகங்கள்... வண்ண வண்ணமாய். பால் மஞ்சள் சேலையில், சின்னச்சின்ன வயலெட், இளஞ்சிவப்புப் பூக்கள்! ஊதா முந்தானை! சேலையை லக்ஷ்மியின்மீது போர்த்தி அழகு பார்த்தாள் தமயந்தி. ஆவாரம்பூபோல் உருட்டிவிட்ட அழகுடன் லக்ஷ்மி நாணிக் குனிந்தாள்.

"ராஜேஷ், இந்தச் சேலையை விலை முடிக்கச் சொல்லு"

சேலைகளுக்கெல்லாம் மேலே வைத்துக் கட்டினாள்.

ராஜேஷ், பொட்டலத்தைத் தூக்கித் தலையில் வைத்துக் கொண்டான். மகனைப் பார்க்கப் பார்க்க சந்தோஷமாக இருந்தது. தான் ஏவினால் ஒரு வேலை செய்யாதவன், இன்று கடைக்கும் வீட்டுக்கும் நடையாக நடக்கிறானே! கேட்டுவிட்டாள்!

தலையில் துணிப் பொட்டலத்தோடு திரும்பி தாயாரைப் பார்த்து ராஜேஷ் சொன்னான்:

"ஊராரோட அழுக்குத்துணியை காலமெல்லாம் இந்த அக்கா சுமக்கிறாங்களே! அவங்களுக்காக புதுத் துணிப் பொட்டலத்தை நான் ஒருநாள் சுமந்தால் என்ன?"

தமயந்திக்கும் லக்ஷ்மிக்கும் 'குபுக்' என கண்ணீர் இறங்கியது.

●

7. ஆதி ஆயுதம்

அங்கம்மா கிழவியின் உச்சந்தலையில் கொம்பு முளைத்த செய்தி, முருங்கை மரத்து மயிர்ப்பூச்சிபோல் ஊர்ந்து பரவியது.

கிழவிக்கு நூத்திப்பதினேழு வயது.

திரிதிரியாய் முடிதொங்கிய தலையில் சொரியச்சொரியச் சுகமாய் இருக்கவும், ரத்தம் வர சொரியக் கிளம்பிவிட்டாள். நகக்கண்ணெல்லாம் ஈரம் சோர, பிய்த்துக்கொண்டு வந்த மயிர்க்கத்தையை நாலாபக்கமும் உதறிவிட்டபடி, இருட்டோடு புரண்டாள். விளக்குத் திரிகளை ஊதி ஊதி அணைத்தாள். மெழுகிய தரையைப் பிறாண்டினாள்.

உறவுமுறைக்காக பார்த்துப் போக வந்த சனங்கள் கையைப் பிசைந்தார்கள்.

பிள்ளை, பேரன்கள் அங்கம்மாவைத் தூக்கி மாட்டுக்கொட்டத்தில் போட்டார்கள்.

கிழவி, பசுமாட்டுச் சாணத்தை அள்ளி தலைக்கீறலில் அமுக்கிக் கொண்டாள். சாணிக் குளிர்ச்சியோடு சொரிய, ஆயாசமாய் இருந்தது. தரையோடு தள்ளிவிடப்பட்ட

அன்னத்தட்டுக்களைத் தூக்கி சுவரில் வீசியடித்தாள். உயத்தட்டு மோதி உடைபடும் சத்தம் அங்கம்மாவின் காதுக்குரும்பை வருடியது. சாணியோடு சோற்றைப் பிசறி உழப்பினாள். வாசலில் தலைநீட்டுபவர்களை இமைக்காமல் பார்த்தாள். சங்காய் வெளுத்திருந்த கண்களில் நூற்றாண்டுக் கோபம் படர, வாசல் தலைகள் பதறி மறைந்தன.

கைவாக்கில் நின்ற பால்மாட்டுக் காம்பை இழுத்தாள். பால்மாடு பின்னங்காலால் கிழவியின் முகவாய்க்கட்டையில் எத்தி உதைத்தது. உதடு தெறித்துக் கிழியவும், தரையோடு புட்டத்தைத் தேய்த்து நகர்ந்து, சினைமாட்டுப் பக்கம் திரும்பினாள்.

சிறுத்துச் சுருங்கிப்போயிருந்த மடுக்காம்பில் விரல்போட்டு இழுத்தாள். ரத்தம் சுரந்தது. உச்சந்தலையில் தடவினாள். மாட்டு ரத்தம் பட்டு பரவசம் மேலிட்டது. சினைமாடு, பீய்ச்சுவதற்கு வ்ாகாக பின்னங்கால்களை அகற்றிக் கொடுத்தது. கிழவி, தரையோடு கால்பரப்பி, மடுவுக்கு நேராக தலையைக் கொடுத்து அமர்ந்து ஒவ்வொரு காம்பாய்க் கறந்தாள். சுண்டுவிரல் கனத்தில் ரத்தம் சுரந்தது. உச்சந்தலை நகக்கீறல்வழியாக சொட்டுக்கூட வீணாகாமல் தலைக்குள்ளேயே இறங்க, இறங்க கிழவி பரபரத்தாள். கைக்கு இரண்டு காம்புகளாகப் பிடித்து கறந்தாள்.

மண்டை ஓடு இரண்டாய்த் திறந்து, தலைக்கொம்பு முளைவிட்டது. கபாலம் முழுக்க வேர்கள் இறங்கின. கன்னிக்குடம் உடையும் கர்ப்ப ஸ்திரீபோல் கிழவி, திணறித் திணறி பிரசவச் சுகப்பட்டாள்.

ஆட்காட்டிவிரலால் கொம்பைத் தடவிப் பார்த்தாள். கொம்பு ஊண்டாகி நீண்டது. வெள்ளையும் மஞ்சளும் கலந்த ஒற்றைக்கொம்பு. உள்ளங்கைகளை அகல விரித்துத் தரையில் ஓங்கி ஓங்கி அடித்தாள்.

மேல்அடுக்குப்பற்களில் இரண்டு, தாடைக்குக்கீழே நீண்டு இறங்கியது. விரல் நகங்கள் நீளநீளச் சுருண்டன. கொட்டடத்து வாசலுக்கு அப்பால் விரியும் அடிவானத்தை நுனி நாக்கால் தொட்டு, மேகம் சிதறச் சிரித்தாள். மற்ற மாடுகள் தும்பைத் திருகி அறுத்துக்கொண்டு ஓட்டமெடுத்தன. ரத்தம் இறக்கிய சினைமாடு மட்டும், கிழவியின் உச்சந்தலைக் கொம்பை நக்கியது. நாக்குச் சொரசொரப்பில் கிழவிக்குக் கூச்சமெடுத்தது.

கிழவியின் கன்னத்துச் சுருக்கங்கள் மேவி கண்கள் மிதந்தன. செதில் செதிலாய்ப் பெயர்ந்திருந்த மேனி, நெய் பாவி மினுமினுத்தது. கூடவே புருசன் நினைப்பு வந்தது. புருசன் தங்கச்சாமித் தேவர், கருங்கிடாய் மாதிரி. சாகும்வரை படுக்கத் துணை கேட்டவர்.

கிழவி அலறி அலறிச் சிரித்தாள். வெள்ளை மேகங்கள் போய்த் திரும்பிப் கருப்பாய் வந்தன.

கொட்டத்தைச் சுற்றி ஊர் கூடிவிட்டது.

வெயில், வெயிலாய் இருக்க, திடீரெனத் திரண்ட இருட்டு, வானப் பரப்பை அடைத்துத் தலையருகே இறங்கி, ஊரின் மூச்சை அமுக்கியது. நாலு எட்டுக்கூட எடுத்து வைக்க அவகாசம் தராமல் எல்லோரையும் மரணம் நெருங்கிவிட்டது.

கீழிறங்கும் இரட்டைப் பற்களால் எல்லோரையும் ஒரே வாயில் போட்டு அரைத்துவிட முடியும்.

கிழவி பொறுமை இல்லாதவள். ஆங்காரம் பிடித்தவள். வேர்ப்பிடித்து நிற்கும் ஆங்காரம். தவப்பயனாய் தலையில் ஒற்றைக் கொம்பும், வாயில் இரட்டைப் பற்களும் முளைத்துவிட்டன.

'பச்ச மண்கலயத்திலே அடச்சு, பள்ளிவாசலில் புதைச்சு வச்சிருக்கிற நம்ம குலசாமியை மீட்கணும்!'

நூறு வருசமாய் கிழட்டுச் சிறுக்கி கதை சொல்வதாக நினைத்து ஊரார் அலட்சியப்படுத்தியதன் விளைவு, கழுத்து வளையமாய்ச் சாவு நெரிக்கிறது. கிழவி சொன்ன கதையைக் கேளாமல், சினையில் சுருண்டுகிடக்கும் குழந்தையைக்கூட கிழவியின் கோபம் விடப்போவதில்லை.

சினைமாட்டு ரத்தத்தில் முளைத்த கொம்பு, மாலை மாலையாய்க் குடல் கேட்கும். சரியச்சரிய மாட்டிக்கொள்ளும். வேறு மாதிரியாகத் தைரியம்கொள்ள வழி கிடையாது. கிழவி சொல்ல ஆரம்பித்த இத்தனை வருடத்திற்குள் பள்ளிவாசலை இடித்து பச்ச மண்கலயத்தைத் தேடி எடுத்து, குலதெய்வம் இருளப்பசாமியை மீட்டிருக்கலாம்.

ஊருக்கு வடக்கே கண்மாய்க்கரை இறக்கத்தில் இருளப்பசாமி கோயில். ஆடு, மாடு இளங்கொடி கொட்டான்கள் தொங்கும் அரசமரம். தரையிலிருந்து கோணிப் பிரியும் வேம்புகளின் வேரடியில் கிடக்கும் இருளப்பசாமியின் தம்பி.

எட்டடி உயர பீடத்தில், ஓங்கிய அரிவாளும் மீசையுமாய் சிம்மவாகனத்தில் கிழக்குப் பார்த்து நிற்கிற இருளப்பசாமி முன்னால், தூர்பெருத்த ஒற்றை வேம்பு.

வெண்கல நேர்த்திக்கடன் மணிகள் தொங்க, நேர்கீழே பலித் திண்டு. முறிபட்ட வலது முன்னத்தி அரைக்காலை, வாயில் கவ்விய முண்டத்துக் கிடாய்த்தலை.

நாயுறங்கும் இருட்டு நேரம்.

வடக்கே இருந்து துலுக்கராசாவின் குதிரைப்படை, குளம்படிச் சத்தத்தில் அடிவானம் பிளக்க வருகிறது. வழியெல்லாம் உயிர் குடித்த தேட்டத்தில், நாக்கு தடித்த வீரர்கள் தெற்கு நோக்கி வருகிறார்கள்.

தன் தம்பியோடு இருளப்பசாமி கரையேறி வடக்கே பார்க்கிறார். வாகனச் சிங்கமும், ஆளுக்கொரு அரிவாளும் கையிலிருக்க, துலுக்கராசாவின் படை மறிக்கப்படுகிறது. வெட்டுண்டு விழுகிற குதிரைகளின் ரத்தம், கண்மாய் மடைதிறந்து வெளியேறுகிறது. குதிரைத்தலைகள் மிதந்துபோய் வயல்களின் வாய்மடையை அடைத்துத் திருகி நிற்கின்றன. குதிரை ரத்தக் கொழுப்பில் உயிரான செம்மீன்கள், துள்ளிக் கரைதாண்டி ஊருக்குள் விழுகின்றன. வாகனச் சிங்கம், ஓரமாய் உட்கார்ந்து வேடிக்கை பார்த்துக்கொண்டே கொட்டாவி விடுகிறது.

இரண்டு கைகளும் வெட்டுப்பட்டு முண்டமாய் விழுந்த தம்பியைத் தூக்க இருளப்பசாமி குனிகிறார். மாந்திரீயம் தெரிந்த துலுக்கராசா, வலதுதோள் துணிப்பையில் தொங்கிய பச்ச மண்கலயத்தை எடுத்து, இருளப்பசாமிக்கு நேராகத் திருப்புகிறான். கலயத்திற்குள் இருளப்பசாமி வந்து மாட்டியதும் கலயத்தின் வாயை மூடி, குதிரை முதுகில் இருக்கையாய்க் கிடந்த பச்ச வாழைமட்டையால் கலயத்தைச் சுற்றிக் கட்டுகிறான். குதிரைகள் கால்தூக்கிக் கனைக்கின்றன. முதுகுவலி தீர மல்லாக்கப் படுத்தபடி, வாகனச் சிங்கம் உறங்கிப் போகிறது.

படையுடன் ஊருக்குள் நுழைந்து, பச்ச மண்கலயத்தைப் பள்ளிவாசலுக்குள் புதைத்துவிட்டு, விடியவும், துலுக்கராசா தெற்கு நோக்கி மறைந்துபோகிறான்.

கால்நகமும் நீண்டு சுருள, அங்கம்மா கிழவியின் மூச்சுக்காற்றுப் பட்டு கொட்டத்துக் கூரை பற்றி எரிந்தது. தீயின் நடுவே திரிபோல் நின்றபடி சினைமாடு புல் தின்றுகொண்டிருந்தது. மடுக்காம்புகளில் சுரந்த கடைசிச் சொட்டு ரத்தம், பவளமாய் குண்டுகட்டித் தொங்கியது. கூடி நின்றவர்கள் தங்கள் மரணத்தின் முதல் கட்டம் நிறைவேறப்போவதாக நினைத்தார்கள். கிழவியை இனி எந்த உறவுக்குள்ளும் வைக்கமுடியாது.

ஒவ்வொரு ஆவணி மாத முளைப்பாரி ஊர்வல கலவரத்தின் போதும் துலுக்க வீடுகளை எரிக்கத் தீப்பந்தம் ஏந்திய சிறுவர்கள் கண்ணீர்விட்டார்கள். பள்ளிவாசல் சுவர்களை இடிக்கமுடியாத அரிவாள், வேல்கம்புகளை தூக்கித் திரிந்த இளைஞர்களின்மீதும் கிழவிக்கு நம்பிக்கை இழந்துபோனது. புதையுண்ட முன்னோர்களின் எலும்புகளே ஏற்ற ஆயுதம்.

கவ்விய இருட்டுக்குள் முகம் பார்க்க உதவிய கொட்டத்து நெருப்பில் மூங்கில்கள் வெடித்துச் சிதறிப் பறந்தன.

இடுப்பிலிருந்த குழந்தைகள், தாயின் கர்ப்பத்துக்குள் புகுந்து ஒளிந்தார்கள். வயிற்றுக்குள் பூட்டிவைத்த சந்தோசம் நீடிக்க, நெருப்புக்கு நடுவே அசை போட்டபடி நின்ற பசுமாட்டை எல்லோரும் தெய்வமாய் வணங்கினார்கள்.

எருதுகட்டு வடம்போல் திரித்துத் தொங்கிய புருவம் நெளிய, அங்கம்மா கிழவி திரும்பினாள். இறுக்கி மூச்சடக்கி நின்றவர்கள் கண் திறந்து பார்க்குமுன், கிழவி, பூமிக்குள் ஊடுருவி மறைந்தாள்.

பூமிக்குள் இறங்க இறங்க, மையிருட்டும் சாம்பல் வெளிச்சமும் தொடர்ந்தது. வெதுவெதுப்பான சதை வாடை, ஊடுருவலுக்கு ஏற்றதாய் இருந்தது. உச்சந்தலைக் கொம்பில் தட்டிய மரவேர்களைப் பிடித்து ஆட்டிவிட்டாள். பூமி பிளந்து பெருமரங்கள் விழுந்தன. விரல் நகங்களில் உரசிய மலைமேடுகளைக் கீறி நடந்தாள். குறுக்கே மறித்த ஆறுகளின் ஊற்றுக்கண்களை இடது கைப் பெருவிரலால் பூசி அடைத்தாள். வட்ட வட்டமாய்க் கிடந்த நெருப்புக் குழிகளில் இறங்கி கால், முகம், கை கழுவிக் கொண்டாள்.

கனிவர்க்கங்கள் பழுத்துச் சரியும் வனத்துக்குள் நுழைந்தாள். ஒரே ஒரு நாவற்பழத்தைப் பறித்து வாயில் போட்டுக்கொள்ள, வனத்து அத்தனை பழங்களும் அங்கம்மா கிழவியின் வயிற்றைத் தாமே நிரப்பின. விழி திறந்திருக்க உறங்கிப்போனாள்.

கனவில் வந்த பச்ச மண்கலயம், கிழவியை எழுப்பிக் கைதூக்கி விட்டது. அரளிப்பாலில் வாய் கொப்பளித்துவிட்டு நடந்தாள்.

சதைவாடை நெருக்கி அடித்தது.

கந்தகத்தில் பொசுங்கிய தீப்பெட்டிக் குழந்தைகள் உல்லாசப் பூங்காவில் விளையாடிக் கொண்டிருந்தன.

கண்ணைக் கட்டிக் குத்துக்காலிட்டு உட்காரவைத்து, போலீஸ் ரவைகளுக்குப் பலியான கீழ்த்தூவல்காரர்கள், நடுகல்லாய்ச் சமைந்து, நினைவு மணிமண்டபக் கூரைக்காக காத்திருந்தார்கள்.

தேசியத் தலைவர்களின் சிலைகளைக் கட்டி அணைத்தபடி, தாமிரபரணியில் மிதந்து வந்தவர்கள் நிவாரண நிதியைக் கையில் ஏந்தியபடி குதித்தாடினார்கள்.

பிணங்களை மிதித்துத் தாண்டி அங்கம்மா கிழவி, கவியோகி கருணையானந்த சுவாமிகளின் காலடியில் அமர்ந்து சிக்ஷை பெற்றுக்கொண்டிருந்த அஹம்மதுதாஸ் ராவுத்தரைக் கண்டதும் பதைபதைத்தாள். தன் புருஷன் தங்கச்சாமித் தேவரைத் தேடினாள்.

வெள்ளைச் சமாதியடியில் புதைந்த தங்கச்சாமித் தேவர், மீசையில் மண் ஒட்டக் குப்புறக் கிடந்தார். சுருண்ட கேசத்தில் பாம்பு

முட்டைகள் அடையிருந்தன. பிடரி, புஜங்கள், முதுகெல்லாம் ரோமக்காடு. தொடைகளுக்கு நடுவே, கள்ளி 'பூ' பூத்திருந்தது. நகங்கள் குழிபறித்து இறங்கியிருந்தன. தான் கொடுத்துவிட்ட ஆயுதத்தைப் புருசனின் உள்ளங்கைக்குள் தேடினாள். விரல் இடுக்கில் எழுத்தாணி இருந்தது. விரல்களை முறித்துப் போட்டாள். எழுபதாண்டு காலம் உயிர் பரிமாறிய புருசனை உச்சந்தலைக் கொம்பால் புரட்டி நெஞ்சில் குத்தினாள்.

'குலசாமியை மறந்த பாவி... குலசாமியை மறந்த பாவி...'

தங்கச்சாமித் தேவர் சிரித்தபடி மல்லாக்கக் கிடந்தார். புருசனும் செய்த நம்பிக்கைத்துரோகம் அங்கம்மாவின் தலைக்குள் புழுவாய் ஆய்ந்தது. உறங்கிக்கொண்டிருந்த பிணங்களின் வயிற்றுக் குடல் தெறிக்க ஓடினாள். எழுந்து உட்கார்ந்து வேடிக்கை பார்த்த பிணங்களின் நேர்கோட்டுப் பார்வைகளைப் பிடுங்கித் திரித்துப் பாரக் கயிறாக்கி பூமிக்கு வெளியே விட்டெறிந்தாள். அய்யனார் கோயில் உடைமரத்தில் மாட்டிக்கொண்டது. கயிற்றைப் பிடித்து ஏறினாள். தலைக்கொம்பு குத்தி, பொட்டல்காடு வெடித்துச் சிதற பூமிக்கு வெளியே வந்தாள்.

அய்யனார், வேட்டைக்குக் கிளம்பும் நேரம்.

வானத்துக்கும் பூமிக்கும் காய்ச்சிய ஈயமாய் மேனி ஒளிர்ந்து, பிடரி சிலுப்பி நிற்கும் வெள்ளைக்குதிரை. அருவியாய்ச் சரியும் வால்முடி.

வேட்டைக் கருநாயின் பல்லிடுக்கில் சிக்கி அழுகிய புலித்தலை. முடிச்சடையில் இறைச்சி நாத்தம். கால்நகம் கீறி உடைபடும் கண்மாய்க்கரை.

கால் உடைந்த குதிரைப் பொம்மைகளின் திறந்த வாயில் செங்குழவித் தட்டு. நுனிவால் காட்டி மூக்குத் துவாரத்தில் நுழையும் பாம்புராணி. தவழும் பிள்ளைகளின் ஊன்றிய கைகளில் ஏறவும், வழுக்கி விழுகவுமாய் விளையாடும் சுருட்டைப் பாம்பு. தரைபடர்ந்து கிடக்கும் வேலமரத்தின் கிளைகளில் உட்கார்ந்து பழங்கதை பேசும் கொள்ளிப் பிசாசுகளின் முலைப்பால் குடித்தபடி, உடைமரத்துத் தூக்கணாங்கூடுகளில் வால் சுருட்டிப்போட்டு, குருவிகளைத் தாலாட்டும் நல்லபாம்பு.

ஒற்றைப் பனைமரத்து உச்சியில் அமர்ந்து திசை பார்க்கும் குமார்த்தேவன் ஆவி.

ஏழுகடல் தாண்டி வால் கிடக்க, படம் எடுத்து நிற்கும் ஆறு தலை நாகத்தின் உச்சியில் கால்வைத்து ஏறி குதிரைமீது அய்யனார் அமர்ந்தார். வெள்ளி மார்புக்கவசமும் தங்கவாளும் பாய்ச்சிய ஒளியில் கண்கள் கூச, அங்கம்மா கிழவி குதிரைக்கு முன்னால் நின்றாள். ஆறு தலை நாகத்தின் மூச்சுக்காற்று பட்டுத் தள்ளாடினாள். கண்டறிய முடியாத உயரத்தில் இருந்த அய்யனாரின் தலையில் இருந்து ஓர்

உரோமம் உதிர்ந்து கிழவியின்மேல் விழ, பாரம் தாங்காமல் நாய்க் காலடியில் விழுந்தாள். வேட்டைக் கருநாய், நாக்குப் பசை தடவி கிழவியைத் தூக்கி நிறுத்தியது. கிழவி, அய்யனார் உயரத்திற்கு ரூபமெடுத்தாள்.

'பள்ளிவாசலை இடிச்சு, இருளப்பசாமியை மீட்கணும்' கொம்பு சாய்த்து வேண்டினாள்.

அய்யனார், சூரியக் கதகதப்போடு கிழவியை நோக்கினார். தூரத்து வனக்கன்னிகளின் திரேக நறுமணம் காற்றில் மிதந்துவந்து அய்யனாரின் முகம் தடவியதும் வடக்கு நோக்கி வெண்குதிரையை தட்டிவிட்டார்.

கருநாய் முன்னே பாய, குதிரை கிளம்பியது. எடுத்த படம் நிமிர நிமிர, ஆறுதலை நாகம் குதிரையைத் தொடர்ந்தது. குதிரை தள்ளி மிதிபட்ட அங்கம்மா, புழுதி கிளம்பும்வழி பார்த்துக் காறித் துப்பினாள்.

வாய் ரத்தத்தைத் துடைத்து, புதை தடத்திலிருந்து நெளிந்து நகன்றாள். இடுப்பில் குதிரை மிதி. வலதுபக்கம் துருத்திய எலும்பிலிருந்து தடம் போட்டு ரத்தம் சொட்ட, தெற்கு நோக்கி கண்மாய்க்கரை வழியே நடந்தாள்.

பிள்ளை, பேரன், புருஷன், அய்யனார் எல்லோரையும் கடைவாய்ப் பல்லில் செருகி அரைத்து முழுங்கினாள். ஈயக்குதிரையின் வெளிச்சம் கரையப் படர்ந்த இருட்டுக்குள் முன்னேறினாள். பூச்சி பட்டைகள் வெடிப்புகளுக்குள் பதுங்கின. குருட்டுக் கொக்குகள், கிழவி வடித்த ரத்தத்தை நக்கிக்கொண்டே வந்தன.

மடைக்குழி தாண்டியதும் பள்ளிவாசல் மேற்கூரை தெரிந்தது. ஆங்காரத்தோடு கொம்பு மண்ணெடுத்துக் குலுக்கினாள். கண்மாய்க்கரை இறக்கத்தில் முதலாய் இருந்த நெயினாமுகம்மது வீடு மிதிபட்டு நொறுங்கியது. வரிசை வீடுகள் தரைமட்டமாயின.

வெக்கை தாங்காமல், காற்றுக்காக திண்ணைகளில் உட்கார்ந்து ஆடிக்கொண்டிருந்த கிழட்டுக் கால்கள் வெட்டுப்பட்டு விழுந்தன. பசித்து அழுத பிள்ளைகளுக்கு ஊட்டிக் கொண்டிருந்த பால்முலைகளும், பிஞ்சுக் கழுத்துகளும் அறுபட்டு, வீட்டு முற்றங்களில் ரத்தம் தெறித்தது. அறுபட்ட கருமணிகள் தெருவில் சிதறி உருண்டன.

நாலாவது எட்டில் பள்ளிவாசல் இரும்புக் கதவுகளைப் பிடுங்கி நடைபாதையில் எறிந்தாள். உள்ளங்கை விரித்து, 'தப்' என அறைந்து தண்ணீர்த் தொட்டியைச் சிதறடித்தாள். 'நகரா' தோல் கிழிபட்டது. உள்மண்டப கற்கால்களைப் பிடுங்கி தூரப்போட்டாள். பக்கச் சுவர்களை தலைக்கொம்பால் முட்டினாள்.

ஓலமிட்டு நொறுங்கிய இடிபாடுகளில், சுன்னத்துக் குறிகளைப் பொத்தி மறைத்துச் சிக்கிய உயிர்களின் மூச்சுத் திணறியது. கனத்துக் கூம்பிய மேற்கூரையை திருகித் தகர்த்தாள். மினாரை தட்டி விட்டாள்.

பள்ளிவாசல் இடிபட, இடிபட உயிர்ச்சத்தம் கரைந்தது.

கிழவி அடிமண்ணைத் தோண்டினாள்.

"அய்யா... இருளப்பா... நீ எங்கே இருக்கிறே?..."

தோண்டத் தோண்ட எலும்புகள் குவிய, அங்கம்மா கிழவி, உச்சிக்கொம்பால் பூமியைத் துளைத்துக்கொண்டே போனாள்.

பச்ச மண்கலயத்தைக் காணோம்.

●

8. சீதா தேவி

ரோமங்களையெல்லாம் பிடுங்கி நெருப்பில் புரட்டிச் சுட்ட குருவி போல், திரேகம் குறுகி செத்துக்கிடந்த சீதாதேவியை முற்றத்தில் இழுத்துப் போட்டார்கள்.

இரண்டு நாட்களாக, பூமி பொங்க மழை.

மழைபெய்த இரவு விடியும்முன் இறந்துபோனவள். கட்டி கட்டியாக ரத்தம் கக்கியிருந்தாள். கடைசிச் சொட்டு ரத்தத்தையும் கக்கிய பிறகுதான் உயிர் பிரிந்தது.

முற்றத்து வானம் வெளிறிக் கிடந்தது. வேர் குளிர நனைந்து நிற்கும் பட்ட மரத்தில் அமர்ந்து, விட்டுவிட்டுக் கரையும் அண்டங்காக்கை. வீட்டுக்கு வடக்கே நீளும் ரயில்வண்டிச் சத்தம்.

பன்னிரண்டு வருடங்களாக முந்தி விரித்த மனைவியை இப்போது பார்க்க, புருஷன் சீரங்கனுக்கு குமட்டிக்கொண்டு வந்தது.

செத்தபிறகும் இரண்டு கைகளை விரித்து, "என்னை உள்வீட்டில் படுக்க வையுங்களேன்..." கத்தியவளை யாரும் தீண்டவில்லை.

பிஞ்சு மகன்கள் இரண்டுபேருக்கும் அழுகையாக வந்தாலும் அம்மாவின் பிரேதத்தைத் தொட மனசு வரவில்லை.

"மகனே... ஷங்கரநாராயணா! அம்மாவை உள்ளே கொண்டு போடா..." பிணமாகியும் பேசும் அம்மாவைக் கண்டு ஷங்கர நாராயணன் பயந்து நடுங்கினான்.

மறுபடியும் மழை கொட்டத் துவங்கியது.

"மகனே... ரமணி! நீயாவது அம்மாவை தொட்டுத் தூக்கேண்டா..." சின்னவன் ரமணிக்கு, பாட்டி சொன்ன பேய்க்கதைகள் ஞாபகத்துக்கு வந்தன. கண்களை இறுக மூடிக்கொண்டான். மூடிய கண்களுக்குள் கரும்பேய்கள் ஆட்டம் போட்டன.

பொல்லாத பாட்டி. மருமகள் சீதாதேவியை மனதில்வைத்தே பிள்ளைகளுக்குப் பேய்க்கதைகள் சொன்னவள். எல்லாமே, அழகான கறுப்புப் பெண் பேய்கள்!

சீதாதேவி... பேரழகி!

கிழவி கதை சொல்லும்போது, பிள்ளைகளின் இறுக்கம் தளரவிடாமல் பார்த்துக்கொள்வாள். பூமியைப் பிளந்து கீழுலகத்துக்கும் வானத்தை உடைத்து மேலுலகத்துக்கும் இழுத்துப் போவாள். கதையில் வரும் பேய்களுக்கு, சீதாதேவியின் உடைகளை உடுத்திவிடுவாள்.

கிழவியே பேயோட்டியாக வந்து, ஒரேமூச்சில் ஏழு கடல்களையும் உறிஞ்சி 'புளிச்' எனத் துப்புவாள். மலை அடுக்குகளை, இடுப்புக் கொசுவமாக்குவாள். மேகங்களை பஞ்சுபஞ்சாகப் பிய்த்தெறிவாள். மின்னலை சவுக்காக்கி, பேய்களை ஓட ஓட விரட்டியடிப்பாள்.

"எங்க அம்மா பேயா... பாட்டி?"

"ஆமாம்! உங்கம்மா பேய்தான்..." பாட்டியின் கண்களில் கொள்ளித் தீ எரியும். "செத்த மாமிசம் திங்கிற இந்தப் பேயோட அழகிலே மயங்கி, எங்கேயோ இருந்து இழுத்துட்டு வந்துட்டான் உங்கப்பன்..." என்று கதையை முடிப்பாள்.

"அம்மாவுக்கும் அப்பாவுக்கும் கல்யாணம் நடக்கலையா பாட்டி?"

"நான் சம்மதிக்காமல் கல்யாணமா? கருமாதிதான் பாக்கி..."

பேசிப்பேசியே கிழவி கொன்றுவிட்டாள்.

முற்றத்தில் பிணம் நனைந்துகொண்டிருந்தது.

"அப்புறம் பாட்டி?"

"அப்புறமென்ன, நீங்களெல்லாம் பிறந்த பின்னாலதான், இந்தச் 'சின்னச் சாதி'ப் பேயை வீட்டுக்குள்ளே விட்டேன். அதிலிருந்து இந்த

வீடு... தீட்டு, விளக்கு... தீட்டு, சோறு... தீட்டு, சுவாசமெல்லாம்... தீட்டு!"

காலை ஈரக்காற்றில் பிணவாடை ஏறிக்கொண்டிருந்தது.

"மகளே... தர்ஷினி! உன் மனசுமா கல்லு? அம்மாவை தொடக்கூடாதா? கையேந்தி மறுகினாள் சீதாதேவி.

"அம்மா!" ஓடிய தர்ஷினியின் பாவாடை காலை இடற, காதகிப் பாட்டி கத்தினாள்.

"அடியே... தர்ஷினி! ஊருக்குப் போகிற உங்கம்மா பிணத்தோடு நீயும் போயிடவேண்டியதுதான். திரும்பவும் இந்த வீட்டுக்குள்ளே நுழையக் கூடாது..."

பத்து வயது தர்ஷினி ஓடிப்போய், அப்பா சீரங்கனைக் கட்டிக்கொண்டு கதறினாள். தாய்க்கிழவிக்குமுன் சீரங்கன் 'கிடுகிடு'வென நடுங்கி இருமினான்.

"டேய் சீரங்கா... ஆம்புலன்ஸ் வண்டி வருதாடா?"

"இதோ வருதும்மா..." இரண்டு வார்த்தை பேசுவதற்குள் இருமினான்.

மழை ஓய்ந்தது. உற்றார் உறவினர் ஒருவரையும் காணோம். அக்கம்பக்கம் கூடியவர்களைக் கிழவி துரத்தினாள். தர்ஷினியின் ஒற்றை அழுகையோடு ஈ மொய்க்க, பிணம் தனியே கிடந்தது. இதுவரை சீதாதேவி புழங்கித் திரிந்த உள்வீட்டை, குடம் குடமாக நீரூற்றி கிழவி கழுவத் தொடங்கினாள்.

சீரங்கன் வழி பார்த்திருக்க, கறுப்பு ஆம்புலன்ஸ் வண்டி வந்து நின்றது.

அத்தனை குமரிகளும் காட்டுப் பாடுபடும் கிராமத்தில், பகலில் வீட்டுப்படி இறங்காத குமரி சீதாதேவி.

பொழுது இருட்டியபிறகே ஊர்க்குமரிகளோடு சேர்ந்து வெளியேறுவாள். பெண்ணுக்குப் பெண் பிட்டுத் திங்க ஆசைப்படும் லட்சணக்காரி.

இருட்டியபின், ஊருணிக்கரைப் பக்கம் உலாத்தப்போகும் குமரிகளுக்கு இடையே, சீதாதேவியின் கன்னத்தைக் கிள்ளவும் காதுமடலை வருடவும் புருவத்தை நீவவும் 'போங்கடி' எனத் திட்டு வாங்கவும் காதுக்குள் 'குன்னாங்... குன்னாங்... குர்ர்ர்...' சொல்லவும் புட்டத்தை மறைத்துத் தொங்கும் கூந்தலைப் பிடித்திழுக்கவும் போட்டியான போட்டி! சீதாதேவியை தொட்டுத் தொட்டுப் பேசும் குமரிகளுக்கு, பகலெல்லாம் காடுகளில் உழைத்த களைப்பு மறந்துபோகும்.

சதுரமான ஊருணிக்கரை, சீதாதேவியைக் கண்டதும் வட்டமாகும்... நீளமாகும்... கோணிக் கூச்செறியும். ஊருணிக்கரை மரங்கள் பூச்சொரிந்து நடை விரிக்கும்.

சீதாதேவியை பகலில் பார்த்திராத முறைகார இளவட்டங்கள், பொழுது இருட்டியதும் ஊடு சந்துகளில் ஒளிந்திருந்து, தெருவழியே பதிந்துசெல்லும் பாதச்சுவடுகளில் மோப்பம் பிடிப்பார்கள்.

'இவள் நம்ம மகள்தானா?' என அப்பன், ஆத்தாளுக்கே தன்பயம் வந்து மனதுக்குள் பூரிப்பார்கள்.

சீதாதேவியின் நெளிவுமுடியைக் கோதிவிடும் ஊர்க்கிழவிகள், "இந்த அழகியைக் கட்டப்போற புருஷன் இனிமேலா பிறக்கப் போறான்? எப்பவோ பிறந்துட்டான். அந்தப் பாக்கியவான் யாரோ?" என்பார்கள்.

ஊரே கறுத்துக் கிடக்க, வேப்பம்பழ நிறத்தில் வந்து சேர்ந்தான் சீரங்கன். சொந்த ஊர் வெகுதூரத்துப் பட்டணக்கரை.

"வாத்தியாரய்யா... வாத்தியாரய்யா..."ன்னு சிறுசு, பெருசு அத்தனைக்கும் சீரங்கன்மேலே ஏகப்பட்ட மரியாதை!

"வாத்தியாரய்யா! எங்களுக்குப் படிப்பு வாசனை கிடையாது. உப்புக்கல்லு பெறாத விஷயத்துக்கெல்லாம் வெட்டிக்கிட்டும் குத்திக்கிட்டும் சாகிற முரட்டு வம்சம் எங்க வம்சம். நீங்கதான் நாலு எழுத்துப் படிக்க வெச்சு மனுஷனாக்கணும்!" சீதாதேவியின் அப்பா கருப்பையா அடிக்கடி சொல்லுவார்.

களையெடுக்கிற இடம், கதிரடிக்கிற இடமெல்லாம் "வாத்தியாரு... வெள்ளைக்காரன் நிறம்!"ன்னு சீரங்கன் பேச்சுதான்.

படிப்புத் தவறிப்போன குமரிகளுக்கு பள்ளிக்கூடத்திலே சேர ஆசை. படிக்கிறசாக்கில் சீரங்கனைப் பார்க்க ஆசைப்படாத குமரி கிடையாது. ஊருணிக்கரை உலாத்தலின்போது, சீரங்கனைப் பற்றி சீதாதேவியிடம் சொல்லிவைத்தார்கள். நிலா வெளிச்சத்தில், உதிர்ந்துகிடக்கும் பன்னீர்ப்பூக்களைப் பொறுக்கி, 'பீப்...பீய்ய்'... ஊதித் திரிந்த சீதாதேவி, எதையும் காதில் வாங்கவில்லை.

வாத்தியார் தங்குவதற்குப் பள்ளிக்கூடத்து அருகிலேயே வீடு. குளியலுக்குத் தண்ணீர் இறைத்துவிடுபவன் சோலை. முடிவெட்ட நாவிதன். அதெல்லாம் சரி... 'ஒவ்வொரு மதியமும் ஒவ்வொரு வீட்டுச் சாப்பாடு' என்று, கருப்பையா உத்தரவு போட்டதுதான் சீரங்கனுக்கு அடி வயிறு புரண்டது.

'கொலைக்காரப் பயல் ஊரு... சாப்பிட மறுத்தால்கூட கத்தி, கம்பை எடுப்பான்ங்க போலிருக்கே!" தினமும் மதியம் கண்ணை மூடிக்கொண்டு சாப்பிட்டான்.

ஒருநாள், சீதாதேவியின் வீட்டுக்கும் சாப்பிட வந்தான். சமைத்தது சீதாதேவி. பரிமாறியது அம்மா.

கருப்பையா இலையருகே அமர்ந்துகொண்டு, உரிமையோடு சொன்னார்:

"வாத்தியாரய்யா... இந்த வயசுல நல்லா சாப்பிடணும். எங்க பயலுகளைப் பாருங்களேன். தூண் பருமனில் தொடையும், தொடைப் பருமனில் கையும் இருக்கும். ஒரு கிடாய்க் கறியை, ஒரு வீட்டு ஆட்களே திங்கிற ஊரு இது!" என்றவர்.

ஓரக்கண்ணால் சிரித்தவாறு, "மாமிசத்தைப்பற்றி பேசி, உங்களை ரொம்பவும் பயமுறுத்தக்கூடாது..." கடைந்த பருப்பையும் அரைக்கீரையையும் அள்ளி அள்ளி வைத்தார். "எங்க காட்டுக்கீரைக்கும் கம்பங்கஞ்சிக்கும் நோய் அண்டாது. இதையாவது நல்லாச் சாப்பிடுங்க..."

கருப்பையாவுடன் பேச்சு கொடுத்துக்கொண்டே, குனிந்த தலை நிமிராமல் சாப்பிட்டான்.

முன்நெற்றியில் முடி ஒதுங்கிக் கிடக்க, தயிர்சாதத்தை மறுபடியும் கேட்டு வாங்கிச் சாப்பிட்ட சீரங்கனை, உள்வீட்டிலிருந்து மேலோட்டமாகப் பார்த்தாள் சீதாதேவி.

இரவு, ஊருணிக்கரை குமரிகளிடம் சீரங்கனைப்பற்றி பட்டும் படாமலும் விசாரித்தாள். சிறு காற்றசைவில் பன்னீர்ப்பூக்கள் தலைநிறையக் கொட்டின.

மறுநாளிலிருந்து தினமும் 'தயிர்சாதம்' பள்ளிக்கூடம் போனது.

ஆம்புலன்ஸ் வண்டி, பிணம் ஏற்ற வாகாகத் திரும்பி நின்றது.

சீரங்கன், கண்ணீர் வர இருமிக் கொண்டிருந்தான். உடம்புக்கு ஒத்துக்கொள்ளாத மழை வாடை. விழிதெறிக்கும் இருமல்.

ஆம்புலன்ஸ் ஊழியர்கள் இரண்டுபேர் 'தபதப'வென இறங்கி, "ம்... தூக்குங்க சார்..." அவசரப்படுத்தினார்கள்.

"டேய் சீரங்கா! பிணத்தைத் தொடாதே..." குடத்துநீரை 'குபுக்'கெனக் கொட்டிவிட்டாள் கிழவி.

சீரங்கன் இருமலோடு ஓரடி பின்னே போனான்.

ஆம்புலன்ஸ் டிரைவர், சீரங்கனையும் கிழவியையும் ஏற இறங்கப் பார்த்தான். "சார், நீங்க வாத்தியாரய்யாதானே?"

'ஆமாம்' என்று தலையாட்டக்கூட தாய்க்கிழவி பக்கம் திரும்பினான் சீரங்கன்.

பிணத்தை உற்றுப்பார்த்த டிரைவர், “இது... சீதை அக்காவா?” என்றான்.

குழந்தைகள் மூவரும் சீரங்கனைப் பார்த்தார்கள்.

“தங்கச்சி... உங்கம்மா பேரு என்னம்மா?”

“சீதாதேவி...”

“அக்கா சீதையக்கா!” தலையில் தலையில் அடித்துக்கொண்டு டிரைவர் கத்தினான்.

சீரங்கன் திருகித் திருகி முழித்தான்.

“வாத்தியாரய்யா! என்னைத் தெரியலையா?”

“தெரியலையே!” இருமினான்.

“வாத்தியாரய்யா... நான்தான் சோலை. நீங்க குளிக்க, தண்ணீர் இறைச்சுவிட்டவன்...”

சீரங்கனின் நெஞ்சுக்குள் திடுக் என்றது.

“அழகான அழகியாச்சே எங்க சீதை அக்கா! இத்தனை வருஷம் கழிச்சு, இந்தக் கோலத்திலேயா நான் பார்க்கணும்? கட்டி கட்டியா ரத்தம் கக்கியிருக்கே! ஆத்தாடீ...” சீதாதேவியின் தலைமாட்டிலும் கால்மாட்டிலும் மாறி மாறி உட்கார்ந்து அழுதான் சோலை.

கிழவி தலைநீட்டிப் பார்த்தாள்.

“வாத்தியாரய்யா... நீங்களும் சீதை அக்காவும் ஊரைவிட்டு ஓடிவந்த பின்னாலே, கருப்பையா நடமாட்டம் இழந்துபோனார். பள்ளிக்கூட கூரை இடிஞ்சுபோச்சு...”

சீரங்கனுக்கு விழிதெறிக்கும் இருமல். டிரைவர் பேசுவது எதுவும் காதில் விழவில்லை.

ஷங்கரநாராயணனும் ரமணியும் குறுகுறுவென பார்த்துக் கொண்டிருந்தார்கள்.

“டேய்... சீரங்கா, என்ன பேச்சு? வீட்டு முற்றத்தைக் கழுவி விடணும். கோத்திரம் கெட்ட பிணத்துக்கு, சாத்திரம் பண்ண இங்கே ஆள் இல்லே... அவளோட சாதிசனத்தோடு போய்ச் சேரட்டும். சீக்கிரம் தூக்கச் சொல்லு...” கிழவி கொட்டிக் கொண்டிருந்தாள்.

சோலை கண்களை இடுக்கி, “அந்தக் கிழவி யாரு தங்கச்சி?” தர்ஷினியிடம் கேட்டான்.

“எங்க பாட்டி...”

மூக்குமுட்ட வந்த கோபத்தை அடக்கிக்கொண்ட சோலை, "வாத்தியாரய்யா… நம்ம ஊருக்குத்தானே போகணும்? தூக்குங்க போவோம்…" சீதாதேவியின் கால்மாட்டில் குனிந்தான்.

"டேய்… சீரங்கா! நீ பிணத்தைத் தொடாதே…"

"தம்பி, எனக்குப் பிணவாடை ஆகாது. நீயே தூக்கு" சீரங்கன் கைகளை கட்டிக் கொண்டான்.

இன்னதெனப் பிடிபடாத சோலை, "வாத்தியாரய்யா… நீங்க கொஞ்சம் விலகுங்க…" இரண்டு கைகளையும் ஏந்தி, ஒற்றை ஆளாக சீதாதேவியைத் தூக்கினான். கால்கள் தடுமாறின. ஆம்புலன்ஸுக்குள் நின்ற இன்னொரு ஆள், கைநிறைய வாங்கினான்.

"வாத்தியாரய்யா… ஏறுங்க. செல்லங்களா… நீங்களும் ஏறிக்கோங்க…" என்றவன், தர்ஷினியின் கன்னத்தைக் கிள்ளி,"தாயி… நீ அப்படியே அச்சு உரிச்சு எங்க சீதையக்கா ஜாடை!" தலையைக் கோதிவிட்டான்.

தர்ஷினி ஆம்புலன்ஸில் ஏறி உட்கார்ந்துகொண்டாள்.

'சீதையக்காவை பிணமாப் பார்க்கிற ஊருசனம், என்ன கத்து கத்தப் போகுதோ!' சோலை தனக்குள் புலம்பினான்.

ஆம்புலன்ஸ் உறுமியது. "நாலு மணி நேரப் பிரயாணம் போகணும். ஏறுங்க… நேரமாகுது…"

"ஏறுங்கப்பா…" தர்ஷினி கெஞ்சினாள்.

சீரங்கனுக்குக் கால் ஏறவில்லை. "தம்பி சோலை… உனக்குத்தான் ஊர் தெரியுமே! நீயே கொண்டுபோய் இறக்கிவிடேன்…"

பட்டமரத்து அண்டங்காக்காய் விட்டுவிட்டு கத்திக் கொண்டிருந்தது.

ஷங்கரநாராயணனும் ரமணியும் நடுங்கிப்போய் நின்றார்கள்.

"ஏய்… ஷங்கர நாராயணா, ரமணி… வாங்க, நம்ம அம்மா ஊருக்குப் போவோம். ஏறிக்கோங்க…" தர்ஷினி கதவைத் திறந்துவிட, ஷங்கரநாராயணனும் ரமணியும் ஓடிவந்து ஏறிக்கொண்டார்கள்.

சின்னவன் ரமணி, "அக்கா… இனிமேல் இந்தப் பேய்வீடு வேண்டாம்…" பாட்டியின் காதில் விழும்படி சொன்னான்.

கிழவி வீசியடித்த பித்தளைச் செம்பு, முற்றம்தாண்டி உருண்டு போனது.

சோலைக்குப் புரிந்துவிட்டது. கதவைத் திறந்து இறங்கினான்.

"ஏய்… கிழவி! யாரைப் பார்த்துக் கோத்திரம் கெட்டவள்னு சொல்றே? சீதையக்கா எங்க ஊரோட நெத்திப்பொட்டு. எங்க நெத்திப்பொட்டை அழிச்சது… உன் மகன்!"

சீரங்கனின் சட்டையை கொத்தாகப் பிடித்தான் சோலை.

"யோவ்... செத்துக்கிடக்கிற பொண்டாட்டியை தொட்டுத் தூக்கக்கூட உங்க ஆத்தா உத்தரவு கேக்கறியே! பிள்ளைகளை எப்படிப் பெத்தே? ச்சீய்! நீயெல்லாம் ஒரு மனுஷனா? நான் இறைச்சுவிட்ட தண்ணி, உன் உடம்பைத்தான் கழுவியிருக்கு. மனசக் கழுவலே!"

சட்டையை விட்டுவிட்டான். "எங்க ஊரு சனத்துக்கு இந்த நோயே கிடையாது. காசநோயையும் கொடுத்து, கட்டிகட்டியா ரத்தம் கக்கவெச்சுட்டியே... பாவி!"

"ஏய்... கிழவி! மனுஷனைத் தீண்டாத உன்னோட கோத்திரத்தையும் சாத்திரத்தையும் தீ வெச்சுக் கொளுத்து..."

"செல்லங்களா... வாங்க, நம்ம ஊருக்குப் போவோம்..."

கரும்புகையால் சீரங்கனை மூடிவிட்டு, ஆம்புலன்ஸ் வண்டி வேகமெடுத்தது.

"அண்ணே... அண்ணே... கொஞ்சம் நிறுத்துங்கண்ணே..."

"ஏன் தங்கச்சி?"

"கொஞ்சம் நிறுத்துங்களேன்..."

ஆம்புலன்ஸின் கதவைத் திறந்த தர்ஷினி, "த்தூ..." சீரங்கனின் முகத்தில் காறித் துப்பினாள்.

"ம்... போங்கண்ணே..." கதவை மூடிக்கொண்டாள்.

●

9 கறி

தேன் கூட்டிலே நெரிகிற ஈ மாதிரி, பஸ் நிலையத்தில் ஜனக்கூட்டம்.

வருசா வருசம் சித்திரை பதினெட்டுக்கு சோலைசாமி கோயில் திருவிழா.

சனம் வெள்ளமாய்ப் பொங்கிவிட்டது பொங்கி! எத்தனை பஸ் வந்து அள்ளிக்கொண்டு போனாலும் கூட்டம் குறைந்தபாடில்லை. ஒழுங்கு பண்ண போலீஸ் லத்தி அடி. அவ்வளவும் கறி திங்கவந்த கூட்டம். காரேறி, மாட்டுவண்டி கட்டி, நடையாய் நடந்து கறிக்கு ஆசைப்பட்டு வந்த சனங்கள்தான்.

ஒரு கிடாயா? ரெண்டு கிடாயா? முன்னூறு, நானூறு கிடாய் அறுபடும்.

சோலைசாமி, துடியான தெய்வம். மண்டைக்குத்து, வயித்துவலி மாதிரி கஷ்டங்களுக்கு ஒரு கிடாய் நேர்த்திக்கடன். கோர்ட்டு, போலீஸ் கேஸுக்கு ரெட்டைக் கிடாய். அதிலேயும் கொலைக்கேஸு விடுதலையானால் மூணு கிடாய், நாலு கிடாய்.

தலை, கால், குடல், ரத்தம் எதையும் கழிக்காமல் சமைக்கணும். ஆட்டுத்தோலைக்

கூட தீயிலே வாட்டி, ரோமத்தை உரசிவிட்டு தனிக்குழம்பு வைக்கணும். யாரு வீட்டுப் பந்தியிலே யாரு போயி உட்கார்ந்தாலும் இலை போடணும். கேட்க கேட்கக் கறியை அள்ளி அள்ளி வைக்கணும். கோயில் தலத்திலே கிடக்கிற பத்து காசை எடுத்துப் பையிலே போட்டாலும், கை, காலு சுகத்தோடு ஊர் திரும்பமுடியாது. வாந்தி, பேதி, மயக்கம் வந்து சுருட்டிவிடும் சுருட்டி. ஆளைக்கூட கை வச்சாலும் வச்சுரும்.

சோலைசாமி, அப்படி ஒரு துடியான தெய்வம்!

அங்கம்மா மகன் முத்துப்பாண்டிக்கு வலது கண்ணு, ‘மாறுகண்ணு’, சின்னப்பயல்தான். பன்னிரெண்டு வயசுதான் இருக்கும். கூட்டாளிப் பயலுக, விளையாட்டுப்போக்கிலே “டேய்… ஒன்றைக்கண்ணா” என்று அங்கம்மாவின் காதுபடக் கூப்பிட்டால், விளக்குமாறைத் தூக்கிவிடுவாள்.

“காலிப்பயபுள்ளே, யாரைப் பார்த்து ஒன்றைக்கண்ணுன்னு சொல்றே? என் மகன் அழகேந்திரன்! உன் ஏழேழு தலைமுறை சேர்ந்தாலும்… என் மகனோட சுருட்டை முடி அழகு பெறுமா? விளக்குமாறு பிஞ்சுபோகும் பிஞ்சு…”

அப்படிப்பட்ட பாசக்காரிதான். கோயிலுக்கு வந்த இடத்திலே மகனை விரட்டி விரட்டி அடிக்க ஓடினாள். பஸ்ஸுக்கு நெறிபடும் சனமெல்லாம் வேடிக்கை பார்த்தது.

“குருட்டுப்பயபுள்ளே… ஏன் வந்தே? எதுக்கு வந்தே? நான்தான் வரவேண்டாம்னு சொன்னேன்லே? ஒங்க அப்பன் வீட்டு பஸ்ஸா ஓடுது? ஓசியிலேயா ஏத்திட்டுப் போவான்? டிக்கெட்டுக்கு ரெண்டு ரூபாய் வேணுமே? நான் என்ன பண்ண? கோயிலுக்கு வந்த எடத்திலே யாருகிட்டே கடன் வாங்குறது?”

காதுகளில், தண்டட்டி தோளுக்குத் தொங்கியது.

வாயெல்லாம் சிரிப்போடு, முத்துப்பாண்டி சனங்களின் காலுக்குள்ளும் கைக்குள்ளும் கெலித்துக் கெலித்து ஓடினான்.

அங்கம்மாவுக்கு ஆத்திரமான ஆத்திரம். “கோணக்கண்ணுப் பயபுள்ளே… ஊருவிட்டு ஊரு வந்து என்னைக் கேவலப்படுத்துது பாரேன்!” தின்ன கறி செரித்துப்போகும் அளவுக்குக் கோபம்.

சுருக்குப் பைக்குள்ளே ரெண்டே ரெண்டு ரூபாய்தான் கெடக்கு. ஊரு போயிச் சேர காருக்கு ‘முழு டிக்கட்டு’ ரெண்டு ரூபாய். ஆத்தாவுக்குச் சரியாப் போச்சு. மகனுக்கு? வயசை குறைச்சுச் சொல்லி அரை டிக்கட்டு கேட்டாலும் ஒத்த ரூபா வேணுமே? ‘கடன் வாங்கக்கூட முகம் தெரிஞ்ச சனம் ஒன்னும் தட்டுப்படலையே! இப்ப நான் என்ன பண்ணுவேன்?’ கை விரல்களை நெறித்தாள்.

முத்துப்பாண்டிக்கு வயிறு ‘கினுக் கினுக்’ எனத் தனியே ஆடியது. கறியை அள்ளி அள்ளித் திணித்து அடைத்த வயிற்றோடு எவ்வளவு நேரம் பிடிபடாமல் ஏய்ப்பான்? எசகுபிசகாய் அங்கம்மாவின் கையில் மாட்டிக்கொண்டான்.

‘வதக், வதக்’ என முதுகில் ரெண்டு போடு போட்டாள்.

“எனக்குத் தெரியாம நடந்துவந்தே இல்லே...? இப்ப நடந்தே ஊரு போயிச் சேரு... கபோதிப்பயபுள்ளே...”

முத்துப்பாண்டி அலறினான். ஆத்தா அடிச்சது வலிக்கலே. பெத்த தாயே, ‘குருட்டுப்பயபுள்ளே’ன்னு சொன்னதுதான் நெஞ்சு குமைந்தது.

“கறி திங்கணும்னு ஆசைப்பட்டு வந்துட்டேன் ஆத்தா. இனிமே வரலே...”

கூட்டத்தில் ஒரு பெரிய மனுசன் தடுத்து, சத்தம் போட்டார். ‘ஏம்மா... ஏதோ சின்னப்பய... கறி மேலே ஆசைப்பட்டு வந்துட்டான். விடுவியா...? பெத்த பிள்ளைய இந்தப் போடுபோடுறே! நம்மப் போல ஆளுக ஆடி, தீபாவளிக்குத்தான் ரெண்டுதுண்டுக் கறியைப் பார்ப்போம். ஏதோ... இந்த சோலைசாமி புண்ணியத்துலே வருசம் ஒரு நாளு ஆசைதீர கறி திங்கக் கொடுத்து வச்சிருக்கு” என்றவர், “அது சரீ... சின்னப்பயலைச் சொல்றியே, நீ எதுக்கு வந்தே? கறி திங்கத்தானே?” அதட்டினார்.

அங்கம்மா, மகனை விட்டுவிட்டாள். தலையை கோதிக் கொடுத்தாள். முந்தானையை உருவி, மகனுடைய முகத்தைத் துடைத்துவிட்டாள். ‘காருச் செலவுக்கு என்ன பண்றது?’ அங்கம்மாவுக்கு ஒரு யோசனை தட்டுப்பட்டது. மகனை இழுத்து, காதோரம் குசுகுசுத்தாள்.

“சரித்தா.” முத்துப்பாண்டி தலை ஆட்டினான். அடிநாக்கில் எச்சில் ஊறிக்கொண்டே இருந்தது. வயிறு பிசைந்து அடிவலி தெரிந்தது. எக்கி, எக்கிக் கொடுத்தான். ‘எம்புட்டுக் கறி தின்னுட்டேன்!’ சந்தோஷம் தாங்கலே! வயிறு வலித்தது.

பஸ் வந்தது. ஆத்தாவும் மகனும் அடித்துப் பிடித்து ஏறி விட்டார்கள்.

அங்கம்மா உட்கார்ந்திருந்த இருக்கைக்கு அடியில் சுழிவாய் நுழைந்து, கால்களைச் சுருட்டி படுத்துக் கொண்டான். முகத்துக்கு நேராக ஆத்தாவின் கால்கள்.

கூட்டமான கூட்டம்! கூரைமீதெல்லாம் சனம். முத்துப்பாண்டிக்கு மூச்சுத் திணறியது.

கூரைமேலிருந்த இரண்டு கிழடுகளுக்குப் பயம். பக்கவாட்டுத் தடுப்பை கெட்டிப்பிடியாய்ப் பிடித்துக்கொண்டு ‘திருதிரு’வென

முழித்தபடி, ஒப்புக்குப் பேசிக் கொண்டிருந்தார்கள். இளவட்டங்களுக்குக் கும்மாளம். வெயிலும் தெரியலே... வேனலும் தெரியலே!

இடதுபக்கம் சரிந்து தரையை உரசிக்கொண்டு பஸ் கிளம்பியது. உள்ளே இருக்கும் பொண்ணுபுள்ளைகளுக்கு உசுரு கையிலே இல்லை. 'எம்புட்டுக் கூட்டம்! வண்டி கவுந்தாலும் கவுந்துறுமோ.!

கிடைத்த பிடிமானத்தை இறுக பற்றிக் கொண்டார்கள்.

ஆத்தாவின் காலடியில் கிடந்த முத்துப்பாண்டிக்கு வியர்த்து ஓடியது. டிரைவர் ஹாரன் அடிக்கக்கூட மதியில்லாமல் முன் ரோட்டிலேயே கண்வைத்து ஓட்டிக்கொண்டு போனார்.

கண்டக்டர், நெரிசலில் பிதுங்கிப் பிதுங்கி "டிக்கட்... டிக்கட்... டிக்கட்..." திட்டிக்கொண்டே நகர்ந்தார்.

அங்கம்மா, காலடிச் சேலையை விஸ்தாரமாய் இறக்கிவிட்டு, கால்களை அகற்றி மகனை மூடி மறைத்திருந்தாள்.

'ஒத்த ரூவா காசு இருந்தா... இந்நேரம் எம்மகனை ஒய்யாரத்திலே உக்காரவச்சு அதிகாரம் பண்ணி இருப்பேனே. காருக்குக் காசு இல்லாம காலடியிலே போட்டுப் போறது வெளியிலே தெரிஞ்சா வெக்கக் கேடுலே?' நெஞ்சுக்குள் 'பதக் பதக்' என்றது.

"டிக்கட்... டிக்கட்..."

முத்துப்பாண்டிக்கு மூச்சுத் திணறியது. சன்னமாய் "ஏத்தோவ்..." என்றான்.

அங்கம்மா குனியவில்லை. வெளியே 'பராக்கு' பார்த்தாள். காலடியை மேலும் அகற்றினாள்.

சனம், ஒன்னோடு ஒன்னு இடித்துக்கொண்டு திருகியது. கண்டக்டரின் காக்கிச்சட்டை, வியர்வையில் கறுத்துப் போய் இருந்தது.

"ஏத்தோய்..." ஆத்தாவின் காலைச் சுரண்டினான். அங்கம்மாவுக்கு கோபமான கோபம். முத்துப்பாண்டிக்கு வயிற்றைப் புரட்டி, வாணி ஓடியது. மூணு முழ தூரத்திலே கண்டக்டர் கசங்கிக் கொண்டிருந்தார்.

"ஐத்தோவ்..." கண்கள் நிலைகுத்தின.

"பேதியிலே போக... கொஞ்சநேரம் சத்தம் போடாமல் கெடவேன்..." உதட்டுக்குள் திட்டிக்கொண்டே சேலையைத் தளர்த்தி இறக்கினாள்.

"டிக்கட்... டிக்கட்..." மூணுமுழ தூரம்.

"ஐத்தோவ்..." சுரண்டினான்.

"குருட்டுப்பயபுள்ளே..." பின்னங்காலால் ஓங்கி மிதித்தாள்.

வேல ராமமூர்த்தி | 73

“டிக்கட்... டிக்கட்...” ரெண்டு முழம்.

“ஏத்தோவ்வ்...”

மறுபடி ஒரு மிதி.

“டிக்கட்... டிக்கட்...” ஒரு முழம்.

“ஏத்தாய்ய்...” கிள்ளினான்.

மிதி, மிதி என்று மிதித்து நகட்டிவிட்டாள். அப்புறம் கீழே இருந்து சத்தத்தைக் காணோம்.

ஊர் வந்ததும் சனம் இறங்கியது.

“ஏப்பூ... முத்துப்பாண்டி... எந்திரி....” மெதுவாய்க் கூப்பிட்டாள்.

சத்தத்தைக் காணோம். குனிந்து பார்த்தாள்.

“இத்தாடீ... இதென்னத்தா... எம்புள்ள மயங்கிக் கிடக்கு! ஏப்பூ... முத்துப்பாண்டி... ராசா...” கைத்தாங்கலாய் தூக்கி நிறுத்தினாள். கண் செருகி, எச்சில் ஓடி, வியர்த்து “அய்யா முத்துப்பாண்டி... சாமி” படி இறக்கினாள்.

தள்ளாடி இறங்கியதும் ‘கபகப’ வென வாந்தி எடுத்தான். தின்ன கறி எல்லாம் அரையும் குறையுமாய்ப் பீய்ச்சி அடித்தது. சனம் கூடியது. குத்துக்காலிட்டு உட்கார்ந்து, தலையில் கை வைத்துக் கொண்டு வாந்தி வாந்தியாய் எடுத்தான்.

அங்கம்மா, மகனுடைய நெஞ்சை தடவித் தடவிக் கொடுத்தாள். “அட பாதகத்தி மக்கா... நான் என்ன செய்யட்டும்? என் பிள்ளைக்கு என்ன ஆச்சு?” நெஞ்சில் நெஞ்சில் அடித்துக்கொண்டு மறுகினாள்.

சனம் சொல்லியது. “அங்கம்மா வேற ஒன்னுமில்லே. கோயில் தலத்திலே, உன் மகன், தெரியாத்தனமா எதையாவது திருடி இருப்பான். தெரிஞ்சும் தெரியாம செய்திருந்தாலும்... சோலைசாமி துடியான தெய்வம். கைமேலே சோதனை காட்டுது. எதுக்கும் அடுத்த சித்திரைக்கு ரெட்டைக் கிடாய் வெட்டுறேன்'னு வேண்டிக்கோ. வாந்தி நின்னுபோகும்.”

அங்கம்மா, மகனைப் பார்த்தாள்.

வாய் ஒழுக, கண்ணீர் ஓட “ஆத்தா...!” புறங்கையால் வாயைத் துடைத்தான்.

மகனைத் தூக்கித் தோளில் போட்டுக்கொண்டு, கூட்டத்தை விலக்கி நடந்தாள்.

முதுகுக்குப் பின்னால் சனம் மொசுமொசுத்தது.

தோளில் கிடந்த முத்துப்பாண்டி, தலையைத் தூக்கி ஆத்தாவின் முகம் தொட்டுத் தன்பக்கம் திருப்பி, "ஆத்தா... அந்த சோலைசாமி சத்தியமா... உன்மேலே சத்தியமா... நான் எதையும் திருடலே ஆத்தா" ஆத்தாவின் தலையில் கைவைத்து அழுதான்.

"முத்துப்பாண்டி... என் ராசா... எனக்குத் தெரியும்ப்பூ... இந்தப் பாவி கையிலே காருக்குக் காசு இருந்திருந்தா உனக்கு வாந்தியுமில்லை. வயித்த வலியுமில்லே... ஊருகெடக்கு... முட்டாப்பய ஊரு..." மகனை, கழுத்தோடு வளைத்துச் சேர்த்து அணைத்துக்கொண்டு 'ணங்... ணங்' எனத் தரையதிர நடந்துபோனாள்.

●

10 சிப்பி

'**சா**தியிலே சக்கிலிச்சின்னாலும்... சனகன் மகள் சீதைபோல லச்சணம்!' ஊரே வாய்ப்பாறும்.

மீனாட்சி மேல, ஊரு எளவட்டங்களுக்கு எப்பவும் ஒரு கண்ணு.

முறுக்கிவிட்ட கயிற்று மேனி. உளி, உளியாய் மூக்கும் முழியும். உலை கொதிச்சு வர்ற கம்மஞ்சோத்துப் பானைமாதிரி நிறைஞ்ச பருவம். காட்டையும் மலையையும் கைகளால் விலக்கி விட்டுப் பாதை தேடும் உரம். குதிகால் பதித்துத் தரை அதிரும் நடை. உடம்பைக் கடம்பாக்கி உழைச்சதினாலே வைரம் பாய்ந்த திரேகக்கட்டு.

வைகாசி வந்தால் பதினஞ்சு முடிஞ்சு பதினாறு வயசு. இடுப்பில் இருக்கும் குழந்தைக்கு ஒரு வயசு.

தாய்மாமன் முனியாண்டி, செருப்பு தைப்பான். கொட்டுக்குப் போவான். மீனாட்சி பெண்ணாய்ப் பிறந்த அன்றைக்கே, 'இதுதான் பொண்ணு... இதுதான் மாப்பிள்ளை' என்று குறித்தது. வயசுக்கு வந்து மூலையிலே உக்காந்த மூணாவது மாசமே கல்யாணம். ஒரு இளங்

கன்றுக்குட்டியைப் பிடித்து, அறுத்து, சாதிசனங்களுக்கு சமைத்துப் போட்ட செலவுதான். வேறு சீர், சீராட்டு, செய்முறை எதுவும் இல்லை. யாருக்கு யாரு?

ஆவணியிலே கல்யாணம். மறு ஆவணிக்குள்ளே கையிலே சிட்டுப்போல குழந்தை.

முனியாண்டிக்குச் சந்தோஷம் கொம்பேறியது. இடையில் கிடக்கும் 'பெல்ட் வார்' பை பிதுங்க, கத்தை கத்தையா ரூபாய் நோட்டு துருத்திக் கொண்டிருக்கிற சந்தோஷம்.

"மீனாச்சீ... தாயீ... அம்மா..." அதிர நடக்கவிடமாட்டான். மீனாச்சி கவிழ்ந்து, குழந்தையின் முகம் பார்த்துச் சிரிப்பாள். குனிந்து முத்தமிடுவாள்.

பிள்ளை பெற்று முப்பது நாள் கழியுமுன்பு வீட்டைவிட்டு வெளியேறக்கூடாது. பச்ச உடம்பு. மீனாட்சிக்கு இருப்புக் கொள்ளவில்லை. விபரம் தெரியுமுன்பே உழைச்சுப் பழகியாச்சு. உக்காந்து சாப்பிட்டுப் பழக்கமில்லே.

காட்டுவேலை, களத்துவேலை ஆறு மாசம் இருக்கும். கோடை யிலே சனம் விறகுவெட்டக் கிளம்பிரும். ஓடைக்காட்டிலே வேலிக் கருவேல மரம், தன்னாலே வளர்ந்து புதர் மண்டிக் கிடக்கும்.

மீனாட்சி கை அரிவாளுக்கு விறகு அம்பாரம், அம்பாரமாய்ச் சாயும். கை காலெல்லாம் முள்ளுக் குத்தி இழுத்து, ரத்தம் ஓடும். வியர்வையைத் துடைக்கிறமாதிரி ரத்தத்தைத் துடைத்துவிடுவாள். கையிலே பிதுங்கும் ரத்தத்தை உதடு குவித்து உறிஞ்சி விழுங்கி விடுவாள். வெயிலுக்கு எரியும். அதெல்லாம் தெரியாது. என்ன செய்யிறது? மனுசக்கழுதையா பொறந்தாச்சே!

இப்போ அறுவடை நேரம். ஒன்னுசொன்னமாதிரி ஊரு வயக்காடெல்லாம் அறுப்பு விழுகுது. கூலி ஆளுக்குப் பெருங் கிராக்கி. சம்சாரி திண்டாடுறான். ஆளுக்கூலி ஏழு படி நெல்லு. கூலி ஆளு முழிப்பா இருந்தா ஆறு மாச வயித்துப்பாடு தீரும்.

மீனாட்சி விடுவாளா? அடுத்தவீட்டுக் கிழவியிடம் குழந்தையைப் போட்டுவிட்டு வந்து கட்டு சுமந்தாள். பிடரி வலி எடுத்தது. காலையில் இருந்து வயலுக்கும் களத்துக்கும் கதிர்க்கட்டு சுமந்த வலி.

"எத்தனை வரப்பு ஏறி, எறங்குறது!" பிடரியை தடவிக் கொடுத்தாள்.

இந்த வருஷம் தண்ணித் தட்டுப்பாடு இல்லை. பதர் இல்லாத மகசூல். கட்டுக் கட்டிய எளவட்டங்களுக்குக் கொழுப்பு. பெரும் பெரும் கட்டுகள். தலைச்சுமையோடு 'லொங்கு, லொங்கு' என ஓடி ஓடி, வயல் வரப்பு ஏறி, இறங்கி மீனாட்சி வர்றபோது கிண்ணிக்கோழி

குதிச்சு ஓடுறமாதிரி இருக்கும். கூலிக்கார எளவட்டங்களுக்குப் பாட்டு கிளம்பும்.

"ஒங்கைய நான் இழுக்க

ஒங்கக்கா சாக்கி சொல்ல

இப்போ...

மருத ஜெயிலிலே நான்

மாடா உழைக்கிறேன்டீ..."

கதிர்க்கட்டு நெல்மணிகள் 'சலசல... சலசல' என ஓசை சேர்க்கும்.

அலம்பிக் குதிக்கும் குறை குடத்து நீர்போல், மீனாட்சி சிரித்து விடுவாள்.

கழுத்து வலி மறந்துபோகும்.

வாங்கியவனை நம்பாத வட்டிக்கடைக்காரனைப்போல் உடம்பெல்லாம் சுணை புடுங்கியது. அதிலும் நெல்லுச்சுணை பெரும் புடுங்கல்!

வேலை முடிந்தது. சனம் வீடு பார்த்துக் கிளம்பியது. குதியாட்டம் போட்டபடி எளவட்டங்களும் முந்தி முந்தி நடந்தார்கள்.

மீனாட்சிக்கு குழந்தை ஞாபகம் கொடுத்தது.

'பச்ச மண்ணு பட்டினியாக் கெடக்கும்'

'வெக்கு, வெக்கு' என நடந்தாள்.

சொரிந்து மாளவில்லை. உடம்பெல்லாம் அரிப்பெடுத்தது. போற வழியிலே குளிச்சிட்டுப் போகணும்.

ரவிக்கைக்குள் கைவிட்டுச் சொரிந்தாள்.

கண்மாயின் முதல் மடை திறந்து ஓடியது. மடை ஓரத்துத் திண்டு உடைந்திருந்தது. துணி துவைக்க முடியாது. அலசலாம்.

சேலையை அவிழ்த்து உள்பாவாடையை நெஞ்சுக்குமேல் ஏற்றிக் கட்டினாள். வாய்க்காலில் இறங்கி சேலையை அலசினாள்.

"அடியே... மினியாண்டி பொண்டாட்டி..." ஓடுகிற வாய்க்கால் தண்ணீரில் பத்தடி தள்ளி உட்கார்ந்து குளித்துக் கொண்டிருந்த தலையாரி பொண்டாட்டி... "நீ சேலை அலசுற தண்ணி இங்கே வருதுடீ...." முகம் சுழித்தாள்.

மீனாட்சியின் நெஞ்சு முழுக்க, பால்குடி மறக்காத குழந்தையே கால்களை உதறிக் கொண்டிருந்தது. வேகவேகமாக சேலையை அலசினாள்.

“பகடை வீட்டு முண்டைக்குத் திமிரப் பாரேன்! சொல்லச் சொல்ல காதுலே ஏறுதுல்லே!”

மீனாட்சி ‘சுறுக்’ என நிமிர்ந்தாள்.

“சக்கிலிச்சினா என்ன? பீயையும் சோத்தையுமா பெசஞ்சு திங்கிறோம்? நாங்களும் மனுசர்தானே?”

தலையாரி பொண்டாட்டி மூச்சுவிடவில்லை.

மீனாட்சி, குளித்து முழுகி ஈரச்சேலையோடு கிளம்பினாள்.

கண்மூடி தியானம் செய்யும் முனிவர்போல் குடிசை.

ஈரச்சேலையுடன் வந்த மீனாட்சி, வந்த வேகத்தில் அடுத்த வீட்டுக் கிழவியிடம் ஓடினாள். குழந்தையை அள்ளினாள். ‘வீர்... வீர்...’ எனக் கத்தியது.

“பாலைக் குடுடீ...” கிழவி கைகளை ஏந்தினாள்.

“சாமீ... அய்யா.. இந்தா...” வீட்டை நோக்கி நடந்துகொண்டே சேலையை விலக்கி மடுக்காம்பை குழந்தையின் வாயில் திணித்தாள். குழந்தை இமை மூடி இழுக்கத் தொடங்கியது. காலையில் இருந்து பட்ட அலுப்பு இறங்கியது.

குனிந்து குடிசைக்குள் நுழைந்து கயிற்றுக்கொடியில் கிடந்த மாற்றுச்சேலையை எடுத்தாள். காம்பிலிருந்து வாயை எடுத்த குழந்தை ‘சடக் சடக்’ என முகம் திருப்பிச் சிரித்தது. முத்தம் இட்டுக் கீழே கிடத்தினாள். கதவை ஒருக்களித்துச் சாத்திவிட்டு சேலையை மாற்றினாள். அடுப்பு ஓரம் இருந்த கஞ்சிப்பானையைத் திறந்து பார்த்தாள். காலையில் ஊற்றி வைத்துவிட்டுப்போன கஞ்சி குறையாமல் அப்படியே இருந்தது.

‘பகல்பூரா பட்டினி கெடந்தா ஆம்பளை ஒடம்பு என்னத்துக்கு ஆகும்?’ புருஷன்மேல் கோபம் கோபமாய் வந்தது.

ஈயத் தூக்குச்சட்டியில் கஞ்சியை ஊற்றி தென்னை நார்ப் பெட்டிக்குள் வைத்தாள். குழந்தையைத் தூக்கிக்கொண்டு கிளம்பினாள்.

பள்ளிவாசல், சைவப்பிள்ளைமார் தெருவைக் கடந்து கடைத்தெரு. வியாபார மும்முரம். நெறஞ்ச சனம். விலகி விலகி நடந்தாள். நாடார் செருப்புக்கடைப் பலகைக்கு அடியில், பொந்துக்குள் கவிழ்ந்தபடி உட்கார்ந்து முனியாண்டி, செருப்பு தைத்துக்கொண்டிருந்தான். நிமிர்ந்தால் தலையில் கடைப்பலகை இடிக்கும். தலை நிமிரவிடாத தொழில்.

மீனாட்சி, ‘ணங்’ என முன்னே போய் நின்றாள்.

“இப்பிடி பட்டினியாக் கெடக்கணுமாக்கும்? ஒரு எட்டு ஓடியாந்து கஞ்சியைக் குடிச்சிட்டு வந்தா என்ன?” பெட்டியை இறக்கினாள்.

ஒரு வாய் தண்ணீரைக் குடித்ததும் வானத்தை அண்ணாந்து பார்க்கும் கோழியைப் போல், பலகைக்கு உள்கூடித் தலையை நிமிர்த்திப் பார்த்தான்.

“வாங்க... என் சிங்கம்” மகனைத் தொட கைகளை நீட்டினான்.

“முதல்ல கஞ்சியைக் குடி” சட்டியைத் திறந்தாள்.

“பெட்டி எதுக்கு?” குழந்தையின் கன்னத்தைக் கிள்ளினான்.

“கூலி நெல்லு வாங்க”

“இன்னைக்கு யாரு வயலுக்குப் போனே?” மகனை மடியில் போட்டுக் கொண்டான்.

“கல்லு வீட்டுக்காரரு வயலு?” நெற்றியைத் துடைத்தாள்.

“இந்தா...” பத்து ரூபாயை நீட்டினான். செருப்பு தைத்த காசு.

“போறவழியிலே கொளம்புக்கு ரெண்டு காய்கறி வாங்கிட்டுப் போ” குழந்தையையும் கொடுத்தான்.

“நான் போறேன். நீ மொதல்ல கஞ்சியைக் குடி” காய்கறிக் கடை சந்துக்குள் நுழைந்து தெற்கே போனால் கல்லு வீடு.

ரெண்டு வருசத்துக்கு முந்தின நெல்லை இந்த வருசம் கூலியாக அளக்கும் அளவுக்கு வரும்படி மிஞ்சின வீடு. ஊருக்கு முதல் கரை. சுற்றுச்சுவர் கம்பிக் கதவு. மொட்டை மெத்து. காத்தாடி மண்டபம்.

மீனாட்சி, வாசலில் போய் நின்றாள். ஒருத்தரையும் காணோம். படியேறி கதவைத் தொடப் போனாள்.

பூட்டி இருந்த கதவுக்குள் கல்லு வீட்டுக்காரியின் கூப்பாடு கேட்டது.

“பாவி... நீ வெளங்கமாட்டே... நாசமாப் போவே...”

கல்லுவீட்டுக்காரர், “திங்கிற கொழுப்புடீ உனக்கு. குடும்பத்துப் பொம்பளை... அடக்க ஒடுக்கமா... வீட்டுக்குள்ளே இருக்க வேண்டியதுதானே? பகல்பூரா ... காத்தாடி மண்டபத்திலே என்ன அலுவலு? உயர உக்காந்துக்கிட்டு எந்தப் புருசனைக் கூப்பிடுறே?”

ஓங்கி மிதித்தார்.

“பாவி... அடிதெண்டமாப் பழி போடுறியே கல்யாணம் ஆனதிலேருந்து கதவை நான் தாண்டலையே! உள்ளே அடஞ்சு கெடக்கிறவ... வீட்டு மெத்துமேல போய் உக்காந்தது குத்தமா? நீ அழுகித்தான் சாவே... வெளங்கமாட்டே...” பற்களைக் கடித்தாள்.

மீனாட்சி கதவைத் தொடவில்லை.

'முட்டாப்பய.... பொம்பளைய இந்தப் பாடுபடுத்துறானே!' வந்த வழியே திரும்பினாள்.

ஓடையோரத்து கருவக்காடுகள், நஞ்சை, புஞ்சை, களத்துமேடு, கண்மாய், வாய்க்கால் தண்ணீர், கடைத்தெரு... முன்னே முன்னே விரிந்தன. எல்லாவற்றுக்கும் மேலே கால்மேல் கால்போட்டு வானத்துக்கும் பூமிக்குமாய் அமர்ந்திருக்கும் மாமன் முனியாண்டி.

சிட்டுக்குருவியாய்ப் பறந்து திரிய சிறகுதந்த மாமனை இப்பவே பார்க்கணும்போல் இருந்தது.

●

11 கோட்டைக் கிணறு

கோட்டைக் கிணற்றுப் பக்கம் போகும்போதெல்லாம் அம்மாவின் ஞாபகம் வந்துவிடும். கிணற்றுக்குள் இருந்து அம்மா ஒப்பாரிவைத்து அழும்.

பிடிசுவரில் நெஞ்சு அழுந்த, தலைகவிழ்ந்து கிணற்றுக்குள் பார்ப்பேன். இருட்டாய் இருக்கும். மூலைப் படிகளில் பாம்புகள் படுத்திருக்கும். பொந்துகளுக்கு உள்ளிருந்து பாம்பின் நுனிவால் சுழித்துக்கொண்டு தொங்கும். தண்ணீருக்கு அடியில் அம்மா படுத்திருக்கும். அம்மாவின் உள்ளங்கால் முதல் உச்சந்தலை வரை வெள்ளைச்சேலை சுற்றி இருக்கும்.

"நான் பெத்த மகளே ஜானகி...
நான் பெத்த மகனே சேது...
நான் பெத்த மக்கா..."

அம்மா அழும்.

"அம்மா... வாம்மா... வீட்டுக்கு வாம்மா..."

கைகளை விரித்து அழுவேன்.

நீர்ப்பாம்பு ஊடே பாய்ந்து அம்மாவைக் கலைக்கும்.

எங்க அய்யா, ஆறரை அடி உயரம். மாட்டுத்தோலில் முட்டைப்பத்துப் போட்டு உமையணன் பகடை தைத்த செருப்பு. ‘கிறீச்... கிறீச்’ என்று சத்தம் கேட்கும். கதர் வேட்டி. தொடை இறக்கத்திற்கு கதர்ச் சட்டை. கொழும்பு பெல்ட். கனத்த பச்சைக் கோட்டு. கழுத்தை வளைத்து விசிறி மடிப்பு ஜரிகைத்துண்டு. உள்ளங்கை அகலத்திற்கு வெள்ளி ஜரிகை வேலைப்பாடு.

துண்டு, பவள நிறத்தில் இருக்கும். நாலு ஐந்து துண்டுகள் உண்டு. எங்க அய்யா வீட்டில் இல்லாத நேரம் பார்த்து ‘டிரங்க்’ பெட்டியை மெதுவாகத் திறந்து ஜரிகைத்துண்டை எடுத்துப் பார்ப்பேன். கையை விட்டு நழுவும். பாச்சா உருண்டை வாசனை மூக்கைத் துளைக்கும்.

இளஞ்சிவப்பு நிறத்தில் ஒரு துண்டு. ‘ராமநாதபுரம் ராஜா கொடுத்த துண்டு’ என்று அம்மா சொல்லும். அரண்மனையே நம்ம வீட்டு டிரங்க் பெட்டிக்குள் இருப்பதாக நினைத்து சந்தோஷப்படுவேன். ஒரு துண்டை, பூப்போலத் தூக்கி எடுத்து என் கழுத்தில் போட்டுக் கொள்வேன். ‘போட்டுக்கோ’ என்கிறமாதிரி அம்மா என்னைப் பார்த்துச் சிரிக்கும். கண்ணாடியில் பார்ப்பேன். திரும்பித் திரும்பிப் பார்ப்பேன். இளவரசன்மாதிரி இருக்கும்.

எங்க அப்பத்தா அங்கம்மா கிழவி. அய்யாவோட ஆத்தா. அவ்வையார் கிழவிமாதிரியே இருக்கும். வெள்ளைச்சேலை. வெள்ளைத்தலை. காதில் தொங்கும் தண்டட்டியின் நிறமும் அப்பத்தாவின் நிறமும் ஒன்னு. மற வீடுகளில் இந்த நிறம் வாய்ப்பது அருந்தல்தான். சுருக்கம் விழுந்த கன்னங்களின் மேலாக பசுவின் நெய்யை தடவிவிட்டதுபோல் மினுங்கும்.

அப்பத்தாவுக்கு என் மேலே உசுரு. எங்க தாத்தா தங்கச்சாமித் தேவரும் நானும் ஒரே ஜாடையாம். தன் புருசனே என் மூலமாக மறுபிறப்பு எடுத்ததாக அடிக்கடி அப்பத்தா சொல்லும்.

ஜானகி அக்காவும் அப்பத்தாவும் ஒரே ஜாடை. அக்காவை ‘சின்ன அங்கம்மா’ என்பார்கள்.

அம்மாவின் பிடரியில் மலைத்தேன் தட்டு மாதிரி அள்ளிமுடிந்த கொண்டை சரிந்து கிடக்கும். காதுக்குக்கீழ் இறங்கிச் சுருண்ட முடி. மேல் உதட்டில் அரும்பி முளைத்த பூனை ரோமம். முரட்டுப் புருவங்களுக்குக் கீழே தெறிக்கும் முழிகள். உள் வீடு அதிரும் நடை.

வீடு நிறைய அம்மா இருந்தது.

இன்று மதியம் எருதுகட்டு. ராத்திரி உடையப்பா நாடகம். மறுநாள் காலையில் முளைப்பாரி.

ஊர் சுற்றிவரும்.

வருசா வருசம் ஆவணி மாதம் நிறைகுலவள்ளி அம்மனுக்கு முளைக்கொட்டுத் திருவிழா.

அய்யாதான் எல்லா காரியங்களையும் முன்னே நின்று செய்வார்.

திருவிழா மும்முரத்தில் ஊர் இருந்தது. ஜானகி அக்காவும் முளை பரப்பி இருந்தது. பட்டுப் பாவாடை சட்டையில் வீட்டுக்கும் தெருவுக்கும் அக்கா குதிபோட்டுத் திரிந்தது.

எனக்கும் புதுடவுசர், புதுச்சட்டை. அம்மியில் மசாலை அரைத்துக்கொண்டிருந்த அம்மாவின் முதுகில் சாய்ந்திருந்தேன். முன்னும் பின்னும் அசைந்து அம்மியை அரைக்கும் அம்மாமீது சாய்ந்து முன்னே பின்னே போகிற சுகத்தில் கண்கள் சொருகின.

அப்பத்தா வெளிவாசலில் உட்கார்ந்திருந்தது. தாழ்வாரத்தில் கோயில் கிடாய் கட்டிக் கிடந்தது. நாளை இந்நேரம் இந்தக் கிடாய் உயிரோடு இருக்காது. காவல்காரர் திருமால்தேவர்தான் வெட்டுவார். 'பளபள' வென்று கை அரிவாள்.

ஒரே வெட்டு. தலை துண்டாக ஓடும். மற்ற கிடாய்களை வெட்டும்போது பார்க்க வேண்டும். இந்தக் கிடாயை வெட்டும்போது கண்களை மூடிக்கொள்ள வேண்டும்.

அம்மியை விட்டு எழுந்து அம்மா அடுப்படிக்குப் போனது. சேலையைப் பிடித்துக்கொண்டு நானும் போனேன். அம்மா குனிந்து புகை மண்டும் அடுப்பை ஊதிவிட்டது. சேலை தலைப்பால் கண்களைக் கசக்கிவிட்டு என்னைத் தூக்கி இடுப்பில் வைத்துக் கொண்டது.

ஜானகி அக்கா, வீட்டுப் பக்கமே எட்டிப் பார்க்கவில்லை.

அம்மாவின் இடுப்பைவிட்டு இறங்கி முற்றத்துக்கு வந்தேன்.

சுடு வெயில். கால் கொதித்தது. அப்பத்தா இடுங்கிய கண் வழியே பார்த்துக் கொண்டிருந்தது.

முற்றத்து வெயிலில் ஒரு சொளகு. புழுங்கல் அரிசி பரப்பிக் காய்ந்துகொண்டிருந்தது.

"சேது... இங்கே வாப்பூ... வா" கைகளை விரித்து அப்பத்தா என்னைக் கூப்பிட்டது. நேராக நடந்து சொளகுக்கு அருகில் போனேன். குனிந்து ஒரு கை புழுங்கல் அரிசியை அள்ளி வாயில் போட்டேன்.

"அட சக்களத்தி பிள்ளே... புழுங்கல் அரிசியைத் தின்னா... வீட்டுக்கு ஆகாதே..." அப்பத்தா எழுந்து வந்து என் முதுகில் ஒரு போடு போட்டது. அடி விழுந்த வேகத்தில் வாயில் இருந்த புழுங்கல் வெளியே தெறித்தது.

அம்மா, அடுப்படியை விட்டு வெளியே ஓடி வந்து. "பச்ச மண்ணு... ஒரு வாய் அரிசியை அள்ளி வாயிலே போட்டதுக்கு எம்புட்டுப் பெரிய கேள்வி!" என்னை வாரித் தூக்கி இடுப்பில் வைத்துக் கொண்டு, "ஆமாம்... சக்களத்தி புள்ளைன்னு கேக்குறீகளே...! நான் உங்க மகனுக்கு முந்தி விரிக்க வந்தேனா... உங்க புருசனுக்கு முந்தி விரிக்க வந்தேனா?" சேலைத் தலைப்பால் என் வாயைத் துடைத்து விட்டது.

அப்பத்தா குதி குதி எனக் குதித்தது.

"எம் மகன் வரட்டும்டீ... உன் தாலி நூலை அறுத்து... நொப்பன் வீட்டுக்கு வெரட்டிவிடச் சொல்றேன்..."

"கல்லு வீட்டுக்கும் காவல்கார வீட்டுக்கும் சம்பந்தம் ஆகாதுன்னு நான் சொன்னதை எவன் கேட்டான்?"

மதியம் எருதுகட்டு முடிந்து, ராத்திரி உடையப்பாவின் அரிச்சந்திர மயான காண்டம் ஆரம்பமாகிவிட்டது. ஊரே நாடகக் கொட்டகையில் கூடி, சந்திரமதியின் ஒப்பாரியில் கரைந்து கொண்டிருந்தது.

ஜானகி அக்கா, இடையில் வந்து சாப்பிட்டுவிட்டு ஓடிப் போனது. காலையில் முளைப்பாரி தூக்கப்போகிற சந்தோஷம்.

அய்யா பகல்பூராவும் வீட்டுக்கு வரவில்லை.

விரித்த பாயில் அம்மாவின் நெஞ்சுக்குள் நான் உறங்கிப் போனேன்.

"ஆத்திரப்பட்டு ஒரு பெரியமனுஷி பேசுனதுக்காக நீயும் எதிர்த்துப் பேசணுமா?"

"பெரிய மனுஷி கேக்குற கேள்வியா இது? 'சக்களத்தி பிள்ளை'ன்னா என்ன அர்த்தம்? அதென்ன கேள்வி... முறை தப்புன கேள்வி?"

அய்யாவும் அம்மாவும் பேசிக்கொள்வது தூக்கக்கலக்கத்தில் இருந்த என் காதுகளில் அரையும் குறையுமாக விழுந்தது.

"ஓங்க ஆத்தான்னா... ஓங்களுக்குத்தான் பெரிசு. கேக்குற கேள்விக்கெல்லாம் பொறுத்துப் போக, கல்லுவீட்டு வம்சம் ஒன்னும் கொறஞ்ச வம்சமில்லே..."

"என்னடீ சொன்னே...!"

விடியுமுன் ஜானகி அக்கா என்னை அடித்து எழுப்பியது.

"சேதூ... நம்ம அம்மா செத்துப் போச்சு...."

புது டவுசரில் மூத்திரத்தோடு விழித்தேன்.

"அடேய் தம்பீ... நம்ம அம்மா, கோட்டைக் கெணத்திலே செத்து மெதக்குதாம்டா..."

என்னைத் தூக்கி நிறுத்தியது.

அக்காவும் நானும் ஓடினோம்.

நாடகக் கொட்டகையில் இருந்த சனமெல்லாம் கோட்டைக் கிணற்றைச் சுற்றி நின்றனர். அக்காவும் நானும் கூட்டத்தை விலக்கி விட்டுக் கிணற்றுக்குள் எட்டிப் பார்த்தோம்.

'அம்மா...'

தண்ணீர் மட்டத்துக்கு அம்மா குப்புற மிதந்தது. முகம் தெரியவில்லை. உள்ளங்கால் முதல் உச்சந்தலை வரை வெள்ளைத் துணியால் அம்மாவைச் சுற்றி இருந்தது.

வட ஓரத்துப் பொந்துவழியாகப் பாம்பின் வால் நெளிந்து தொங்கியது. அம்மாவின் முதுகில் ஒரு குட்டித்தவளை அமர்ந்து இருந்தது.

அய்யா பாதை வேலியோரம் தலைகவிழ்ந்து உட்கார்ந்திருந்தார். வாயில் அடைத்திருந்த துண்டில் கண்ணீர் இறங்கிக் கொண்டிருந்தது. அய்யா அழுது இப்போதுதான் பார்க்கிறேன்.

பொம்பளைகளோடு பொம்பளையாக அப்பத்தா, முகத்தைச் சுருக்கி, உதட்டைப் பிதுக்கிக்கொண்டு உட்கார்ந்திருந்தது.

முருகேச மாமாதான் கிணற்றுக்குள் இறங்கினார். பாம்புகள் பொந்துக்குள்ளும் நீருக்குள்ளும் பதுங்கின. அம்மாமீது உட்கார்ந்திருந்த குட்டித்தவளை தாவித் தப்பியது.

மேலேயிருந்து ஒரு மர ஏணியை இறக்கினார்கள். முருகேச மாமா நீந்திக்கொண்டே ஏணியை வாங்கினார்.

அம்மா லேசாய் அசைந்தது.

ஏணியை அடிவாக்கில் கொடுத்தார். மேலே இருந்து கயிற்றைப் போட்டார்கள். ஏணியில் அம்மா படுத்திருக்கும் வசத்தில் கட்டினார்.

அம்மாவின் தலைக்கு அருகில் நீந்திக்கொண்டிருந்த முருகேச மாமா, 'நெத்திப் பொட்டிலே... கம்பு அடி விழுந்தமாதிரி தெரியுது' மேலே பார்த்துக் கத்தினார்.

கிணற்றை அடைத்துக்கொண்டு சனம் உள்ளே பார்த்தது.

"ஏய்... வெளிச்சத்தை விடுங்கப்பா... உள்ளே ஒரே இருட்டா இருக்கு..."

முருகேச மாமா போட்ட சத்தத்தில் பாம்புகள் தவறி விழுந்து, நீந்தி, மறுபடியும் பொந்துகளுக்குள் சொருகின.

ஏணியோடு சேர்த்துப் படுக்கை வசத்தில் நாலு கட்டு. மேலே இருந்து ரெண்டு பாரக் கயிறு.

"மெதுவாத் தூக்குங்கப்பா..." முருகேச மாமா ஒதுங்கி நீந்தினார்.

மேலே இருந்து ஏழெட்டுபேர் ரெண்டுபக்கமும் கயிற்றை இழுத்துத் தூக்கினார்கள்.

"மெதுவா.... மெதுவா தூக்குங்கடா கோட்டிப் பயலுகளா..."

அங்கங்கே நின்ற ஆணு பொண்ணு அத்தனையும் நெருக்கி அடைத்துக்கொண்டு பார்த்தது.

ஏணியோடு அம்மா வெளியே வந்தது.

ஜானகி அக்கா என்னை கட்டிப் பிடித்துக்கொண்டு அழுதது. அக்காவின் வயிற்றுக்குள் முகத்தை அமுக்கிக்கொண்டு அழுதேன்.

"அம்மா... அம்மா..."

சனமெல்லாம் கண்ணீர்விட்டது.

அன்னமயில் அத்தை, என்னையும் அக்காவையும் கட்டிப் பிடித்து ஒப்பாரி வைத்தது.

ஏணியோடு கட்டிக் கிடந்த அம்மாவைப் பார்த்தேன். உள்ளங்கால் முதல் உச்சந்தலை வரை வெள்ளைச்சேலையால் சுற்றி இருந்தது.

இந்தச் சேலை அப்பத்தாவின் வெள்ளைச்சேலை. சேலை விலகாமல் இருக்க, ஒரு அடிக்கு ஒரு துணிக்கட்டு.

இந்தத்துணி அய்யாவின் பவளநிற ஜரிகைத் துண்டிலிருந்து கிழித்த துணி. நேற்று, இந்தப் பவளநிறத் துண்டைத்தான் அய்யா தோளில் போட்டிருந்தார்.

அய்யா வேலியோரமே உட்கார்ந்திருந்தார்.

'மூசு ... மூசு' என அழுதுகொண்டிருந்தார்.

அப்பத்தாவும் அம்மாவுக்கு அருகில் வரவில்லை.

அம்மாவின் நெஞ்சில் விழுந்து அக்கா அழுதது. நான் தலைமாட்டில் நின்றேன்.

கந்தையா சின்னையா அவசரப்படுத்தினார்.

"வீட்டுக்கு வேண்டாம். நேரா சுடுகாட்டுக்குக் கொண்டுபோயி பொசுக்கிறுவோம். தூக்கு... தூக்கு"

ஏணியோடு அம்மாவைத் தூக்கினார்கள்.

கருப்பையா மச்சான் என்னைத் தூக்கிக்கொண்டு நடந்தார்.

நான் கொள்ளிவைத்தேன். அம்மா எரிந்தது.

ஜானகி அக்கா முளைப்பாரி தூக்கவில்லை.

கோயில் கிடாய் வெட்டுப்படவில்லை.

"நான் பெத்த மகளே ஜானகி...

நான் பெத்த மகனே சேது...

நான் பெத்த மக்கா..."

கோட்டைக் கிணற்றுக்குள் அம்மாவின் ஒப்பாரி கேட்டுக் கொண்டே இருந்தது. நீர்ப்பாம்பு சுற்றிச் சுற்றி அம்மாவை கலக்கிக் கொண்டிருந்தது.

"அம்மா... வாம்மா... வீட்டுக்கு வாம்மா..."

ஊருக்குள் கோடாங்கிச் சத்தம் கேட்டது.

'டுண்... டுண்... டுண்ண்'

"சேதூ... சேதூ..."

ஜானகி அக்கா கத்திக்கொண்டே ஓடிவந்தது.

கோடாங்கிச் சத்தம் உக்கிரமாய்க் கேட்டது.

பாவாடையை கை நிறைய உயர்த்திப் பிடித்துக்கொண்டு அக்கா ஓடிவந்தது.

'டுண்... டுண்... டுண்ண்....'

"சேதூ... நம்ம அம்மா வந்திருக்கு...!"

"நம்ம அம்மாவா?"

"ஆமாம்..." அக்காவுக்கு மூச்சு இரைத்தது.

"எங்கே?"

"கந்தப் பிள்ளை வீட்டுக்கு..."

நான் கிணற்றுக்குள் எட்டிப் பார்த்தேன். நீர்ப்பாம்பு சுற்றிக் கொண்டிருந்தது. அம்மா தெரியவில்லை.

டுண்... டுண்.. டுண்ண்...

ஜானகி அக்கா என் தோளைத் தொட்டு இழுத்தது.

"நிஜமாவா அம்மா வந்திருக்கு!"

"ஆமாம்."

நானும் அக்காவும் காய்ந்த மலங்களுக்கு ஊடுபாதையில் ஓடினோம். வேலிமுள் முகத்தில் அடித்துக் கிழித்தது.

“அம்மா...அம்மா...”

கந்தப்பிள்ளை வீட்டை நெருங்க நெருங்க கோடாங்கிச் சத்தம் பலமாகக் கேட்டது.

டுண்... டுண்... டுண்ண்...

டுண்... டுண்... டுண்ண்...

வீடு நிறைந்து வாசல்வரை கூட்டம் கூடிக்கிடந்தது. கூரை வீட்டின் இண்டு இடுக்குவழியே கோடாங்கிச் சத்தம் கனத்து வெளியேறி மிரட்டியது.

வாசலில் மீனா அத்தை, “பாவம்... பச்ச மண்ணுக. பால் குடி மறக்க முன்னே பெத்தவளைப் பறி கொடுத்துட்டுப் பரிதவிக்குதுக...! போய்யா... சேது... உள்ளே போ... உங்க அம்மாவைப் பாரு...” என் தலையைத் தடவியது.

டுண்... டுண்... டுண்ண்.

“தம் பிள்ளைக மேல லச்சுமி உசுரையே வச்சிருந்தாள். அதுதான் செத்தும் சுத்தி சுத்தி வர்றாள்” சோலையம்மா அத்தை, ஜானகி அக்காவை அணைத்துக் கொண்டது.

“பொழுது அடைஞ்ச நேரம் கோட்டைக் கிணத்துப் பக்கம் லச்சுமின்னு பேரு உள்ள சமஞ்ச குமரிகள் யாரு போனாலும் பிடிச்சுக்கிறாள்.”

வாசல் கூட்டத்தை விலக்கிவிட்டு உள்ளே நுழைந்தேன்.

சாணி போட்டு மெழுகிய மண்தரை. நிறையப் பெண்கள் கூட்டம். மேலச் சுவரோரம் கந்தப்பிள்ளை மகள் லக்ஷ்மி அக்கா, மண்டி போட்டு உட்கார்ந்திருந்தது. தலைமுடி அவிழ்ந்து தொங்கியது. நெற்றி நிறைய திருநீறு, குங்குமம். கண்ணெல்லாம் ரத்தம் ஏறி நெருப்புக் கங்காய் இருந்தது. நெஞ்சுத் துணி ஒதுங்கிக் கிடந்தது.

‘டுண்... டுண்... டுண்ண்...’

கிடாக்குளத்துக் கோடாங்கி, பேயோட்டுவதில் பேர்போனவர். இடுப்பில் சிவப்பு பட்டுத்துண்டு. நெஞ்சின் குறுக்கே எலுமிச்சம் பழ மாலை. அள்ளிமுடிந்த கொண்டை. வெத்திலைக் காவி பிடித்த வாய். இடது கால் லேசாக நொண்டி. தங்க செட்டுப் பல். இடது கையில் உடுக்கை. மண்டியிட்டுப் பின்னங்கால்களில் உட்கார்ந்து இருந்தார். முன்னால், வெள்ளிப்பூண் பிடித்த பிரம்பும் சவுக்கும் கிடந்தன.

லஷ்மி அக்காவுக்கு முன்னால், வாழை இலையில் நெத்திலிக் கருவாடு அம்மாவுக்குப் பிடித்தது.

பிடி கொழுக்கட்டை,

குங்குமடப்பி,

முருங்கைக்கீரை,

மஞ்சள் கிழங்கு எல்லாம் அம்மாவுக்குப் பிடித்தது.

லக்ஷ்மி அக்கா, இரண்டு கைகளையும் கோர்த்து மேலேதூக்கி உடலை முறுக்கிவிட்டது. பல்லைக் கடிக்கும் சத்தம் கேட்டது.

கோடாங்கி, பிரம்பைக் கையில் தூக்கினார். லக்ஷ்மி அக்கா பாய்ந்து கோடாங்கியின் முகத்தைப் பிறாண்டியது.

லாவகமாய் ஒதுங்கிக்கொண்ட கோடாங்கி, அம்மாவைப் பிரம்பால் மாறி மாறி அறைந்தான். வெறிகொண்டு கத்தினான். அம்மாவின் உடம்பெங்கும் பிரம்படி. சட்டைத்துணி கிழிந்து, நெஞ்சு துருத்தியது. அம்மா சுருண்டது.

"டேய்... ய்... ய்..." கூட்டத்தை மிதித்து ஓடி, உடுக்கையைக் குத்திக் கிழித்தேன். கோடாங்கியின் அவிழ்ந்துகிடந்த முடியை வாரிப்பிடித்துப் பின்னுக்கு இழுத்து கன்னத்தைக் கடித்தேன். கோடாங்கி கத்தினான். என் கால் மிதிபட்டு வாழை இலையில் இருந்த படையல்கள் சிதறின.

மீனா அத்தை ஓடி வந்து என்னை இழுத்து வாரித் தூக்கிக்கொண்டு, "சின்னப் பிள்ளைதானே? பெத்தவளோட நெனைப்பு... பாவம்..." என்றது.

சனம் வாய் திறக்கவில்லை.

மீனா அத்தை என்னை வாசலில் கொண்டு வந்து இறக்கி விட்டது.

கோட்டைக் கிணற்றை நோக்கி வேகமாய் ஓடினேன். அம்மா படுத்திருந்தது.

வால் சுழித்த பொந்துப் பாம்பு. குட்டித்தவளை அம்மாவைக் கலைக்கவில்லை.

'நான் பெத்த மகளே ஜானகி...

நான் பெத்த மகனே சேது...

நான் பெத்த மக்கா...'

"அம்மா... வாம்மா... வீட்டுக்கு வாம்மா... "

●

12 ரைட்... போகலாம்

கருவாட்டுக் கடைகளுக்கிடையில் பஸ் நின்றது.

மேல்காற்று, புழுதிவாரி இறைத்துக் கொண்டிருந்தது. கருவாட்டு நாத்தம் குடலைப் புரட்டியது.

சன்னம் சன்னமாய் ஆட்கள் ஏறிக்கொண்டிருந்தனர்.

பாதையோரக் கடைகளில் தட்டுத் தட்டாய் மிச்சர், சேவு, சீவல், கருப்பட்டிச் சேவு. தின்பண்டங்களை காக்காய், குருவி கொத்தாமல் இருக்க முன்னால் தாறுமாறான சணல் பின்னல்.

கடைக்காரம்மா கனமாய் இருந்தாள். உடம்பெல்லாம் உப்பு பரிந்திருந்தது. தலையெல்லாம் காற்றடித்த தூசி.

பஞ்சமாய் போனதாலே யாவாரம் சம்பல்.

'நல்லா... நிறுத்துப் போடும்மா. நீ என்ன... தங்கம், பவுனை நிறுத்தாப்லே நிறுக்கிறே!" கடற்கரை பேச்சு இழுத்து முழக்கி தனியாய்த் தெரிந்தது.

"நாளைப்பின்னே நாங்க வரணுமா? இல்லையா? பனங்காட்டுச் சனம் வந்தால்தான் சாயல்குடியிலே யாவாரம்" ஒரு சேவை எடுத்து வாயில் நுழைத்து நொறுக்கினாள்.

"சரி தாயீ... உன் மனசுப்படியே நிறுத்துட்டேன். பிடி தாயீ..." வந்த யாவாரத்தை விடமுடியுமா?

பக்கத்திலே கருவாடு, டீக்கடை, கருப்பட்டி, கோணிச்சாக்கு, கொய்யாப் பழக்கடை, அச்சாபீஸ். ஒன்றோடொன்று 'பிசுக்... பிசுக்' கென ஒட்டிக் கொண்டிருந்தன.

பஸ்ஸில் 'காச்' 'பூச்' என ஒரே பேச்சுச் சத்தம்.

பஸ்ஸில் ஏறும்வரை ஒன்றாக இருந்தவர்கள் ஏறியதும், இப்போது தான் சந்திக்கிறவர்களைப் போல், வலிய வலியப் பல விஷயங்களை வரவழைத்து, அடித்தொண்டை போட்டுப் பேசுகிறார்கள்.

"ஏப்பா சக்கரை, ஊருப் பக்கம் மழை தண்ணி உண்டா?"

"பரமக்குடி வாய்தாவுக்குப் போனியா?"

"காளிமுத்துக் கல்யாணம் எப்ப?"

பஸ்ஸில் போவது பட்டணப்பிரவேசம் போகிறமாதிரி.

இஞ்சின் இருமலோடு, தத்தித் தத்தி பஸ் கிளம்பியது. வண்டிச் சத்தமும் சேர்ந்துகொண்டதால் பேசுறவங்க மேலும் சத்தம் போட்டுப் பேசவேண்டி இருந்தது. அடித்தொண்டை போட்டுக் கத்துறாங்க. அடுத்தவங்களை பேசவிட்டு 'உம்' கொட்டிக்கொண்டு வர்றதுதான் புத்திசாலித்தனம்.

பெண்கள் பகுதியில் இடத் தகராறு.

"ச்சீ... அங்கிட்டுப் போ. நீ என்ன பொம்பளைதானா? இடிச்சுக்கிட்டு வந்து மேலே விழுகுறே!"

"முக்கால் துட்டுக் குடுத்து டிக்கட் ஏடுத்துட்டு, மூணு லட்ச ரூபா பஸ்ஸை வெலை குடுத்து வாங்கினவள் மாதிரில்லே நீட்டுறாள்!"

நிற்பவர்களைப் பார்த்தால் உட்கார்ந்திருப்பவர்களுக்கு இளக்காரம். அரை டிக்கட்டுகள் எல்லாம் கால்களை விரித்துப் பரப்பிக்கொண்டு, நிற்பவர்களை உட்காரவிடாமல் அதிகாரம் பண்ணின.

லட்சுமிபுரத்துக்காரர்களின் தலை கணிசமாய்த் தெரிந்தது.

லட்சுமிபுரம் ஜனங்க ரொம்ப நாளா மனுக் கொடுத்து, போராடி, மறியல் பண்ணி வாங்கின பஸ் வசதி. ஊரணிக் கரையோரம், களத்துமேடுதான் 'பஸ்டாப்.' ஊருக்கு பஸ் வர்றது ஜனங்களுக்கு ஏகப்பட்ட சந்தோஷமாய் கௌரவமாய் இருந்தது.

மழை, தண்ணி இல்லே. காட்டுச் சோலியும் கெடையாது. காளியம்மன் கோயில் ஆலமரத்தடியிலே கூடி ஊர்க்கதை பேசுறது தான் சோலி.

"டேய்...! வெகுபாடு பட்டு நம்ம ஊருக்குக் காரு வசதி வாங்கி இருக்கோம். காருக்காரனுக்கு நட்டமில்லாம, நாலு சனம் காரேறினால் தான்... நீடிச்சு நம்ம ஊருக்குள்ளே காரு வந்து போகும்"னு, ஊரு பெரிய மனுசன் ஒரு ஆளு சொன்னதை மனசுலே வச்சு, பெருநாழி, சாயல்குடியிலே சோலி இருந்தாலும் இல்லாவிட்டாலும் தினமும் வெள்ளைச்சட்டை போட்டுக் காரேற சிலர் தவறுவதே இல்லே.

எப்படியாவது பஸ் வரத்தைத் தக்கவைக்கணும்.

"இன்னும் ஒரு ஆளு யாருய்யா டிக்கட் எடுக்கணும்?" நெரிசலில் பிதுங்கிக்கொண்டிருந்த கண்டக்டர், பஸ் குலுக்கலில் ஆடிக் கொண்டே இரைந்தார்.

"ஒரு டிக்கட் யாருய்யா?"

பஸ்ஸுக்குள் வெட்டிச் சத்தம்தான் கேட்டதே ஒழிய பதிலைக் காணோம்.

"வண்டியை நிறுத்துங்கண்ணே."

விசில் ஊதியதுதான் தாமதம்.

"இங்க ஒரு டிக்கட் குடுப்பா" முகம் அலுங்காமல் காசை நீட்டினார் ஒரு பெருசு.

"ஏன்ய்யா... ஆவியை வாங்குறீங்க? நாய்மாதிரி கத்துறேன்லே?"

பஸ்ஸில் ஏறியதிலிருந்து பேசிக் கொண்டிருந்தவர்கள், தொண்டை வறண்டதும் தாமாகவே அடங்கி, பின்னால் ஓடிக் கொண்டிருக்கும் கருவக்காட்டைப் பார்த்தபடி இருந்தனர்.

ரோடு குண்டும் குழியுமாக இருந்தது. ஓர் இடத்தில் 'நச்ச்' எனத் தூக்கிப் போட்டது.

"ஆத்தாடீ... இதென்ன! ரொக்கம் போட்டு டிக்கட்டு எடுத்தும், காரு... இந்தக் குலுக்கு குலுக்குது!" ஒரு நரை மீசை முணுமுணுத்தது.

ரோட்டோரம் போய்க்கொண்டிருந்த 'கிடை' மாடுகளைக் கண்டதும், "ஏய் டைவரு! காரை நிறுத்துப்பா. நான் எறங்கிக்கிறேன்." பஸ்ஸுக்குள் இருந்து மாட்டு யாவாரி கத்தினார். எட்டு விரல்களில் மோதிரம்.

"நடுக்காட்டுலே எல்லாம் மோட்டார் நிக்காதுய்யா."

"மோட்டாரு... நிக்காதா? குறுக்கே ஒரு மாடு வந்து விழுந்தா நிறுத்தமாட்டீங்களோ? மாட்டுக்கு மோட்டாரு நிக்கும்... மனுசனுக்கு நிக்காதாக்கும்?"

“நல்ல ரூட்டுய்யா இது? அக்கப்போரா இருக்கு. இந்த ரூட்லே மோட்டாரு ஓட்டுறதுக்குப் பதிலா... நாலு எருமைய மேய்க்கப் போயிறலாம்.”

வண்டி நின்று, மாட்டு யாவாரியை இறக்கிவிட்டுப் புறப்பட்டது.

“அருப்புக்கோட்டை நாலு... பரளச்சி ரெண்டு... பெருநாழி பதிமூணு... கமுதி வெலக்கு ஒன்னு...”

கண்டக்டர் சொல்லச் சொல்ல, செக்கிங், இன்வாய்ஸ் எழுதிக் கொண்டே வந்தார்.

“லச்சிமிபுரம் என்னய்யா ஆச்சு?” முனியசாமி, உன்னிப்பாய் கவனித்துக் கேட்டார்.

“பெருநாழி ஏழு... தீனா பாலம் ரெண்டு... கீழ்குடி ஒண்ணு...”

“லச்சுமிபுரம் என்னப்பா ஆச்சு?” பாதி எழுந்து, பாதி உட்கார்ந்தபடி அடித்தொண்டையில் முனியசாமி அதட்டினார்.

“அண்ணே! எங்களுக்குப் பெருநாழிதான் ஸ்டேஜ். லச்சுமிபுரம் இன்வாய்ஸ்லே வராது.”

“ஏன் வராது?”

தோளில் கிடந்த துண்டை எடுத்து கழுத்தைச் சுற்றிப் போட்டுக் கொண்டே, “டிக்கட்டு காசு... பெருநாழிக்கு வாங்கிக்கிறே...! தொலைஞ்சு போ. இன்வாய்ஸ்லே எங்க ஊருப் பேரை எழுத மாட்டேன்னா என்ன அர்த்தம்?”

“ஏய் முனியசாமி! ஊருப் பேரை இன்வாய்ஸ்லே எழுதாட்டி என்ன? இதுக்குப் போயி இப்படி கிறுக்குத்தனமா கத்துறே! உக்காருப்பா.” லட்சுமிபுரத்து வெள்ளைச் சட்டைகள் அங்கங்கு எழுந்து நின்று கையமர்த்தின.

“இவன்ங்க யாருடா கோட்டிப்பயலுக! இன்வாய்ஸ்லே ஊரு பேரை எழுதுனாத்தான், ஊருக்குள்ளே காரு வர்றது ரெக்கார்டாகும். நாளைப் பின்னே திடீர்னு வண்டி விடாம நிறுத்திட்டா... எந்த ரெக்கார்டை வச்சுக் கேப்பீங்க?”

முனியசாமி நாலு காடு சுத்தி வந்தவர்.

“நம்மை எல்லாம் ‘கோட்டிப்பயலுகள்’னு நெனச்சு ஏய்க்கிறான்டா” லட்சுமிபுரத்துக்காரர்களுக்குச் சுரீரென்றது.

ஊருக்குள்ளே கார் வருது. இன்வாய்ஸ்லே எழுத்துப்பூர்வமா எழுதறதுக்கு என்ன?”

முனியசாமிக்கு ஆதரவாக சிலர் கச்சை கட்டினர்.

பெண்கள் பகுதியில் சலசலப்பு.

"இதென்ன வீசுன பயலுக... காருக்குள்ளே சண்டை போட்டுக் கெடக்கிறான்ங்க!" தொடையில் அடித்துக்கொண்டே சாமான்களைப் பத்திரப்படுத்தினர்.

ஏகக் கூச்சல்.

எல்லோரும் எழுந்து நின்று, அவரவருக்குத் தோன்றிய ஞாயஞ் சொன்னார்கள். யார் சத்தமும் ஒழுங்காய் கேட்கவில்லை.

டிரைவருக்குக் கோபம் பொத்துக்கொண்டு வந்தது.

"யோவ்...! சும்மா இருக்கீங்களா... வண்டியை ஆப் பண்ணிப் போடவாய்யா?" கியரை மாற்றிச் சத்தம் காட்டினார். பஸ், 'க்ளுக்' எனக் குலுங்கியது.

"இந்த டைவருப் பயலுக்கு கொழுப்பைப் பாரேன்!"

"லட்மிபுரத்துக்குள்ளே வாடா... உன்னைச் செருப்புட்டே போடுறேன்." முனியசாமி தலையில் துண்டைக் கட்டினார்.

"யோவ்... மரியாதையா பேசுய்யா... நீ உன் ஊருலே சண்டியர்னா... நான் என் ஊர்லே சண்டியரு..."

முனியசாமி குனிந்து செருப்பைக் கழற்றி, "என்னடா... சொன்னே...?" குறிபார்த்து டிரைவரின் பிடரியில் எறிந்தார்.

திங்கட்கிழமை காலை.

லட்சுமிபுரம் விலக்குப் பாதையில் பஸ் நின்றது.

"ஏம்மா... லச்சுமிபுரம் எறங்கிக்கோ."

"ஊருக்குள்ளே போகாதா?" கைக்குழந்தையோடு முழித்தாள்.

"போகாது. எறங்கு."

இடுப்பில் குழந்தையை இடுக்கியபடி, கோணிச்சாக்கு மூட்டையுடன் இறங்கினாள்.

"ரைட்... போகலாம்."

தார் ரோட்டில் பஸ் கிளம்பியது.

குழந்தையையும் கோணிச்சாக்கையும் இடுக்கி இழுத்துக்கொண்டு, "அந்தக் கூறுகெட்ட முனியசாமியை... பழைய வெளக்கமாத்தாலேயே நாலு சாத்து சாத்தணும்," பஸ்ஸை திரும்பிப் பார்த்து முனகியபடி, லட்சுமிபுரம் மண் சாலையில் நடந்துபோனாள்.

●

13. அக்கினி சலவை

"அய்யா... அடிக்காதீங்க சாமீ..." பொத்திய கைகளை மீறி மூத்திரம் இறங்கியது.

"தாயோளி வண்ணாப்பயலுகளா...! இனிமே என் புஞ்சையிலே கழுதை மேயுமா?"

"மேயாது... இனிமே மேயாது அய்யா...!" எல்லோர் வாயிலும் கண்ணிலும் வடிந்தது.

'க்ளார்... க்ளார்...' கொதிக்கக் கொதிக்க அடி. தென்னை மட்டை முதுகுத்தோலை உரித்தது.

"அய்யா... அடிக்க அடிக்கக் கையேந்துற அனாதைப்பயலுக நாங்க, போதும் சாமி..."

'பம்ப் செட் சத்தம், தென்னை இளங்காற்று, சதிராடும் நெல்மணிகள், கிளிகள், குயில்கள், 'க்ளார்... க்ளார்...'

"ஊருக்கஞ்சி வாங்கிக் குடிக்கிற வண்ணாப்பயலுகளுக்கு என்ன திமிரு இருந்தா... கழுதைகளை அவுத்துவிட்டு என் வெள்ளாமையை அழிப்பீங்க...!

அடுத்து அடுத்து மட்டைகள் உரிந்தன.

'க்ளார்... க்ளார்... க்ளார்...'

"அடிக்காதீங்க அய்யா..."

'க்ளார்... க்ளார்...'

"சாமீ... அய்யாவுகளே..."

"றத்... றத்..."

"போதும் அடிக்காதீங்க..."

'றத்'

"அடிக்காதடா டேய்..." முத்துப்பயல் கெதியான இளவட்டம். திரள்திரளாய் சதைக்கட்டு. பந்தயக் குதிரையின் முகக் குறி.

கைவாக்கில் ஒரு தென்னைமட்டை கிடந்தது. காலமெல்லாம் ஊராரின் அழுக்குத் துணிகளை துவைத்துப் பழகியது இப்போது கைகொடுத்தது.

தன்போக்கில் போய்க்கொண்டிருந்த கருநாகம் தலைமிதி பட்டதும் வாலை சுழற்றிச் சுழற்றி அடித்தது.

'சட்டேர்... சட்டேர்... சட்டேர்...'

'க்ளார்... க்ளார்... க்ளார்...'

முத்துப்பயல், தோப்புக்காரனை துவைத்து எடுத்துவிட்டான்.

நாயை அடித்துக் கொன்று, குழிதோண்டிப் புதைத்து, அதன் மேல் தென்னங்கன்றுகளை நட்டால் குதிரைமாதிரி 'ஜங்ஜங்' என வளருமாம். தோப்புக்காரன் கொல்லையில் நட்ட தென்னங்கன்றுக்கு முத்துப்பயல் அடி உரம் ஆகிப்போனான்.

கொலையுண்ட மகன் முத்துப்பயலுக்காக வாய்விட்டு அழவும் முடியாமல் அடக்கவும் முடியாமல் பிதுங்கும் அழுகையை விழுங்கினாள் மூக்கம்மா. எச்சிலும் கண்ணீருமாய் சேலைத்தலைப்பு நனைந்தது.

வீட்டுவாசலில் தெரு கூடிக் கிடந்தது. வீட்டு வீட்டுக்கு அழுக்குத் துணிப்பொதிகள். எல்லா கழுதைகளையும் பிணைத்துக் கட்டி இருந்தார்கள். இவ்வளவு வினையும் கழுதையால் வந்ததுதானே?

"தாயீ மூக்கம்மா... சத்தம் போட்டு அழுகாதே. ஒரு உசுரைப் பலி கொண்டதோடு போகட்டும்... எதிர்த்து கேட்டா... எல்லா வீடு, வாசல்களையும் தீ வச்சுக் கொளுத்திருவான்ங்க. அத்தனை சனமும் அழியவேண்டியதுதான். ஏன்னு கேக்க நாதி இல்லே."

மூக்கம்மா தரையைப் பரசினாள்.

"என் கோபுரத்தை இடிச்சு... குட்டிச்சுவரா ஆக்கிட்..." கூடி இருந்த பெண்கள் பதறி, மூக்கம்மாவின் வாயைப் பொத்தினார்கள். ஒரே

மகனைப் பறிகொடுத்தவளை ஒப்பாரி வச்சுக்கூட அழ விடவில்லை. "அழுது என்ன ஆகப் போகுது?"

"இன்னைக்கு நேத்தா நாம அடி வாங்குறோம்? அப்பன், பூட்டன் காலத்திலே இருந்து அடியும் உதையும்தானே நமக்கு ஆபரணம்?"

"இத்தனை ஆம்பளைகளும் அடி வாங்குறபோது... உன் மகனுக்கு மட்டும் கோபம் பொத்துக்கிட்டு வந்ததாக்கும்?"

ஓலைப்பெட்டியை கட்கத்தில் இடுக்கிக்கொண்டு குழிப் பணியாரம் விற்க வந்த வெள்ளையன் ஆசாரி பெஞ்சாதி, தெருவை எட்டிப் பார்த்துவிட்டு நுழையாமலே அடுத்த தெருவுக்குத் திரும்பினாள். சிறுபிள்ளைகள் முதற்கொண்டு பல் துலக்கவில்லை.

கூட்டைக் கலைத்தவனிடம் பிடிபட்டு கையைக் கொத்தும் கரிச்சான்குஞ்சைப்போல் வள்ளி கத்தினாள்.

"என் சிங்கத்தை வெட்டிச் சாய்ச்சிட்டான்ங்களே...!" திமிறி உருண்டாள். பெண்கள் விலகி நின்றனர். நெருப்பைப் பொத்த முடியவில்லை. வள்ளி, முத்துப்பயலின் அத்தை மகள். அடுத்த மாதம் கல்யாணம். பரிசம் போட்டு நாலு நாள் ஆகிறது. முத்துப்பயல் நேற்றுத்தான் வள்ளியை கைதொட்டுக் கிள்ளியிருந்தான்.

குழந்தையின் கன்னத்தில் புறங்கையால் செல்லமாய் தட்டுவது போல், பாலாய்ப் பெருகிக்கிடக்கும் கண்மாய்த் தண்ணீர், காற்றில் அலைந்து கரையை 'சலப், சலப்' எனத் தட்டிச் சிரித்துக் கொண்டிருக்கிறது.

சலவைத்துறையில் பொதிபொதியாய் ஊராரின் அழுக்குத் துணிகள். வானத்தில் விசிலும் றெக்கையுமாய்க் கள்ளன் போலீஸ் விளையாட்டு ஆடும் கள்ளப்பருந்துகள். பொட்டல் காட்டில் அருகு, கோரைகளை மேயும் கழுதைகள். கண்மாய் குளிர்ச்சி, உச்சிவெயில் தகிப்பை மட்டுப்படுத்திக் கொண்டிருந்தது.

முத்துப்பயல் ராகம் போட்டுத் துணி துவைத்துக் கொண்டிருந்தான்.

'கம்மாத் தண்ணியிலே

கலக்கிறது வேர்வையில்லே

அம்மா மடிப்பாலு

அத்தனையும் வேர்வையல்லோ ...'

மூக்கம்மா, மகனுக்குக் கஞ்சி கொண்டுவந்து இறக்கினாள்.

"முத்து... வாய்யா... வந்து கஞ்சியைக் குடி ..."

முத்து நிமிர்ந்து பார்க்கவில்லை. துணிகளை அடித்துத் துவைத்து சக்கையாய்ப் பிழிந்து கரைமேல் விட்டெறிந்தான். இந்த வேகாத

வெயிலில் கழுதைகூடப் பொதி சுமக்காது. முத்துப்பயலுக்கு ராகம் கிளம்பியது.

'உதிரம் சுண்டச் சுண்ட

ஊருத்துணி துவைக்கிறவன்

கருமம் தொலையலையே ...!

கால்வயிறு நெறையலையே!'

குற்றத்தை ஒப்புக்கொண்டு தண்டனை அனுபவிக்கும் கைதி போல், அழுக்கு நீங்கத் துவைத்த துணிகள், பொட்டல் வெளியில் காய்ந்து கொண்டிருந்தன.

"அய்யோ... அய்யோ... கஞ்சி கொட்டிப் போச்சே...!" மூக்கம்மா தொடையிலும் நெஞ்சிலும் அடித்துக்கொண்டு ஓடினாள். பதித்து வைத்திருந்த கலயத்தை ஒரு கழுதை முகர்ந்து கொட்டி விட்டிருந்தது.

"அப்பவே கஞ்சியைக் குடிக்கச் சொன்னேனே... கேட்டானா?" மகனைப் பார்த்து விரல்களை நெரித்தாள்.

முத்து கரை ஏறி வந்தான்.

வள்ளி, துணிகளைப் போட்டுவிட்டு ஓடி வந்தாள். கலயம் உருண்டு கிடந்தது. மூக்கம்மா ஒரு முள்ளுமாரை உருவி, கழுதையை ரெண்டு போடு போட்டாள்.

முத்துப்பயலுக்கு கை ஓய்ந்து வந்தது. தலைத்துண்டை அவிழ்த்து முகம் துடைத்தான். மூக்கம்மா ஆத்திரம் தீர, ஓடி ஓடி கழுதையை அடித்தாள்.

வள்ளி, தாவணியைச் சரி செய்தாள்.

"மச்சான் ... இங்கே வாயேன்."

"எங்கே?"

"நான் கொண்டுவந்த கஞ்சி இருக்கு."

"உங்க அப்பாவுக்கு?"

"அப்பா குடிச்சிருச்சு"

"அப்புறம் ஏது கஞ்சி?"

"நான் குடிக்க"

"நீ குடி."

"நான் போயி வீட்டுலே குடிச்சுக்கிறேன். நீ வா."

வேல ராமமூர்த்தி | 99

“நான் பசி பொறுப்பேன். நீ குடி...” முத்து திரும்பினான். தோளைத் தொட்டாள். ‘குபுக்’ எனத் திரண்ட கோபம் கண்களில் கட்டி, உடைந்து கன்னத்தில் இறங்கியது.

“ஏய் கிறுக்கு... ஏன் அழுகுறே?”

மூக்கம்மா ஊடே வந்தாள்.

“முத்து அவகூடப் போயி கஞ்சியக் குடி. இல்லேன்னா வண்ணாந்துறை யிலேயே ஒப்பாரி வச்சிருவா... போடா...”

“சரி... சரி... வா கழுதை...” உதட்டோரம் சிரித்தான். வேட்டியை உதறிக் கட்டினான்.

கருவேலஞ்செடி நிழலில் துண்டை விரித்து உட்கார்ந்தான். விடிந்ததில் இருந்து வியர்வை சிந்தியவனைக் கருநிழலும், நெளியும் கண்மாய்க் காற்றும் கிளர்த்தியது.

வள்ளி, கலயத்தை முன்னே வைத்தாள். துணி முடிச்சில் வெங்காயம், உப்புக்கல்லு, பச்சை மிளகாய். ஒரு கிண்ணத்தில் சுண்ட வைத்த நேற்றைய வெஞ்சனம்.

கலயத்தில் வாய்வைத்துக் கஞ்சியை உறிஞ்சினான். பசித்துச் சாப்பிட்டால் அது ஒரு ருசி! கஞ்சி, பஞ்சாமிர்தமாய் இருந்தது. கண்மாய்த் தண்ணீருக்குள் கால் கடுக்க நின்று வேடிக்கை பார்க்கும் கருவேல மரங்களைப் பார்த்தபடியே வெங்காயத்தை எடுக்கும் சாக்கில் வள்ளியின் தொடையில் ஒரு கிள்ளு கிள்ளினான்.

வள்ளி உருண்டாள்.

“ஒரு வீரவானை வெட்டிச் சாய்ச்சிட்டான்ங்களே...!”

இளவட்டங்கள் குருட்டுக்கோழிகளாய் கவிழ்ந்து கிடந்தார்கள். கூடிநின்ற பெண்கள் முந்தானையை உருவி, வாய் பொத்தி, கலங்கி விலகி நின்றனர். பெரியவர்கள், சுவர்க்கோடியில் குத்துக்காலிட்டுச் சுரணை அற்றுக் கசிந்தனர். சிறுவர்கள், கொத்துவதற்குப் பல் முளைக்காத பாம்புக்குட்டிகளாய் ஊடாக நெளிந்து திரிந்தனர்.

வெயில் ஏறிக்கொண்டிருந்தது.

வள்ளி, நிமிர்ந்தாள்.

“நம்ம வீட்டுப் பட்டத்து யானையைப் பலி கொண்டான்ங்களே! அவன்ங்க வீட்டு நாய்க்குட்டி மேல ஒரு கல்லெறியச் சகிப்பான்ங்களா?”

எல்லோர் நெஞ்சுக்குள்ளும் ‘மூசு, மூசு’ என முட்டியது.

வள்ளியின் தம்பி, பன்னிரண்டு வயது ராமுப்பயல் கூட்டத்தை விலக்கிவிட்டு வந்து அக்காவின் கைகளைப் பிடித்துக்கொண்டு,

"அக்கா... அழுகாதக்கா..." அழுதான்.

"அடேய் ராமு... நம்ம மச்சானைக் கொன்னுட்டான்ங்கடா... நம்ம முத்து மச்சானைக் கொன்னுட்டான்ங்கடா..." தலையில் ஓங்கி ஓங்கி 'மங்... மங்...' என அறைந்தாள்.

'அக்கா... அழுகாதக்கா...'

தம்பியை நெஞ்சோடு கட்டிக்கொண்டாள்.

"தம்பீ... என் நெத்திக்கு வந்த குங்குமம் கொட்டிப்போச்சே! என் தாலியைப் பொதச்சிட்டான்ங்களேடா... தம்பீ!" ராமுப்பயலின் கழுத்தை வளைத்துக்கொண்டு கத்தினாள்.

ஏறுவெயில் பற்றி எரிந்தது.

ஒரு சிறுவன், இன்னொருவனிடம் வாய் ஒழுகச் சொன்னான். 'நம்ம முத்து அண்ணனைக் கொன்னுட்டான்ங்க!"

"யாரு கொன்னது?"

"தெரியலே" கைகளை மலர்த்தினான்.

வெள்ளைச்சாமி ஒரு கோட்டிப்பயல். எளவட்டம். 'விருட்'டென எழுந்தான். வேட்டியை தார்ப்பாய்ச்சிக் கட்டினான்.

வள்ளி நிமிர்ந்து பார்த்தாள்.

தோளில் கிடந்த துண்டைத் திரட்டி தலைப்பாகை கட்டினான்.

செருப்பைத் தேடி மாட்டினான்.

கூட்டம் விழித்தது. ஒன்றிரண்டு வாலிபர்கள் எழுந்தனர்.

இடது கையால் மீசையைக் கோதிவிட்டான்.

வள்ளியும் எழுந்தாள்.

அரக்க பரக்கத் தேடினான். ஒன்றும் அகப்படவில்லை. வலது கைவாக்கில் சுண்டு ஏகாலியின் கூரை வீடு. மூங்கில் கழி வெளியே துருத்திக்கொண்டு இருந்தது. இரண்டு கைகளாலும் 'விருட்'டென உறுவினான். கட்டைக்கம்பு கையோடு வந்தது. கூரை சரிந்தது. 'சட்டக்... சட்டக்' எனச் செருப்பு சப்தமிட தெருவோடு கிளம்பினான்.

சனம் மருண்டது. பயமும் சிலிர்ப்பும் இமை ஏறின.

தார்ப்பாய்ச்சி கட்டிய வேட்டியும், இறுக்கிக் கட்டிய தலைப்பாகையும், 'கட்கட்' எனச் செருப்பும் வாலிபக் கைகளில் கட்டக்கம்புமாய் 'விர்ர்... விர்ர்' என நடந்து 'அந்த' தெருவில் நுழைந்தான்.

சனம் வாயடைத்து நின்றது.

சாதிக்குப் பெரிய மனுஷன் சுண்டு ஏகாலியின் நெஞ்சு படபடத்தது. வெள்ளைச்சாமி போகும் திசை பார்த்துக் கைகளை ஏந்தி "அடேய்... வெள்ளைச்சாமி. வேண்டாம்ய்யா... நம்ம சனம் அழிஞ்சுபோகும் வாணாம்ப்பா." பரிதவித்தார்.

ஆணு பொண்ணு அத்தனைக்கும் 'பதக் பதக்' என்றது.

ஒரு கரும்பூதம் வாய் நிறைய நெருப்போடு வந்து, அக்கினி வளையமிட்டு, குழந்தை குட்டிகளைக்கூட தூக்கிப்போட்டுப் பொசுக்கிச் சாம்பலாக்கித் திரேகம் பூசிப் பல்லிளிக்க, பயம் வயிறுகளைக் கவ்வியது.

வெள்ளைச்சாமி நுழைந்த தெருவில் கதவுகள் திறந்து கண்கள் முளைத்தன. நடுத்தெருவில் நின்றான். இடது ஓரம் ஒரு மின்விளக்குக் கம்பம். நாலு எட்டு முன்னே நடந்து ஓங்கி அடித்தான்.

'சட்டேர்... சட்டேர்...'

புரட்டிப் புரட்டி அறைந்தான். கம்பம் ஆடியது. அந்தத் தெரு நெடுக மின் கம்பிகள் அலைந்தன. தெருக்கண்களில் இமை ஆடவில்லை.

கட்டக்கம்பு சக்கை சக்கையாய்த் தெறித்தது. நெஞ்சு இளைத்தது. இடம் வலமாக கண்களைத் தீட்டினான். தெருக் கதவுகள் ஜாடை மாடையாக மூடின. கையில் மிஞ்சிய கட்டையை நடுத்தெருவில் விட்டெறிந்தான்.

சினிமா கொட்டகைப் பொட்டல், சிறுவர்கள் சைக்கிள் ஓட்டிப் பழகப் பொருத்தமான இடம். இந்த வயசில் சைக்கிள் பழக சுண்டு ஏகாலிக்கு மனசு எடம் கொடுக்கலே. வேறுவழி?

'சாதிப்பேரு சொல்ல... தெருவுலே ஒரு கழுதை கிடையாது. அரை வெலைக்கும் குறை வெலைக்கும் வித்து ஒழிச்சாச்சு. தெரு எளவட்டம் எல்லாம் வேற பொழப்புத் தேடி, காரேறி, ஊரைவிட்டு வெளியேறிட்டான்ங்க. ஒன்னு ரெண்டு கெழடுகள்தான் கெடக்கோம். வீட்டுக்கும் வண்ணாந்துறைக்கும் தலைச்சுமையா எம்புட்டு பொதி சுமக்க முடியும்? சைக்கிளைப் பழகுனா.... இதுக்கு காத்தடிக்கவும், பஞ்சர் ஒட்டவும், டயரு வாங்கிப் போடவும்... கட்டுப்படி ஆகாது போல இருக்கு. கழுதைன்னா... செலவு ஏது? நமக்குப் பின்னாடி எருத்துணி தொவைக்க வண்ணான் கெடையாது.

கெந்திக் கெந்தி ஓடி சைக்கிளில் ஏறினார்.

"என்னப்பா... சுண்டு... சைக்கிளா பழகுறே?"

"ஆமா சாமியோவ்..." பதில் சொல்லத் திரும்பித் தடுமாறி விழுந்தார்.

●

14 தடம்

மழை பெய்த மறுநாள், குப்பைகூட பூத்துச் சிரிக்கிறது.

மகளை நிச்சயம் பண்ண வரும் மாப்பிள்ளையைக் கண்டது போல், மழையைக் கண்டதும் சம்சாரிகளுக்கு சந்தோசம்.

குருவி குடிக்கக்கூட, வெட்டுக் கிடங்குகளில் ஒரு சொட்டுத் தண்ணீர் இல்லாமல் கிடந்த கண்மாய், ஒரே நாள் மழையில் கர்ப்பம் தரித்துக்கொண்டது.

இன்னும் ‘புனு புனு’ என்று தூறல் விட்டபாடில்லை.

நேற்று, மேற்கே இடியும் மின்னலும் இருந்த கூறைப் பார்த்ததுமே, தோளில் கிடந்த துண்டை உதறி தலைப்பாகை கட்ட ஆரம்பித்து விட்டார்கள். வழக்கத்துக்கு மாறாக, ஒரு ‘டீ’ அதிகம் குடித்து விட்டுத் தெம்போடு கடன் சொன்னார்கள். கடன்காரர்களை வழியில் பார்த்ததும் அஞ்சி ஒளியாமல் சமமாகச் சிரித்துக் கடந்து போனார்கள். வீட்டுப் பெண்களைப் பிரியத்தோடு பெயர்சொல்லி அழைத்தார்கள். சத்தம் போட்டு வேலை ஏவினார்கள்.

‘பூமி கொடுக்கணும்... இல்லே... பூதம் கொடுக்கணும்’ என்று வானம் பார்த்தே முழி பெருத்துப் போனவர்கள். இனி, ஆறு மாதம் கால் ஓய்ந்து ‘உஸ்... அப்பாடா....’ என உட்கார நேரம் கிடைக்காது. நாற்றுப்பாவ, நீர்விட, தொழிய வெட்ட, பரம்பு தடவ, நட, விதைக்க...

எப்பவும் இல்லாமல் இந்த வருசம், புரட்டாசி மாதமே கண்மாய் பெருகி, மறுகால் ஓடுவதைப் பார்த்து சந்தோசம் தாங்க முடியவில்லை.

இந்த வருசம் வெள்ளாமை உறுதி. கடன் அடஞ்சிரும்!

உழவு மாடுகளை தட்டிக் கொடுத்தார்கள். திங்கத் திங்க கூளம் போட்டு ஊரல் காட்டினார்கள். கட்டுத்தரை ஈரத்தில் படுக்க முடியாத ஆடுகள், வீட்டுத் தாழ்வாரத்தில் ஒன்றி, குறுகி நின்றன. ஈயத்தட்டை மண் தரையில் போட்டு குழந்தை இழுப்பதுபோல் ஆட்டுக் குட்டிகளின் சத்தம்.

வடக்கே கண்மாய்க்குள் கடைக்கொம்பு மூலையில் கருவேல மர உச்சியில் அமர்ந்துகொண்டு, அன்றில் பறவைகள் கத்தின.

‘அன்டுலு கத்தக் கத்த.

அடமழ பேயப் பேய,

இடையன் குன்னக் குன்ன,

எனக்கொரு தொத்த ஆடு’

என்று, ஆட்டுக் கிடைக்கு வந்து நரி கேட்குமளவுக்கு மழை.

கோடையிலே ‘ஏழு உழவு’ போட்டாலும், காலத்திலே ‘எடுப்பு உழவு’ ஒன்று போட்டு விதைப்பதுபோல் இருக்காது. இந்தச் சேறு சகதியிலே ஏர் இறங்காது. ஒரு நாள் வெயில் ‘சுள்ளு’ன்னு அடிக்க வேண்டும். அதற்குள் விதை, வித்து சேகரிக்க வேண்டும்.

“அடியே... மீனா..”

“ஏன்...?”

“இங்க வாடீ...”

“ச்சேய்...! ஆம்பளை இந்தக் கத்தா கத்தறது? மழையைக் கண்டதும் பசி தாங்கலே போலிருக்கு.”

“வெதை நெல்லு எம்புட்டு இருக்கு?”

“வீடான வீட்டுல வெதை நெல்லு ஏது? உங்க தங்கச்சி மகளுக்கு விருந்து வச்சது எந்த நெல்லு அரிசியிலே? வெதை நெல்லை அவிச்சு, அரைச்சுத்தான் விருந்தாக்கிப் போட்டேன்.”

“என் தங்கச்சி மக விருந்துக்கு வந்ததைச் சொல்லிக் காட்டுறயாக்கும்? இப்போ வெதைக்க நெல்லு...?”

"முகம்மது ராவுத்தர் பொண்டாட்டிகிட்டே கேட்டுருக்கேன்"

"படி நெல்லு எம்புட்டு?"

"காசு இல்லே... ஓசிதான்! நல்ல மனுசி!"

தூறல் வலுத்தது.

டீக்கடையில் அடைந்துகிடந்தவர்கள் மழையை வேடிக்கை பார்த்துக் கொண்டிருந்தார்கள். எல்லோர் மனதிலும் கொந்தளிப்பு! மழையைக் கண்டதும் வயிற்றுப் பாட்டுக்கு நம்பிக்கை பிறக்க, மனம் இளகிப் போனார்கள்.

இப்போதுதான் சந்திப்பவர்களைப்போல், ஒருவருக்கொருவர் குசலம் விசாரித்துக் கொண்டார்கள்.

'மேல்காட்டுல உளுந்து போடு. கீழ்காட்டுல பருத்தி போடு' ஒருவருக்கு ஒருவர் யோசனை சொல்லிக் கொண்டார்கள்.

வானம், இடி இடிக்கவும், மின்னல் வெட்டவும் கிளம்பிவிட்டது. 'சொலு, சொலு' என மழை ஊற்றியது. டீக்கடை தென்னந்தட்டியை அறுவிக் கொண்டு தெருத் தண்ணீர் ஓடியது.

"ஓடையிலே மே மிச்சமா தண்ணி வருமே?"

"வரட்டும்... வரட்டும்!"

கடை ஒழுகியது. ஒருவருக்கு ஒருவர் இடித்துக்கொண்டு உட்கார்ந்து இருந்தனர்.

"இந்த வருசம் எருதுகட்டு வச்சிற வேண்டியதுதான்"

"மொதல்ல வெள்ளாமை வெளஞ்சு வீட்டுக்கு வரட்டுமப்பா..."

"அதெல்லாம் நிறைகுளத்தா கண் தெறந்துடுவாள்!"

நிறைகுளவள்ளி அம்மன் கோவில் கண்மாய்க்குள் இருக்கிறது. அடர்ந்த ஆலமரம், உயர்ந்த அரசமரம், ஒரு புளி, கோவில் சுற்றுச் சுவருக்குள் ஒரு வேம்பு. வருசாவருசம் நிறைகுளத்தாளுக்கு முளைக்கொட்டுத் திருவிழா நடக்கும்.

ஆவணி மாதம் அய்யனாருக்கு குதிரை எடுத்து, ஆத்தாளுக்கு முளைப்பாரி தூக்கி, ஊர் சுற்றிவந்து பொங்கல் வைப்பார்கள். நாடகம், கச்சேரி, மாட்டு ஆட்டம், கரகாட்டம் எல்லாம் நடக்கும். நல்லபடியாக காடுகரை விளைந்தால் எருதுகட்டும் உண்டு.

"காடு வெளஞ்சா நாடு செழிக்கும். எல்லாச் சனமும் நல்லா இருக்கணும்"

"மழை ஊத்தறதப் பார்த்தா... கண்மாய் தாங்குமா?"

"இதென்ன கண்மாயா? ஒரு வருசமாவது வெட்டுப்போட்டு ஆழப்படுத்துனா... வர்ற தண்ணி நிக்கும். மேடு மேவிக் கிடந்து... மேல் மிச்சமாத் தண்ணி வந்தா எப்படித் தாங்கும்?"

"யாரு வெட்டுறது?"

"சர்க்கார்தான் வெட்டணும்."

"சர்க்காருக்கு இதுதானா வேலை? ஊர் கூடித்தான் வெட்டணும்."

"ஊருதான் ஒன்பதுகூறாப் பிரிஞ்சு கெடக்கே! ஒண்ணுகூடுற ஊரா இது?"

தலையில் போட்டிருக்கும் கொங்காணிச்சாக்கு 'தொப்பு, தொப்பு' என நனைந்து கனக்க, மேற்கே இருந்து தலையாரி வந்து கொண்டிருந்தார்.

"தலையாரி திங்கிட்டு கெடந்து வருது?"

வந்து, கடைக்குமுன் நின்றார்.

"ஏய்... ஓடையிலே எக்குத்தப்பா தண்ணி வருது! கண்மாய் தாங்காது."

போர்த்தி இருந்த துண்டுக்குள் குறுக்குவசமாய் கைகளைக் கட்டிக்கொண்டு குத்துக்காலிட்டு உட்கார்ந்து இருந்தவர்கள் நிமிர்ந்தார்கள்.

"இப்ப என்ன செய்யலாம்?"

"ஊரைக் காப்பாத்தணும்..."

"மேற்கே, நல்லதண்ணிக் கிணத்துக்கு நேரா கண்மாய் உடைஞ்சா... நம்ம சனம் சாகும். அப்படி இல்லேன்னா... கிழக்கே மடைக்குழிக்கு நேரா உடைப்பெடுக்கும்."

"கிழக்கே உடைஞ்சா?"

"கிழக்கே உடைஞ்சா... ராவுத்தமாரும் பகடைகளும்தான் சிக்குவான்ங்க."

"சாகட்டும்."

"முளைப்பாரி ஊரு சுத்தி வர்றபோது, வருசாவருசம் பள்ளிவாசலுக்கு முன்னாடி கொட்டு அடிக்கக்கூடாதுன்னு தகராறு பண்றாங்களே... என்ன கொழுப்பு!"

"அழியட்டும்..."

"நம்ம தெருவைக் காப்பாத்துவோம்... வாங்கப்பா."

மேற்கே, நல்லதண்ணீர்க் கிணற்றுக்கு நேராக கரையை உயர்த்தினார்கள்.

வானம் கொட்டியது.

பள்ளிவாசல் 'நகரா' ஒலித்தது.

முஸ்லீம் வீட்டு ஆண்கள், பெண்கள், குழந்தைகள் எல்லாம் திரண்டனர். கைகளில் மண்வெட்டி, கூடை. அருந்ததியர் வீட்டு ஆண்களும் பெண்களும் சேர்ந்துகொண்டார்கள்.

மழையில் நனைந்துகொண்டே கிழக்கே மடைக்குழிக்கு ஓடினார்கள். ஆண்கள், மண்ணை வெட்டி, வெட்டி கூடையில் அள்ளிவிட, பெண்களும் குழந்தைகளும் ஓடி ஓடிச் சுமந்தார்கள்

கரை உயர்ந்தது.

பொழுது இருட்டியது.

சனம் உறங்கிக்கொண்டிருந்தது.

ஓடையில் நீர்வரத்து குறையவில்லை.

தூறிக்கொண்டிருந்த மழை வலுத்தது.

பள்ளிவாசல் 'நகரா' ஒலித்தது.

"ஏய்... ஓடியாங்க... ஓடியாங்க... கம்மாய் உடைச்சுருச்சு..."

தலையாரி, தெருத் தெருவாய்க் கத்திக்கொண்டே இருட்டுக்குள் ஓடினார்.

"எந்தப் பக்கம்?"

"கடக்கொம்பு மூலையிலே உடைச்சு... காட்டு வாக்கிலே வெள்ளம் போகுது... இந்த வருசமும் பஞ்சம்தான்..."

"நெறகுளத்தா... சோதிச்சுட்டியே... தாயீ...!"

"ஏய்... பொம்பள... பிள்ளை எல்லாம் கௌம்பு... ஓடு... ஓடு..."

"டேய்... கரையை உடைச்சு ஓடுறது கம்மாத்தண்ணி இல்லே... நம்ம கஞ்சித் தண்ணி! எல்லோரும் கௌம்புங்கடா..."

பள்ளிவாசல் 'நகரா' ஒலித்துக்கொண்டே இருந்தது.

ஊர்ச்சனமெல்லாம் திரண்டு, கண்மாய்க் கரை வழியே ஓடினார்கள்.

இருட்டுக்குள்ளும் பாதை தெரிந்தது.

●

வேல ராமமூர்த்தி

15 வடிவாம்பாள்

இராணிசேதுபுரம் ஜமீன் வகையறாவுக்கு வாழ்க்கைப்பட்டுப் போகக் காத்திருந்தாள் வடிவாம்பாள்.

அரச குதிரைபோல் வாளிப்பான உடம்புக்காரி. விரல் பருமனில் வில்லாய் நெளிந்திருக்கும் புருவக்கட்டு. முகம் நிறைய மிதக்கும் கண்கள். முன்நீண்டு வளைந்த மூக்கு. ஆலம்பழமாய்க் குவிந்த அடிஉதடு. மேல் உதட்டில் மெழுகுப்பூச்சாய் முளைத்திருக்கும் பூனை ரோமம். காதுக்கும் கீழே இறங்கிக் கறுத்திருக்கும் முடிக்கற்றை. நாணிக் கோணாத குத்துப்பார்வை. 'ணங்... ணங்...' என தரை அதிரும் நடை. நிறை வீட்டு அழகாய் இருந்தாள் வடிவாம்பாள்.

வடிவாம்பாளின் அப்பா சித்திரைச்சாமி அண்ணன் சித்திரைவேலு. வம்சமே 'சித்திரை வம்சம்'. ஆண் வாரிசுகளெல்லாம் சித்திரைப் பெயர் சூடி இருப்பார்கள். வல்லநாட்டுச் சனம் சித்திரைச்சாமியின் வீட்டை 'சாமிவீடு' என்றுதான் சொல்லும். சித்திரை மாதம்கூட அவர்களுக்கு 'சாமி மாதம்' தான். கூலிக்காரக் குடியான சனங்களின் வாயால் 'சித்திரை' என்பதே 'சாமி' வீட்டுக்கு அவமரியாதை

என்று ஒரு ஐதீகம். வல்லநாட்டுச் சனங்களுக்கு, சித்திரைச்சாமிதான் ‘குலசாமி’. ‘சாமி’ வீட்டு ஒற்றைப் பெண்ணரசி வடிவாம்பாளுக்கு சித்திரை பதினெட்டாம் தேதி கல்யாணம். ‘சாமி’ வீட்டுக் கல்யாணங்கள் எல்லாம் ‘சித்ரா பௌர்ணமி’ அன்றுதான் நடக்கும். வல்லநாடு முழுக்க, பத்து நாட்களாய் வடிவாம்பாள் கல்யாணம் பற்றித்தான் பேச்சு. வடிவாம்பாளை குடிசனம் யாரும் பார்த்ததில்லை. அந்தப் பேரழகுபற்றி, பிறர் சொல்லக் கேட்டதுதான். மணக் கோலத்திலேயே நேரில் பார்க்கப்போகிற சந்தோசத்தில் துள்ளாட்டம் போட்டு குடும்பம் குடும்பமாய்க் கிளம்பினார்கள்.

சித்திரை பதினெட்டு.

வருகிற சனங்களைப் பந்தல் வாசலில் வரவேற்க, திருச்சுழி பூமிநாதன் கோவில் யானை; திம்மநாதபுரம் மாரிமுத்து ஆசாரி கிளாரினெட்; மணமக்களின் பட்டணப்பிரவேசத்திற்கு, செட்டிநாட்டு குதிரைச் சாரட்டு. ஊரு... சின்ன ஊருதான் என்றாலும், பேரு ‘பட்டணப்பிரவேசம்.’ பொன்நிறப் பட்டுடுத்தி, ஆயிரந்திரி விளக்காய்ச் சபையேறிய வடிவாம்பாளைப் பார்க்கச் சனமெல்லாம் முண்டியடித்தது. பந்தலுக்குள் இருந்த அத்தனை கண்களையும் நேருக்குநேர் பார்த்து நமஸ்கரித்தாள் வடிவாம்பாள்.

வடிவாம்பாளைக் கண்டு மனசு நிறைந்த சனம், அவளைப் பெண்டாளப்போகும் மாப்பிள்ளையைக் கண்ணளந்தது. வலதுபுறம் தலை தொங்க அமர்ந்திருந்தான். திருப்பூட்டுகிற நேரம்வரை நிமிரவில்லை. மாங்கல்யத்தைக் கையில் கொடுத்து, ஆளைத் தட்டி எழுப்பி கட்டச் சொன்னார்கள். எழுந்தவன் இன்றுதான் பூப்பெய்திய புதுக்குமரிபோல் நாணிக்கோணினான். பருவச்செழிப்போடு நிறைபெருக்காய் இருந்த வடிவாம்பாளை, ஓரக்கண்ணால்கூட அவன் உரசிப் பார்க்கவில்லை.

வல்லநாட்டுச் சபைச் சந்தோசம், தலைகுப்புறக் கவிழ்ந்தது.

“நம்ம நாச்சியாருக்கு, இவனா... புருசன்!”

பந்தல் சனத்தில் பாதி கலைந்தது.

சாமி வீட்டு மாடுகளை மேய்க்கும் காளி, பெரிய பாட்டுக்காரன், மனிதர்களுக்கு முன்னால் பாடமாட்டான். மாட்டுத் தொழுவத்தில்... மேய்ச்சல் காட்டில்... மாடுகளுக்காகத்தான் பாடுவான். எல்லா மாடுகளுக்கும் ‘மூலி, காரி, பூரணி, கப்பை, கவட்டை, சுழியன்’ என்று பெயர் வைத்திருப்பான். பந்தய வண்டி மாடுகளுக்குப் பெயர் ‘பஞ்ச கல்யாணி’. மேய்ச்சலுக்கு ஓட்டிப் போகும்போது தடம் பிசகும் மாடுகளை, ‘அடேய்... சுழியா...! “அடியேய்... பூரணி!” எனச் சத்தம் போட்டு அதட்டுவான். காளியின் பேச்சு மாடுகளுக்குப் புரியும். சொன்னபடி கேட்கும்.

மாடுகளோடே குடியிருந்தான் காளி. இரவுப்படுக்கையும் தொழுவத்தில்தான். தொழுவத்தை உள்ளங்கைச் சுத்தத்தில் வைத்திருப்பான். சாணி, சகதியை காணப் பொறுக்காது. தொழுவத்துக்கு வெளியே ஒரு சாணக்கிடங்கு. இரண்டு ஆள் மட்டம். நூறு மாட்டுச் சாணத்தையும் காளியே அள்ளிக் கொட்டுவான். நிரம்பிக் கிடக்கும் ஒரு வருச மாட்டுச் சாணம், கோடையில் காட்டு உரமாகும். சித்திரை பதினெட்டில் ராணிசேதுபுரம் ஜமீன் வகையறாவுக்கு வாழ்க்கைப்பட்டுப் போன வடிவாம்பாள், சித்திரை இருபத்தி ஏழாம் தேதி பிறந்த வீட்டுக்குத் திரும்பிவிட்டாள். ஒரு கூட்டு வண்டியைப் பூட்டி, தானே ஓட்டி வந்துவிட்டாள்.

புருசன் வீட்டுக்குப் போன வேகத்தில் திரும்பிவந்த மகளைக் கட்டிப்பிடித்து தாயார் அழுதாள். தகப்பன் சித்திரைச்சாமி, வடிவாம்பாளின் முகத்தில் முழிக்கவே வெட்கப்பட்டார். அண்ணன் சித்திரைவேலு வெளி நடமாட்டத்தை குறைத்துக் கொண்டான்.

வடிவாம்பாள் வாழாமல் திரும்பிவந்த சோகம், வல்லநாடெல்லாம் அப்பிக் கிடந்தது. 'மணமேடையிலேயே நாணிக்கோணிய அந்தப் புருசனிடம், வடிவாம்பாள், பத்து நாள் இருந்ததே விரயம்' என்பது வல்லநாட்டுக் கணக்கு. ஆறு மாதம், ஒரு வருசமாய் இரண்டு பக்கமும் எத்தனையோ பஞ்சாயத்து, பழங்கதைகள் பேசிப் பார்த்தார்கள். வடிவாம்பாள் அசைந்து கொடுக்கவில்லை. பொழுது விடிய வெகுநேரம் இருக்க, நாலுபேர் தொழுவத்துக்குள் நுழைந்து கதவைச் சார்த்தியதும், மாடுகளெல்லாம் எழுந்து கொண்டன. வந்தவர்களின் கைகளில் திருக்கை மீன் வாலும் உருட்டுக்கட்டைகளும் இருந்தன. சனி மூலையில், கயிற்றுக்கட்டிலில் மூடிப் படுத்திருந்தான் காளி. கட்டிலோடு அமுக்கிப் பிடித்து காளியின் கையையும் காலையும் கட்டினார்கள்.

திருக்கை மீன் வாலும் உருட்டுக்கட்டைகளும் காளியின் உடம்பை வரி வரியாய்ப் பிளந்தன. இரவு முழுக்க இட்ட சாணத்தை மிதித்து உழப்பிக்கொண்டு மாடுகள் கத்தின.

"ம் சொல்லுடா... வடிவாம்பாள் அம்மா, ராத்திரி இங்கே வந்தாங்களா? என்ன நடந்தது?"

மாடுகள் மருகிமருகிக் கத்தின. மாட்டுக்கத்தலில் காளியின் அலறல் வெளியே கேளாமல் அமுங்கிப்போனது.

"காலமெல்லாம் கஞ்சி உத்தின 'சாமி' வீட்டுக்கா... துரோகம் பண்ணினே?" உச்சந்தலையில் ஒருவன் ஓங்கி மிதித்தான்.

"நாச்சியாரோட, கெண்டைக்கால் ரோமத்தைக்கூடப் பார்க்க அருகதை இல்லாத கூலிக்கார நாய்க்கு.. அவங்க, கொண்டை

ரோமத்து விரிப்பிலே 'படுக்கை' கேட்குதோ...!" திருக்கை மீன் வாலும், உருட்டுக் கட்டைகளும் காளியைப் புரட்டி எடுத்தன.

தொழுவத்தை விட்டு இரண்டுபேர் வெளியேறி, சாணக்கிடங்கில், உப்பு மூட்டை ஒன்றை அவிழ்த்துக் கொட்டினார்கள். ஒரு வருடச் சாணம், 'மொறு... மொறு' வென நுரை கொப்பளித்துப் பொங்கியது.

காளியை தொழுவத்துக்கு வெளியே இழுத்துவந்த நாலு பேரும் நிமிர்ந்து, 'சாமி' வீட்டு மாடத்தைப் பார்த்தார்கள். வடிவாம்பாளின் அண்ணன் சித்திரைவேலு, மாடத்தில் நின்று பார்த்துக் கொண்டிருந்தான்.

வடிவாம்பாளையும் காளியையும், கையும் களவுமாகப் பிடித்தவன் சித்திரைவேலுதான். நேற்று நடுச்சாமத்துக்கு மேலிருக்கும். வீட்டுக்குள் புழுக்கமாய் இருந்தது. காற்றுக்காக மாடத்துக்குப் போனவன் சித்திரைவேலு. பிணையலாடி முடித்து, கலைந்துகிடந்த தலைமுடியை அள்ளிக் கொண்டையிட்டபடி, தொழுவத்தைவிட்டு வெளியேறி வருகிறாள் வடிவாம்பாள். வாசலில் நின்று, வடிவாம்பாளை கட்டித்தழுவி, வழியனுப்புகிறான் காளி. இந்த அன்னியோன்யம்... ஒரு நாள், இரண்டு நாளல்ல... பல நாள் தொடுப்பில் வருகிற அன்னியோன்யம்.

உப்போடு சாணக்கிடங்கு நுரைத்துப் பொங்கிக் கொண்டிருந்தது.

மாடத்திலிருந்து சித்திரைவேலு கை அசைத்தான்.

நாலு பேரும், காளியை தலைக்குமேல் தூக்கி, சாணக்கிடங்கின் நடுவில் விட்டெறிந்தார்கள். திருக்கை வாலும் உருட்டுக்கட்டைகளும் அடித்துப் பிளந்திருந்த சதைத்தெறிப்பில் உப்பும் சாணமும் விஷமாய் ஏற, காளி அலறினான்.

"வடிவாம்பா...!"

வடிவாம்பாள் நடுக்கூடத்தில் இருந்தாள். அண்ணனின் கோபம், தாயாரின் அழுகை, தகப்பனாரின் தலைகுனிவு என எதையும் பொருட்படுத்தாமல், எப்போதும்போல் இருந்தாள்.

"வடிவாம்பா...!"

காளியின் மரண ஓலம், வடிவாம்பாளின் காதுகளுக்குக் கடைசி வரை எட்டவில்லை.

இன்றும், நடுச்சாமத்துக்குமேல் காளியைத் தேடி தொழுவத்துக்கு வந்தாள் வடிவாம்பாள்.

காளி உயிரோடு இல்லை.

●

வேல ராமமூர்த்தி

16. மண்ணை மீறும் விதைகள்

தெருக்கோடியில் மேயும் கோழி, குஞ்சுகளுக்குக்கூட சங்கரன் வாத்தியாரைத் தெரியும்.

ஊர்ச்சனமெல்லாம் குமுறிக் குமுறி அழுதது.

'வாத்யாரய்யா... போயிட்டீங்களே!'

காடுகரைக்கு ஊருசனம் போகவில்லை.

பள்ளிக்கூடத்துப் பிள்ளைகள் வயிற்றில் கண்ணீர் வடிய, 'சாரு... எங்க... சாரு...!' கேவிக்கேவி அழுதன.

இருபது வருடங்களாகப் பெருநாழி மக்களோடு வாழ்ந்த அன்னம்மாளுக்கு ஒப்பாரிவைத்து அழத் தெரியவில்லை!

"உங்க காலடியே தஞ்சம்னு இருந்தவளை தவிக்கவிட்டுப் பேயிட்டீங்களே சாமி...!"

அன்னம்மாளுக்குத் தெற்கும் தெரியாது... வடக்கும் தெரியாது!

"நம்ம செல்லமகளை... இப்பிடிக் கருக விட்டுட்டுப் பேயிட்டீங்களே அய்யா...!"

ஒரே மகள் சுமதி.

பிள்ளையில்லாமல் இருந்து ஆறு வருடம் கழித்துப் பிறந்த பெண்.

"மகளை பார்த்துப் பார்த்து பூரிப்பீங்களே ராசா! அந்தக் கண்ணை மூட எப்பிடி... மனசு வந்துச்சு!"

சுமதி இன்னும் புஷ்பவதியாகவில்லை. 'இன்னைக்கு, நாளைக்கு'ன்னு இருக்கிறாள்.

சங்கரன் வாத்தியாருக்கும் அன்னம்மாளுக்கும் விருதுநகர் பக்கம் ஒரு கிராமம். வாத்தியாருக்கு பெருநாழியில் உத்தியோகம். சாதி மாறிக் கல்யாணம் பண்ண அவங்க ரெண்டு வீட்லேயும் சம்மதம் இல்லே.

வாத்தியார் ஒரு நாள், பெருநாழி பிரசிடெண்ட் வேலுச்சாமித் தேவரிடம் மட்டும் முன்கூட்டியே சொல்லிவிட்டு ஊருக்குப்போய், இருட்டோடு இருட்டாக, அன்னம்மாளைக் கூட்டிக் கொண்டு வந்துவிட்டார்.

கணவனோடு பெருநாழிக்குள் காலை எடுத்துவைத்தபோது, அன்னம்மாளின் சேலைக்கட்டும், முடிக்கட்டும், நட்ட நாற்றுப்பயிர் மாதிரி அவள் நடந்துவந்த அழகும் ஊர் மக்களுக்குப் புதுசாய்த் தெரிந்தது. ஊரே கூடி வேடிக்கை பார்த்தது.

பிரெசிடென்ட் வேலுச்சாமித் தேவர் அவ்வளவு பெரிய மனிதர், "வாங்க டீச்சரு..." என வாஞ்சையோடு கையெடுத்துக் கும்பிட்டு வரவேற்ற நொடியிலேயே, அன்னமாளுடைய சர்வமும் அந்தக் களங்கமில்லாத சனங்கள்முன் மண்டியிட்டுவிட்டன.

அன்னம்மாள் அதிகம் படிக்கவில்லை. வாத்தியாரய்யாவின் மனைவி என்பதால் 'டீச்சரு' ஆகிப் போனாள்.

இருவரும் சேர்ந்து செய்த இருபது வருடத் தொண்டூழியம் பெருநாழி கிராமத்தையே மாற்றி இருக்கிறது.

பிரசவம் பார்ப்பதிலிருந்து, பிள்ளைகளுக்குப் பள்ளிப் படிப்பு, ஹைஸ்கூல், காலேஜ் அட்மிசன், படிப்பு முடிந்ததும் வேலை பெற ஒத்தாசனை...

வானம் பார்க்கும் பூமி. வருசா வருசம் ஒழுங்கா வெளையும்னு சொல்ல முடியாது. ஆத்திர அவசரத்துக்கு ஊர்ச்சனம் அல்லாடும்போது, இருக்கவே இருக்கு வாத்தியாரய்யா சம்பளப் பணம். காட்டிலே விளைகிற நெல்லு, உளுந்து, மிளகாய், புளி எதுவானாலும் முதல்லே வாத்தியார் வீட்டுக்குத்தான் பெட்டி பெட்டியா வரும்.

ஊர்ச்சனங்கதான் வாத்தியாருக்குச் சொத்து.

சாதி வித்தியாசம் இல்லாமல் இப்படிக் கண்ணீர்விட்டது... வாத்தியார் செத்ததுக்குத்தான்.

பிரெசிடென்ட் வேலுச்சாமித் தேவர்தான் எல்லா காரியங்களையும் முன்னின்று நடத்திக் கொண்டிருந்தார்.

"வாத்தியாரய்யா ஊருக்குத் தந்தி கொடுத்திருக்கு. அஞ்சரைக் காரு வரை பார்ப்போம். அதுக்கு மேலே தூக்கி அடக்கம் பண்ணிற வேண்டியதுதான்."

"அதெப்படி வருவான்ங்க? இருபது வருசமா... 'இருக்காங்களா, செத்தாங்களா'ன்னுகூட எட்டிப் பார்க்காத பயலுக... இப்ப வருவான்களா...?"

ஐந்தரை மணி பஸ் ஊருக்குள் வந்து திரும்பியது. யாரும் இறங்கி வரவில்லை.

"சரி... தூக்கிற வேண்டியதுதான். ரெடி பண்ணுங்கப்பா..." பொழுது சாய அடக்கம் பண்ணி முடிந்தது.

ஊருணிக்குள் இறங்கிக் குளித்து முடித்து, பிரெசிடென்ட் கரை ஏறினார்.

ஊருக்குள் இருந்து வாரிச் சுருட்டிக்கொண்டு ஓடிவந்த திருக்கம்மா, "பெரசென்டு மாமா..." மூச்சிரைத்தாள். "என்னத்தா...!" என்றார் பிரெசிடென்ட்.

"நீங்க வாத்தியாரய்யாவைத் தூக்கிட்டு மயானக்கரைக்கு போகவும்... இங்கே... வாத்தியாரய்யா மகள் சுமதி... வயசுக்கு வந்திருச்சு...!"

"ஏது...?" நெஞ்சைப் பொத்திக்கொண்டார். கால்கள் இடறின.

"காளியாத்தா... சோதிக்கிறியே!" கவிழ்ந்தபடி ஊருக்குள் நடந்தார்.

மகளைக் கட்டிப்பிடித்து அன்னம்மாள் அழுதுகொண்டு இருந்தாள்.

"நம்ம செல்ல மகளுக்குத் தெசை காட்டாமல் போயிட்டீங்களே சாமி...!"

"நீங்க பொணமான அன்னைக்கே... நம்ம மகள்... பூக்கேட்டு நிக்கிறாளே!"

அன்னம்மாள், கண்ணீரோடு தரையைப் பரசினாள்.

"டீச்சரு... டீச்சரு... அழுகாதீங்க டீச்சரு..." ஊர்ப்பெண்கள் நெஞ்சு கனக்க ஆறுதல் கூறினார்கள்.

இருட்டியதும் முளைக்கொட்டுத் திண்ணையில் ஊர் கூடியது.

வாத்தியார் இறந்த மூன்றாவது நாள் கருமாதி வைக்க வேண்டும். மகள் பூப்பெய்தி மூன்றாவது நாள், தலைக்குத் தண்ணீர்விட்டு புண்ணியதானம் பண்ண வேண்டும். இரண்டையும் ஒன்றாக வைக்க முடியாது.

கூட்டத்தைப் பார்த்து பிரெசிடென்ட் வேலுச்சாமித் தேவர் கேட்டார், “என்னப்பா செய்யலாம்...? சொல்லுங்க...”.

கூட்டம் பேசியது.

“மூணாவது நாள் கருமாதியை முடிச்சிருவோம். பொம்பளைப் புள்ள காரியத்தை ஏழாம் நாள் வச்சிக்கிருவோம்.”

“பொம்பளைப் புள்ளைக்குத் தண்ணி ஊத்துறதுன்னா தாய் மாமன் வரணுமே?”

“தாய்மாமனா? தந்தியைப் பார்த்து... சாவுக்கே வராத பயலுக... சந்தனம் பூசவா வரப்போறான்ங்க?”

“நம்ம இத்தனைபேரு இருக்கிறபோது தாய்மாமன் எதுக்கு?”

கருப்பையா எழுந்தார். “பெரசென்டு மாமா...! இருபது வருசத்துக்கு முன்னாடி... வாத்தியாரய்யா நம்ம ஊருக்கு உள்ளே காலடி எடுத்து வைக்கலேன்னா.. .நம்ம வீட்டுப் பிள்ளைகள் இன்னைக்கு இஞ் சினியரு, வக்கீலு, போலீஸ் அதிகாரின்னு உத்தியோகம் பார்க்க... ஊருக்கு வெளியே காலடி எடுத்து வச்சிருக்க முடியாது.”

கருப்பையாவின் கம்பீரமான உறுமல் கூட்டத்தையே நிமிர வைத்தது.

தீர்மானமாகப் பேசினார். “இந்த நெறஞ்ச சபை அறியச் சொல்றேன் கேட்டுக்கோங்க. அந்தப் பொண்ணு சுமதிக்கு... நானே தாய்மாமனா இருந்து சடங்கு சாஸ்திரம் பண்ணி, இஞ்சினியர் வேலை பார்க்கிற என் மகன் காளிமுத்துக்கு ஊரு கூடி முடிவுபண்ணுற தேதியிலே கல்யாணம் பண்ணிக்கொள்ளச் சம்மதிக்கிறேன். நம்ம காளி மேலே சத்தியம்”.

“ஏய் கருப்பையா...! ஏய்யா...!”

“கருப்பையா...!”

“கருப்பையா... நீதானப்பா...மனுசன்!”

தன் ஊர் மக்களிடையே பொங்கிப் பிரவகிக்கும் மனுச நேசத்தைக் கண்டு, கலங்கும் கண்களைத் துடைத்துக் கொண்டார் பிரெசிடென்ட் வேலுச்சாமித் தேவர்.

இளவட்டங்கள், கருப்பையாவைத் தூக்கித் தோளில் வைத்துக் கொண்டு குதித்துக் குதித்து விசிலடித்தார்கள்.

●

17 நெருப்பிலும் பூக்கும்

பெயர் ஹமீது இப்ராஹிம். எல்லோரும் சந்திரபாபு என்று அழைப்பார்கள். நான் 'பாபு' என்றுதான் கூப்பிடுவேன். என் பள்ளிச் சிநேகிதன். இப்போது ஊரில் பெரிய டெய்லர். என் வயது தானிருக்கும். தலைமுடியெல்லாம் கொட்டிவிட்டது. அருவிநீரைப் போல், பின் மண்டையில் கொஞ்சம் தொங்கிக் கொண்டிருக்கும். மண்டை முழுவதும் ஒரு மினுமினுப்பு. ஆட்காட்டி விரலால் பட்டும் படாமலும் அந்த மண்டையில் கோடு போட எனக்குத் தோன்றும். எட்டாம் வகுப்போடு படிப்பை நிறுத்திவிட்டு எட்டணா சம்பளத்துக்குக் 'காஜா' போட வந்தவன்.

நான் ஒரு வாரம், பத்து நாள் விடுமுறையில் ஊருக்கு வந்தால் பகல் முழுவதும் பாபுவின் கடையில்தான் இருப்பேன். என் மனைவி கோபிப்பாள். அவள் சமைக்கும்போதுகூட என்னுடன் பேசிக்கொண்டே இருக்க ஆசைப்படுவாள். என் விடுமுறையை வேறு யாரும் பங்கு போட்டால் அவளுக்குப் பொறுக்காது. அவள் கோபப்பட்டால் எனக்குச் சிரிப்பு வரும். இன்னும் குழந்தைத்தனமாய்

இருக்கிறாள். என் குழந்தைகளிடம், நான் சிரித்துப் பேசி விளையாடினால், வேலைகளையெல்லாம் அப்படி அப்படியே போட்டுவிட்டு வேடிக்கை பார்ப்பாள். மனைவியைச் சந்தோஷப்படுத்தத்தான் எத்தனை வழிகள்.

பாபுவும் நானும் சேர்ந்தால் பள்ளி நாட்களையெல்லாம் ஒரு அலசு அலசிவிடுவோம். சுப்பையா ஹெட்மாஸ்டரின் அன்பு... வாழவெட்டி வாத்தியாரின் கண்டிப்பு... சின்னு வாத்தியாரின் தமிழ்... கோயில்பிள்ளை வாத்தியாரின் பிரம்படி... வெள்ளைத்துரை வாத்தியாரின் உடற்கட்டு... தமிழய்யாவின் நகைச்சுவை... என்று ஒரு சுற்று. பரிட்சையில் காப்பி அடித்து ஜெகதீசன் பிடிபட்டது.... கடைசி பெஞ்சில் அமர்ந்துகொண்டு வாத்தியாருக்குக் கேளாமல் ஈசுவரன் பாட்டுப் பாடுவது... இந்தி எதிர்ப்புப் போராட்டம்... 'கோ கோ' விளையாடும்போது ஓடிவந்த காளீஸ்வரியின் பாவாடையைக் காற்று 'குப்'பென உயரே தூக்கியது... வசந்தா டீச்சரைப் போல ஆங்கிலம் பேசி அடி தின்றது... இப்படி ஒரு சுற்று. பதியம் போட்டு வைத்திருக்கும் பால்ய காலத்தை நினைவுகூர்ந்து மகிழும்போது வயது மறந்துபோகிறது.

"மணி! நானும் படிச்சிருந்தேன்னா... உன்னை மாதிரி உத்தியோகம் பார்ப்பேன். வீட்டு வறுமை விடலே..." சீரியஸான விஷயத்தைக் கூட வார்த்தைக்கு வார்த்தை சிரித்துக்கொண்டே சொன்னான் பாபு. எனக்கு வேதனையாக இருந்தது.

"பாபு நீயும் படிச்சிருக்கணும்தான், அதனாலென்ன? கையிலே அருமையான தொழில் இருக்கு. பெரிய டெய்லர்னு பெயர் எடுத்துட்டே, உனக்கு என்ன குறைச்சல்?"

நொந்த மனதுக்குத் தைரியம் ஊட்டுவதில் ஒரு மகிழ்ச்சி"

பாபு இப்போதும் சிரித்தான்.

"பாபு! நாளை, நீ என் வீட்டுக்கு விருந்துக்கு வர்றே... என்ன?"

"ஓஹோ... முளைக்கட்டு விருந்தா... வர்றேன்."

தீபாவளி, பொங்கல், முளைக்கட்டு விசேஷங்களுக்குத் தவறாமல் பாபுவை நான் விருந்துக்கு அழைப்பேன். ரம்ஜான், பக்ரீத் என என்னை அவன் அழைத்துப்போவான். ஒரு நாள் விருந்து சாப்பிட்டதால், உடம்பு பெருக்காது. அன்பு பெருகும். அன்போடு விருந்து அளிப்பது மிகவும் சந்தோஷமான காரியம்.

நாளை நிறைகுளத்தம்மன் கோயில் முளைப்பாரித் திருவிழா. ஒரு வாரமாக ஊர் அமர்க்களப்பட்டது. தினமும் ஒரு நிகழ்ச்சி. கரகாட்டம், திம்மநாதபுரம் மாரிமுத்து ஆசாரி கிளாரினட் கச்சேரி, சித்தனேந்தல் நடராசன் நாதஸ்வரம், கீழ்த்தூவல் தாமரைச்செல்வியின் நாட்டுப்புறப் பாடல், உள்ளூர் பாலமுருகன் இசைக்குழு. தினமும்

இரவு, தூக்கம் கண்ணைச் சுழற்றும்வரை நானும், பாபுவும் இருந்து நிகழ்ச்சிகளைப் பார்த்துவிட்டுத்தான் பிரிவோம்.

செவ்வாய்க்கிழமை இரவு முளைப்பாரி ஊர் சுற்றிவரும். முளைப்பரப்பி ஒரே வாரத்தில் நாலடி, ஐந்தடி உயரம் வளர்ந்து விடும்! நாராயணத் தேவர் வீட்டு இருட்டு அறையில்தான் முளைப்பாரி வளர்ப்பார்கள். முளைப்பாரி வளர்க்கும் பொறுப்பு வெள்ளையம்மா கிழவியினுடையது. ஒவ்வொரு காரியத்துக்கும் சாமி அவள்மேல் இறங்கி உத்தரவு போடும். என் மகள் ராதிகாவுக்காகவும் முளைப்பரப்பி இருந்தோம்.

"என்னங்க டெய்லரை இன்னும் காணோம்" என் மனைவி, பரக்கப் பரக்க வேலைகளை முடித்துக்கொண்டே கேட்டாள். தன் கைச் சமையலைப் பிறர் ருசித்துச் சாப்பிடும்போது அவர் மறுக்க மறுக்க அள்ளிவைப்பதில் பெண்களுக்கு ஓர் ஆனந்தம்.

ஒரு மணியாகி இருந்தது. பாபுவைத் தேடிப்போன என் மகன் ராஜேஷ் வந்தான்.

"அப்பா... மாமா கடை அடைச்சிருக்கு."

"கடை... அடைச்சிருக்கா!"

"ஆமாம்ப்பா. முஸ்லீம் கடைகள் எல்லாம் அடைச்சிருக்கு."

"முஸ்லீம்...?"

பாபுவை அழைத்துவரப் புறப்பட்டேன். பஸ் ஸ்டாண்ட் வழியாகப் போலீஸ் ஸ்டேஷன் வாசலில்... பெருங்கூட்டம். ஸ்டேசனுக்குள் அதிகாரி முன்னிலையில் வழக்கு நடந்துகொண்டிருந்தது. பஞ்சாயத்துப் போர்டு பிரசிடெண்ட் தேர்தலில் எதிரும் புதிருமாய்ப் போட்டி யிட்ட அபுபக்கரும், ராமசாமியும் ஒருவரை ஒருவர் முட்டித்தள்ளும் ஆக்ரோஷத்தோடு மோதிக் கொண்டிருந்தார்கள்.

"பள்ளிவாசலுக்கு முன்னாலே முளைப்பாரி போகும்போது கொட்டு அடிக்கக்கூடாது."

"ஏன் அடிக்கக்கூடாது?"

"எங்க தொழுகைக்கு இடைஞ்சலா இருக்கும்."

"அப்போ... நீங்க ஒரு நாளைக்கு அஞ்சு தடவை 'பாங்கு' ஓதுறோம்னு சொல்லி ராத்திரி, பகலா மைக்கிலே கத்துறீங்களே... அது எங்களுக்கு இடைஞ்சலா இல்லியா?"

"பள்ளிவாசலுக்கு முன்னாலே கொட்டு அடிக்கக்கூடாதுய்யா..."

"அடிக்கத்தான் செய்வோம்... என்ன பண்ணுவே?"

"பார்த்திருவோமா...?"

போலீஸ் அதிகாரி மேஜையைக் குத்தினார்.

"யோவ்... நான் ஒருத்தன் உட்கார்ந்திருக்கேன். நீங்க பாட்டுக்குச் சவால் விட்டால் என்னய்யா அர்த்தம்?"

வெளியே கூட்டம் நெருப்பாய் நின்றது.

அபுபக்கரும் ராமசாமியும் தேர்தலில் மோதிக் காயம்பட்டவர்கள். அந்தக் கோபத்தை முளைப்பாரி ஊர்வலத்தோடு உரசிப் பார்க்கிறார்கள். அது சரி... கோபத்தோடு கூடிக் கிடக்கும் அந்த அப்பாவி ஜனங்களுக்கு இதில் என்ன இருக்கிறது?

மாலை வரை பாபு விருந்துக்கு வரவில்லை.

'அலோ... அலோ... முளைப்பாரி புறப்படப் போகுது. அலோவ் எல்லோரும் வரவும். அலோவ்... மைக்கில் ஒரு பொடியன் கத்தினான்.

முளைப்பாரி ஊர்வலம் புறப்பட்டது.

முன்னே தீவட்டிகளுடன் இளவட்டங்கள். பெல்ட் போட்ட பெரியவர்கள். அடுத்து உள்ளூர்க் கொட்டு ஒரு ஜதை! கல்லூராணிக் கொட்டு ஒரு ஜதை. முளைப்பாரியைத் தலையில் சுமந்தபடி சிறுமிகள், பெண்கள், அவர்களோடு அணைவாய்க் கிழவிகள். பின்னால் ஆண்கள் நெறித்துக்கொண்டு வந்தார்கள். வாணங்கள் வானை நோக்கிப் பறந்துபோய் வெடித்துச் சிதறின.

பிள்ளைமார் தெரு, மறவர் தெரு, அடுத்து முஸ்லீம் தெருவுக்குள் நுழைந்ததும் கொட்டுச் சத்தம் உக்கிரமாய்க் கேட்டது. பள்ளிவாசல் நெருங்கிக் கொண்டிருந்தது.

முளைப்பாரியின் முதல் வரிசையில் என் மகள் ராதிகா, தலையில் முளைப்பாரியோடு வந்தாள்.

"டேய்... அடி.. நிறுத்தாதே... அடி..."

கொட்டுக்காரர்கள் கும்மாளமிட்டார்கள். ஊர்வலத்தின் தலைப்பு பள்ளிவாசலைத் தொட்டுவிட்டது.

இடுப்பளவு உயரமுள்ள பள்ளிவாசல் சுற்றுச்சுவருக்குள் முஸ்லீம்கள் நிலைகொள்ளாமல் நின்றனர்.

தீப்பந்தங்கள் முன்னேபின்னே மருகின. கொட்டுச் சத்தத்தை மீறி 'திடும், திடும்' என போர்ப்பறை போல் பள்ளிவாசல் 'நகரா' ஒலித்தது.

நொடியில் ஊர்வலம் கலைந்தது.

இருபுறமிருந்தும் மாறி, மாறிப் பெரும் பெரும் கற்கள் குறி பார்த்துப் பறந்தன. பெண்கள் சிதறினார்கள். முளைப்பாரிகள் விழுந்து நொறுங்கின. பள்ளிவாசல் லைட்டுகள் உடைந்தன. பக்கத்துக் கூரை

வேல ராமமூர்த்தி

பற்றி எரிந்தது. என் நெஞ்சில் பெரிய கல்லெறி. சிறுமிகள் மிதி பட்டனர். பெண்கள் பக்கத்துச் சந்துகளில் நுழைந்து ஓடினார்கள். போலீஸாருக்கு அடி; பள்ளிக்கூடத்துத் தகர போர்டுகளும் ஓடுகளும் நொறுங்கின.

'என் மகள் ராதிகா... முன்னால் இருந்தாளே!' கால்களுக்குள் தேடினேன். கல்லும் நெருப்பும் பறந்து கொண்டிருந்தன.

"மணி...!" பாபுவின் சத்தம்.

சுவரோரம் அடிபட்டு மயங்கிக் கிடந்த என் மகளை பாபு தன் மடியில் கிடத்தி இருந்தான்.

"பாபு...!" ஓடினேன்.

பாபுவின் நெற்றியில் கல்லெறிபட்டு இரத்தம் ஒழுகிக் கொண்டிருந்தது.

"டேய்... அந்த டெய்லரு... நம்ம பொண்ணைத் தொட்டுட்டான்...! விடாதே... அடி." பாபுவின் தலையில் விழ இருந்த அடியை என் கையால் தடுத்தேன். கம்பு முறிந்தது.

போலீஸ் துப்பாக்கியைத் தூக்கியது.

●

18. அடைபடாத மடைகள்

மார்கழி மாதக் காலை நேரத்தில் தொப்புள்கொடி அறுக்காத குழந்தையாய் ஊர் குளிர்ந்து கிடக்கிறது. இருமல் இல்லாத வயோதிகர்கள் வாலிபம் பெறுகிறார்கள். குளிர்கிறது. பனி பெய்கிறது.

குளிரும் பனியும் இருந்தால் மழை பெய்யாது.

மழை வேண்டும்.

பால் கோதி இருக்கும் நெல்மணிகள் முற்றிப் பழுக்க நீர் வேண்டும்.

ஒரு தண்ணீர், இரண்டு தண்ணீர் தட்டுப்பாட்டில், வழக்கம் போல் மகசூல் பொய்த்துப்போகும் அபாயம்.

கிழக்கே, செல்லப்பிள்ளையாய் பச்சை வயல்கள். மற்ற மூன்று திசைகளிலும் உளுந்து, கம்பு, பருத்திக் காடுகள். நடுவே ஆளான குமரிபோல் அந்தக் கிராமம்.

பெற்று வளர்த்த மகளை, ஒருவன் கையில் பிடித்துத் தருவதற்காகக் காத்திருப்பவர்கள்போல, காலமெல்லாம் மழைக்காகக் காத்துக் கிடக்கிறார்கள்.

குளிருக்குத் தலைகால் தெரியாமல் போர்த்திக்கொண்டு உறங்குவதல்லவா உறக்கம்?

அதிலும், உவர்மண்ணில் முக்கிப் பிழிந்து, வெள்ளாவியில் வைத்து அவித்து, துவைத்துக் காயவைத்து, வண்ணாத்தி கொண்டு வந்த கண்டாங்கிச்சேலை வெதுவெதுப்பில், ஓடி ஆடி ஊர்சுற்றி வந்த அலுப்பில் பன்னிரண்டு வயதுச் சிறுவன் உறங்குவதுதான் உறக்கம்.

மார்கழிக் குளிர், விடியும்வரை உறங்கி அனுபவிக்கவேண்டிய குளிர்.

குளிரை அனுபவிக்க வேண்டும்.

ஸ்வெட்டர் அணிந்து, கம்பளி போர்த்தி, தலையில் மப்ளர் கட்டித் தெருவில் நடக்க வேண்டும். அந்தக் கொடுப்பினைகள் எல்லாம் இவர்களுக்கு இல்லை. பீடிப் புகையும், முனியசாமி கடை டீ தண்ணியும்தான் இவர்களுக்கு லபித்தது.

சுப்பிரமணியர் கோயில் பூஜை மணிச்சத்தம் கேட்டால் ஊரே நெளியும். நல்ல நாள், தீபாவளி அன்று 'மே காட்டு' ரெட்டிமார் சுடும் கம்பந்தோசை அளவு பெரிய வெண்கல மணி தொங்கும். மரச் சுத்தியலால் பிச்சை சாமி ஓங்கி மணியை அடித்துவிடுவார். ஊரை எழுப்பும் முதல் மணியை அடித்துவிட்டு பூஜைக்கான காரியங்களைக் கவனிப்பார்.

மணிச்சத்தம் கேட்டதும் எருதுகட்டுக் காளையாய் உதறி எழுபவர்கள் ஆளான குமரிப் பெண்கள்தான்.

காதலர்களுக்குள் முதல் ஸ்பரிசம்போல், அரவமில்லாமல் பனி இறங்கிக் கொண்டிருக்கும்.

இடுப்பிலும், கையிலும், பானை குடத்தோடு கிளம்பி, வழி நெடுகத் தோழிகளை இணை சேர்த்துக்கொண்டு நல்ல தண்ணீர்க் கிணற்றுக்கு வருவார்கள்.

பேசவும்... சிரிக்கவும்... கிள்ளவும் துள்ளவுமாய்... குமரித்தனம், குழந்தைத்தனமாய் மாறி, மானுடம் உயிரோடு சிரிக்கும் நேரம் அது.

எதிர்காலம் பற்றி தீர்மானிக்கும் உரிமை இவர்களுக்கு இல்லை. எப்படியும் அமையலாம். அதற்குள் கூடிப் பேசி, சிரித்து, சிறகடிக்கும் ஆர்வம். கிணற்று நீர் இனிக்கும்.

வாசல்களில் மயில்கள், கிளிகள், வண்ணவண்ணக் கோலங்கள். நடுவில் சாணி உருண்டையில் பூசணிப் பூ, ஓர் ஓவியனின் சிரத்தையோடு விடியுமுன் போட்ட கோலத்தை, விடிந்தபின் வீட்டுக்குள்ளிருந்து, கதவு இடுக்குவழியே பார்த்து மனதுக்குள் 'மார்க்' போட்டுக்கொள்ளும்போதே கண்கள் செருகும். வழியில் போகும் யாராவது வாசலில் ஒரு கணம் நின்று கோலத்தைப் பார்த்துவிட்டால்... அடடா! போதும்.

மார்கழி முழுவதும் குளிர்ச்சியாய் பூஜை நடக்கும்.

பிச்சை சாமியின் அப்பா குருநாத சாமியின் காலத்திலேயே சுப்பிரமணியர் கோயில் பூஜை, ஊருக்கு சந்தோஷம் தரும் காரியமாய் ஆகிப்போனது.

எப்பொழுதும் இல்லாமல் இந்த வருடம் மார்கழி முதல் தேதி, பிள்ளையார் கோயிலிலும் 'மைக்செட்' அலறியது.

'நம்ம ஏன் அங்கே போய் ஓரத்திலேயே நிக்கணும்? நம்ம சாதிக்குன்னு நந்தவனம் இருக்கு... கோயில் இருக்கு. தனியா பூஜை நடத்துவோம்.'

முடிமணி வைத்தியர்தான் பிள்ளையார் கோவில் பூசாரி. தெரிந்த வரை மந்திரம் சொல்லி, மணி அடித்து, பூஜையைத் தொடர்ந்து நடத்திவந்தார். சுப்பிரமணியர் கோவிலில் இன்றைய பிரசாதம் சுண்டல் என்றால், பிள்ளையார் கோவிலில் பூம்பருப்பு. இங்கு வெண்பொங்கல் என்றால், அங்கு சர்க்கரைப் பொங்கல்.

அதிகமான கூட்டம் இங்கேயா? அங்கேயா? என்கிற போட்டி. சுப்பிரமணியர் கோயில் சுண்டலை வாங்கி வாயில் அமுக்கிக் கொண்டே ஒரே ஓட்டமாய்ப் பிள்ளையார் கோவிலுக்கு ஓடி, பூம்பருப்பை வாங்கித் தின்பதில் சிறுவர்களுக்கு குதூகலமாய் நாள் ஓடியது.

சேகருக்குப் பன்னிரண்டு வயது.

கண்டாங்கிச்சேலை வெதுவெதுப்பில் சுருண்டு உறங்கிக் கொண்டிருந்தான். சுப்பிரமணியர் கோவில் முதல் மணிச்சத்தத்தில் மீனாதான் எழுந்தாள்.

"சேகர்... எந்திரிடா... கோயில்ல மணி அடிச்சாச்சு"

சேகர் நெளிந்தான்.

"எந்திரி"

தம்பியைக் குலுக்கினாள்.

தாயார் விழித்துக்கொண்டாள்.

"மீனா.... அவன் தூங்கட்டும். கொஞ்சம்நேரம் கழிச்சு நான் எழுப்பி விடுறேன். நீ தண்ணிக்குப் போ."

மீனா, பானை, குடத்தை எடுக்க அடுப்படிக்கு வந்தாள்.

'அது சரி... அவன் "என்ன குளிச்சு முழுகி சாமி கும்பிடவா கோயிலுக்குப் போறான்? சுண்டலும், பொங்கலும் வாங்கத்தானே! கொஞ்சம் நேரஞ்சென்டே எந்திரிக்கட்டுமே' உதட்டோரம் சிரித்துக் கொண்டாள்.

இடுப்பிலும், கையிலும் பானை, குடத்தோடு தாழ்வாரத்துக்கு வந்தாள். கட்டிலில் அப்பா இல்லை.

உளுந்தஞ்செடி பிடுங்கி களத்திலே கெடக்கு. காவலுக்குப் போயி களத்திலே படுத்திருக்காரு. பாவம்... இந்தக் குளிரிலே ராத்திரி எப்படித் தூங்கினாரோ!

வாசலுக்கு வந்ததும் பனி போர்த்தியது.

"வெஞ்சா பேஞ்சதுன்னா வெள்ளாமை போச்சு. கார்த்திகை மழையே ஏமாத்திரிச்சே!"

அடுத்த வீட்டில் ராஜம் சேர்ந்துகொண்டாள்.

"ராஜம்! மார்கழி பூஜை... சாமி கும்பிடவா? சம்சாரியை எழுப்பி விடவா?"

"என்ன மீனா... திடீர்னு!"

"இல்லே களத்து வேலை, காடுகரை, வயக்காட்டு வேலை மும்முரமா நடக்கிற நேரம் இது. குளிரடிக்குதுன்னு அசந்து தூங்கிட்டா பொழப்பு என்ன ஆகிறது? சாமி பெயரைவைத்து, சம்சாரிகளை எழுப்பிவிடறதுக்குத்தான் இந்த மணிச்சத்தம்."

நடுக்கும் குளிரிலும் மீனாவைப் பார்த்து பல் தெரியச் சிரித்தாள் ராஜம்.

"மீனா... உன் புத்திசாலித்தனத்துக்கு இந்தக் கிராமத்துல பெறக்க வேண்டியவளா நீ...!"

சேகர் எழுந்தான்.

வாசலுக்கு வந்து ஒன்னுக்குப் பெய்துவிட்டுத் திரும்ப வீட்டுக்குள் போனான்.

நேரம் புலப்படவில்லை.

"அம்மா...! மணி அடிச்சாச்சா?"

"அப்பவே அடிச்சாச்சு... பூஜை ஆரம்பிச்சிருக்கும்... ஓடு..."

கயிற்றுக்கொடியில் கிடந்த சட்டையை எடுத்து ஒரு கையை நுழைத்துக்கொண்டே தெருவில் இறங்கி ஓட்டமெடுத்தான். வாய் கொப்பளிக்கவில்லை. முகம் கழுவவில்லை. கொடுவாய் ஓடிக் கிடந்தது. கண்களில் பீழை, குண்டுகட்டி இருந்தது.

"முருகா... சுண்டப்பயிறு நெறையா கெடைக்கணும்..."

முனியசாமி டீக்கடையைக் கடந்து திரும்பினார்கள். கோவிலில் உச்சகட்ட பூஜை நடந்துகொண்டிருந்தது.

“அப்பாடீ... இன்னும் சுண்டப்பயறு கொடுக்கல்லே!”

கோவிலின் வெளிவாசல் வரை ஆண்கள் ஒரு வரிசையாய், பெண்கள் இன்னொரு வரிசையாய் நின்று உள்ளே பிரகாரத்தைப் பார்த்துப் பயபக்தியுடன் வணங்கி நின்றிருந்தார்கள்.

சேகர் ஓடிப்போய், வரிசையில் நின்ற ஒரு சிறுவனுக்கு அருகில் இடித்துக்கொண்டு நின்றான். இவன் இடித்ததில் அவனுக்குக் கோபம். சேகரை ‘நறுக்’கென ஒரு கிள்ளு கிள்ளினான்.

அவனும் சுண்டலுக்கு வந்தவன்தான்.

முகம் கழுவவில்லை. வாய் கொப்பளிக்கவில்லை. கொடுவாய், பீழை.

“இந்தக் குளிரிலே எவன் பச்சத்தண்ணியைத் தொடுவான்?”

பூஜை முடிந்து, விபூதி, சந்தனம், குங்குமம் வந்தன.

எல்லாவற்றையும் வாங்கி சேகரும் பூசிக்கொண்டான்.

“இது எல்லாம் யாருக்கு வேணும்? இன்னைக்கு சுண்டலா? பூம்பருப்பா? வெத்துப்பொங்கலா? சர்க்கரைப்பொங்கலா?”

பக்கத்தில் நின்ற சிறுவன் நெருக்கித் தள்ளினான்.

சேகருக்குக் கூடவே ஒரு கவலை.

இங்க வாங்கித் தின்னுட்டு... பிள்ளையார் கோயிலுக்கு ஓடணும். ஒவ்வொரு நாளைக்கு அது முந்திப் போகுது. இன்னைக்கு எங்கயும் நிக்காம... ஒரே ஓட்டமா ஓடணும்.

கோயிலுக்குள் இருந்து பிச்சை சாமி பிரசாதத்தைக் கொடுக்க ஆரம்பித்துவிட்டார்.

‘ஆஹா...! சக்கரைப் பொங்கல்!’

கூட்டம் நெருக்கித் தள்ளியது.

“ஏய் ஒழுங்கா நில்லு... வரிசை... வரிசை...” பிச்சை சாமி அதட்டிக்கொண்டே வந்தார்.

“சாமி... சாமீ...”

“ஏய் பொறுடா... வர்றேன்லே?”

“சாமி... இவன் ரெண்டாவது தடவை வாங்குறான்!”

“ஏய்... எவன்டா அவன்...?”

“சாமி... நான் வாங்கலே” கூட்டத்துக்குள் ஒதுங்கிப்போன ஒரு சிறுவன்.

வரிசை குலைந்தது.

"சாமி... எனக்கு..."

ஒருவழியாய் சேகரின் கைகளில் ஒரு செரங்கை பொங்கல் வந்து விழுந்தது. நெரிசலைவிட்டு லாவகமாய் வெளியேறி பொங்கலை உதடுகளால் பிட்டு, நடந்துகொண்டே தின்றவன், உள்ளங்கையில் ஒட்டியிருந்த பொங்கல் பதத்தை நக்கினான். உரமான உள்ளங்கையை டவுசரின் பின்பக்கம் துடைத்தபடி நிமிர்ந்தான்.

விடிந்துவிட்டிருந்தது.

பிள்ளையார் கோவிலில் ரேடியோ சத்தம் கேட்கவில்லை.

'பொங்கல் கொடுக்க ஆரம்பிச்சுட்டாங்களோ...!'

ஓட்டமெடுத்தான். இவனுக்கு முன்னால் மற்ற பையன்கள் ஓடிக் கொண்டிருந்தார்கள்.

முனியசாமி டீக்கடைக்கு நேராக, கோதண்டன் பாதையின் குறுக்கே மறித்து நின்றுகொண்டு பையன்களைத் தடுத்து அதட்டினார்.

"டேய்... அங்கே போகாதீங்கடா..."

டீக்கடை முனியசாமி கேட்டார்: "கோதண்டா...! என்ன விவரம்?"

"பிள்ளையார் கோவில்ல ஒருத்தன் செத்துட்டான். கைகளை உதறி, வலது காலைத் தரையில் உதைத்து வாய் நிறையச் சிரிப்போடு சொன்னார் கோதண்டன்.

"என்ன...! செத்தது யாரு...?"

"கோயில்ல மைக்செட் போடுற காளியப்பன். கரண்ட் வயரைத் தொட்டுட்டான். தூக்கி எறிஞ்சிருச்சு. அங்கனயே ஆள் அவுட்டு...!" உடலோடு சேர்த்து இரண்டு கைகளையும் குலுக்கித் தட்டிச் சிரித்தார்.

கோதண்டனைப் பார்க்க சேதுவுக்கு அருவருப்பாய் இருந்தது.

"ஒரு மனுசன் செத்ததுக்கு இந்த ஆளு ஏன் இப்படிச் சந்தோசப்படுறான்! மனுசன்தானா இவன்?"

முனியசாமி எழுந்து வந்தார்.

"அடப் பாவமே! கல்யாணம் முடிக்காத எளவட்டமாச்சே?"

கோதண்டன் தோள்களைக் குலுக்கிவிட்டுச் சிரித்தபடி "நமக்கு போட்டியா பூஜை நடத்துறான்ங்களே! என்ன கொழுப்பு" என்றார்.

சேகருக்கு வெளிக்காட்ட முடியாத கோபம்.

'செத்த ஆளைப் பார்க்கணும். பாவம்.' சின்ன மனது கசிந்தது.

கோதண்டனை மீறி ஓடினான்.

பின்னால் கோதண்டன் கத்தினார்:

"டேய்... டேய்... அங்கே போகாதே..."

சேகர், பிள்ளையார் கோயிலை நோக்கி வேகமாய் ஓடினான். பின்னால் மற்ற பையன்களும் ஓடி வந்தார்கள்.

●

19

கன்னிதானம்

சேது, விழித்துப் பார்த்தான்.

ஒரு பெண், புஷ்பவதியாகிப் பருவம் தாண்டுவதுபோல் இரவு விடிந்து கொண்டிருந்தது.

சேது, விடிகாலைப் பொழுதைப்போல் தமயந்தியையும் நேசிக்கிறான். தமயந்தி பூவும், மயிலும்போல் அழகானவள்.

பொழுது விடியும் நேரம் கிராமத்தில் இருக்க வேண்டும்.

1 கிராமத்துக்கு வெளியே ஓட்டு வீடு. நீண்ட வெளித்திண்ணை ஓரத்திலே ஓர் எலுமிச்சை மரம். நடுவிலே ஓர் உறைகிணறு. புழங்குகிற தண்ணீர்... எல்லா மரத் தூர்களுக்கும் போய்ப் பாய்கிற மாதிரி வகிர்ந்து விடப்பட்ட வாய்க்கால். கன்றுக்குட்டியுடன் ஒரு வெள்ளைப்பசு, மரங்கள், வானம் தெரியாமல் அடைந்திருக்கக் கூடாது. வானம் தெரிய வேண்டும்.

இரவு வெளித்திண்ணையில் பாய் விரித்து, வண்ணாத்தி வெளுத்துக்கொண்டு வந்த சுங்கடிச் சேலையை தலையணை

அளவுக்கு மடித்துப் பொதுமலாய் விரித்து, தலைசாய்த்து, மல்லாந்து படுத்துக்கொள்ள வேண்டும்.

இப்போதுதான் குளிப்பாட்டித் துவட்டிய குழந்தையை கைகளில் அள்ளி, நெஞ்சோடு தழுவி, கழுத்தில் மெதுவாய் முத்தமிடுவது போல் காற்று, இரவு முழுக்க நம்மோடு பிணையும். கிராமத்துக் காற்று களங்கமில்லாதது.

இத்தனை ஜீவன்களையும் வாழவைக்கும் காற்றுக்குத்தான் எத்தனை குணங்கள்!

இளம் மனைவியைப்போல் முழுதாய் ஆரத்தழுவிச் சுகம் தருவதும், தார்க்கம்பால் குத்தப்பட்ட எருதுகட்டுக் காளையாய்ச் சீறுவதும்...!

காற்றால் சீற முடிகிறது.

கொடுமை கண்டு சீற வேண்டும்.

அதிகாலை மூன்று, நான்கு மணிவாக்கில் குதிகால்கூடப் பூவாய்க் குளிரும். காது மடல்களை வருடினால் கண்கள் செருகும்!

'தடால் புடால்' என்று எழுந்துவிடக் கூடாது.

புரண்டு, குப்புறப் படுத்துக்கொண்டு, தலையணையில் முழங்கைகளை ஊன்றி, உள்ளங்கைகளில் கன்னங்களை ஏந்திக் கொள்ள வேண்டும். மரங்களுக்கு ஊடே பார்க்க வேண்டும். முதல் இரவு அறைக்குள் தோழிகள் அழைத்துவந்து தள்ளிவிட்டுப்போன மணப்பெண்போல் மரங்கள் கவிழ்ந்து நிற்கும். சாம்பல் வானம் குளிர்ந்து கிடக்கும்.

ஒன்றிரண்டு குருவிகளின் 'கீச்சு, கீச்சு' மட்டும் கேட்கும். ஆந்தையின் மிரட்டல்கூட சந்தோசம் தரும்.

நடுச்சாமம் வரை ஊளையிட்டு ஊர் காத்த நாய்கள்கூடச் சுருட்டிச் சளைத்து உறங்கும்.

சேது, விடுமுறையில் ஊருக்கு வந்தால் தினமும் இது ஒரு வேலை. அயர்ந்து, மயங்கி உறங்கிவிட்டாலும் தண்ணீர்க் கிணற்றுக்குப் போகிறபோக்கில் தமயந்தி, சேதுவின் முகத்தில் தண்ணீர் அள்ளி தெளித்துவிட்டுப் போவாள்.

அமைதியான பொழுதுகளில் சிநேகம், அழுத்தமாய்க் கால் ஊன்றுகிறது. பூவனத்துக்குள் அலையும் மெல்லிய காற்றுப்போல் நெஞ்சு முழுவதும் அன்பு சுரந்து பரவுகிறது.

தமயந்தி, சேதுவின் வீட்டுவழியாகத்தான் தண்ணீர்க் கிணற்றுக்குப் போகவேண்டும்.

சேது, தூங்குகிற அழகைப் பார்த்து, உதட்டோரம் சிரித்து உள்வாங்கிகொண்ட பின்பே தண்ணீரை அள்ளித் தெளிப்பாள்.

தன் நெஞ்சு நிறைந்தவனின் உறக்கம் கலைந்துவிடக்கூடாதே என்கிற கவலை ஒருபக்கம்; அவன் விழித்ததும் பார்க்கும் முதலாவதாய் தன் முகம் இருக்க வேண்டும் என்கிற ஆசை ஒரு பக்கம்.

பூவரசம் பூப்போல் தமயந்தியிடம் ஒரு மலர்ச்சியும் அழகும் இருக்கும். பதினாறு, பதினேழு வயதுக்கே உரிய சரீரச் செதுக்கல். தொடும் முன் சீறும் பிராயம்.

சேது, தமயந்தியை விரலால்கூடத் தொட்டதில்லை.

ம்...? இல்லை. ஒருமுறை தொட்டு இருக்கிறான்.

சேதுக்கு பதினாறு வயது.

பாவாடை நாடாவால் வயிற்றை இறுகக் கட்டியிருப்பாள் தமயந்தி. மழைத்தட்டான் பறப்பதுபோல் குதி ஊன்றாத நடை. ஊர்ச்சனமெல்லாம் களத்துமேட்டில் கம்பு, உளுந்து, சோளம், என்று பிணையல் அடித்து, அரித்து, அள்ளிக்கொண்டு இருந்த நேரம். பதர்களை காற்றுவாக்கில் தூற்றிக்கொண்டு இருந்தார்கள்.

பாவாடையை அள்ளிச் சுருட்டிக்கொண்டு ஓடிவந்த தமயந்தியின் கண்ணில் கம்பு உமி விழுந்துவிட்டது. கண்ணைக் கசக்கினாள். சிவந்து, கலங்கி நீர்கட்டி ஓடியது.

கசக்க கசக்க உறுத்தியது.

தாயார் லக்ஷ்மியோடு நின்றிருந்த சேது, தமயந்தியிடம் போனான்.

"என்ன தமயந்தி?"

"கண்ணிலே உமி விழுந்துருச்சு "

"எங்கே... கண்ணைக் காட்டு."

தமயந்தியின் மொட்டுக் கன்னங்களை உள்ளங்கைகளில் ஏந்தி, முகம் நெருங்கி உமி விழுந்த விழி இமைகளை விரல்களால் அகற்றி, நுனி நாக்கால் ஓரம் தடவி உமியை எடுத்தான். அன்று தமயந்தியின் கண்களுக்குள் விழுந்தவன் எழவில்லை.

அனைத்தையும் சிநேகிக்க நல்ல மனது வேண்டும்.

அந்த மனது தமயந்தியிடம் உண்டு. அதனாலேயே தமயந்தியுடன் வாழத் தீர்மானித்தான்.

விழித்துப் பார்த்த சேது, புரண்டு தலையணையில் முழங்கைகளை ஊன்றிக் கொண்டான்.

தமயந்தியைக் காணோம்.

தமயந்தியைப் பார்த்து மூன்று மாதங்கள் ஆகின்றன. நேற்றுதான் ஊருக்கு வந்திருக்கிறான். வந்த செய்தி தமயந்திக்குத் தெரிந்து இருக்கும்.

ஆளான குமரிகள் பகலில் வெளியே வரக்கூடாது. வீட்டுத் திண்ணையில்கூட பாதம் படக்கூடாது. அதிலும் தமயந்தியின் அப்பா ராமசாமி இந்த விசயத்தில் ரொம்பவும் கண்டிப்பான ஆள். ராமசாமி சொல்வதிலும் நியாயம் உண்டுதான்.

இப்போ என்ன? வெள்ளியோட வெள்ளி... எட்டு, சனி...ஒன்போது, நாயிறு...பத்து, எண்ணி பத்து நாள்தான் இருக்கு... கல்யாணத்துக்கு. இதுக்குள்ளே என்ன பேச்சு வேண்டிக்கெடக்கு?

தமயந்தியை சேதுவுக்கு நிச்சயம் பண்ணி இருக்கிறார்கள். கல்யாணத்துக்காகத்தான் சேது விடுமுறையில் வந்துள்ளான். மத்திய அரசில் உத்தியோகம்.

ஊர் கூடி நிச்சயம் பண்ணியதில் இருந்து தமயந்திக்கு அன்னம் தண்ணீர் இறங்கவில்லை.

சேதுவுக்கும் அப்படித்தான்.

எருதுகட்டுக் காளைக்கு நாள்குறித்துப் பாக்கு வைத்துவிட்டால் இரை எடுக்காதாம். எருதுகட்டு அன்றைக்கு நாலுபேரையாவது குத்திச் சாய்த்தால்தான் காளை இரை எடுக்கும். சேது படுத்தபடியே விழித்திருந்தான்.

முற்றம் தாண்டி நாலு வேம்பு, ரெண்டு புளி, ஏழெட்டுத் தென்னைகள், ஓரத்தில் ஓர் எலுமிச்சை, நடுவில் ஓர் உறைகிணறு தண்ணீர் ஓட வாய்க்கால், கன்றுக்குட்டியோடு படுத்துக் கிடக்கும் வெள்ளைப் பசுமாடு, முதல் இரவு அறைக்குள் வந்து நிற்கிற பெண்ணாய்... கவிழ்ந்தபடி மரங்கள். தமயந்தியைக் காணோம்.

சேதுவின் அப்பா துரைசாமி, வீட்டுக்குள்ளிருந்து எழுந்து வந்தார்.

“சேதூ... களத்திலே உளுந்தங்காய் அடைஞ்சிருக்கு. வெயில் ஏறவும் கட்டைப் பிரிச்சு, உதறிவிட்டுப் பிணையல் அடிக்கணும். நீ... கொஞ்ச நேரங் கழிச்சு... டீ குடிச்சிட்டு களத்துப்பக்கம் வா” என்று சொல்லிவிட்டு நடந்தார்.

“சரிப்பா” என்றபடி எழுந்து உட்கார்ந்தான். தலையணையை எடுத்து மடியில் குறுக்குவசமாய்ப் போட்டுக்கொண்டு பாதையைப் பார்த்தான்.

தமயந்தியைக் காணோம்.

ஊர்லே இருந்து நான் வந்தது தெரியாதோ... தலையணையை இரு கைகளாலும் தட்டித் தாளமிட்டான்.

தாயார் லஷ்மி அம்மாள் எழுந்து வெளியே வந்தாள். மகன் உட்கார்ந்து இருப்பதன் காரணம் தெரியும். மனதுக்குள் சிரித்துக் கொண்டாள். தாழ்வாரத்தை விட்டிறங்கி முற்றம் தாண்டி, பசு மாட்டுச் சாணத்தை இரு கைகளாலும் அள்ளினாள். ஓரத்தில் இருந்த உயச்சட்டியில் போட்டுக் கரைத்தாள். பசு மாட்டுச் சாணத்தால்தான் முற்றம் தெளிக்க வேண்டுமாம். ஈ எறும்பு அண்டாது, கவிச்சி இருக்காது என்பாள்.

லஷ்மி அம்மாள், ஊருக்கே முதல் ஆளாய் முற்றம் தெளித்து விடுவாள்.

முற்றம் தெளிப்பது மூதேவியை வீட்டைவிட்டு விரட்டுவது மாதிரி. இரவு முழுக்கக் கவிழ்ந்திருந்த இருள்தான் மூதேவியாம். முற்றம் தெளித்து மூதேவியை விரட்டினால்தான் சீதேவி வந்து குடியேறுவாளாம். இங்கிருந்து கிளம்பிய மூதேவி அடுத்த வீட்டில் நுழைவாளாம். அந்த வீட்டார் முற்றம் தெளித்ததும் அங்கிருந்து கிளம்பி அடுத்த வீடு. இப்படியே போய் ஊரிலேயே கடைசியாக முற்றம் தெளிப்பவர் வீட்டில் போய் குத்துக்கல்லாய் உட்கார்ந்து கொள்வாளாம். தாயார் சொல்வாள். சேது சிரிப்பான்.

“அம்மா... மூதேவியை விரட்டுறதுக்காக முற்றம் தெளிப்பது இல்லே. இப்படி ஏதாவது கதையைச் சொல்லி பயமுறுத்தி வச்சாத் தான் ஊர்ச்சனம்... வெள்ளன எழுந்திருச்சி வேலை வெட்டிக்குப் போகும்.”

‘சலப், சலப்’ என அள்ளித் தெளித்துக் கொண்டிருந்த தாயாரைப் பார்த்து சேது லேசாய் சிரித்துக் கொண்டிருந்தான். முற்றம் தெளித்தபடியே தாயார் சொன்னாள். ‘சேது... தமயந்திக்கு உடம்புக்கு முடியலையாம்ப்பா...!’

சேதுவின் நெஞ்சுக்குள் ‘திக்’ என்றது.

2

தமயந்தி எழுந்து உட்கார்ந்தாள்.

இமைகளைத் திறக்கவே சிரமமாய் இருந்தது. இரவு வெகுநேரம் உறங்கவில்லை.

சேது ஊருக்கு வந்துவிட்டது நேற்றே தெரியும். தன்னை வரித்துக்கொள்ள நாள் குறித்து வந்து இறங்கியுள்ளான். நினைக்க நினைக்கச் சந்தோஷம் பொங்கியது. மழை பெய்து கண்மாய்க்கு நீர் வந்தால் வயற்காடுகள் சந்தோஷப்படத்தானே செய்யும்?

பார்க்க ஆசை. அவன் கண்ணில் பட பயம்... வெட்கம்.

இதற்குமுன்பு வெட்கப்பட்டதே இல்லை. இந்த வெட்கம் இப்போதுதான் ... புதிதாய்...!

வலது கை விரல்களை விரித்துத் தொடையின்மீது அமர்த்தியபடி பார்த்தாள்.

'சேதுவின் முகத்தில் தண்ணீர் தெளித்த விரல்கள்!' முத்தமிட்டாள். சாம்பிராணிப் புகைபோல் மனசெங்கும் சந்தோசம் பரவியது.

கிணற்றடியில் தோழிகள், 'தமயந்தி... நெனச்சமாதிரியே புளியங்கொம்பைப் பிடிச்சிட்டாள்!' வாளித் தண்ணீரை மேலே தெளித்தார்கள்.

பொய்யாய் முகம் சுழித்தாள்.

இன்னும்... இன்னும்... கேலி செய்யமாட்டார்களா?

செய்தார்கள்.

"ஆடிக் காத்துபோல... ஐப்பசி மழைபோல... சொல்லி வச்சுச் சேர்ந்த ஜோடி"

"தமயந்திதான் நெறை மரக்கால்காரி. பதர் இல்லாத மகசூல் பார்த்தவள்..."

"நெறை கண்மாய்த் தண்ணீரிலே நீச்சலடிக்கிறமாதிரி... காலமெல்லாம்... மனசு நெறஞ்சு மச்சான் மடியிலே மயங்கிச் சாய்ஞ்சிருப்பாள்!"

'பத்தாம் மாசம் பளிங்குமாதிரி...'

தோழிகள் எல்லோரும் கூடி தொபுக்கடீர் எனக் குளிர்ந்த நீருக்குள் தூக்கிப் போட்டதுபோல் இருந்தது. கவிழ்ந்து நாணினாள்.

"சீ... போங்கடீ...!"

அன்னம், தண்ணீர் செல்லவில்லை. அதுதான் உடம்புக்கு முடியலே. பெற்றோர் முன் நிற்க வெட்கம்... நடக்க வெட்கம். பிரிந்துபோய்ப் பிரியமானவனை கைப்பிடிக்கப் போவதால் உண்டான வெட்கம். இரண்டு நாட்களாக தண்ணீர் கிணற்றுக்குப் போகவில்லை.

தினமும் கனவில் சேது வந்தான்.

நேற்று ஊருக்கே வந்துவிட்டான்.

வேண்டாம்... பார்க்கக்கூடாது. இனி, மணவறையில்தான் ஓரக் கண்ணால் பார்க்கவேண்டும்.

முடியுமா?

கஷ்டம்தான்.

உடம்புக்கு முடியாதசாக்கில் ஜன்னல் ஓரம் தெருவைப் பார்த்து உட்கார்ந்துவிட வேண்டியதுதான். பத்து நாட்களுமா பாதையை மாற்றிக்கொண்டு போய்விடுவான்?

இந்த வழியாக வருவான்.

சேதுவுக்கு முறைக்காரப் பெண் ஒருத்தி இருக்கிறாள், முத்து மீனாள். சேதுவின் அப்பா துரைச்சாமியின் தங்கை மகள். சாதி வழக்கப்படி, முத்துமீனாள்தான் சேதுவுக்கு மாப்பிள்ளைக்காரி. மாப்பிள்ளைக்காரியை ஒதுக்கிவிட்டு வேறு இடத்தில் திருமணம் செய்யமுடியாது. பெண் ரொம்பவும் மூத்தவளாய் அல்லது ரொம்பவும் இளையவளாய் இருந்தால் ஏதாவது நஷ்டஈடு கொடுத்து ஒதுக்கி, பெண்ணின் சம்மதத்துடன்தான் வேறு இடத்தில் முடிக்கலாம். மாப்பிள்ளைக்காரி வந்து தாலியை தொட்டுக் கொடுத்தால்தான் வேறு பெண் கழுத்தில் தாலி கட்டமுடியும். நஷ்டஈடு பணமாகவோ, வீடு, காடுகரையாகவோ இருக்கலாம். மணப்பெண்ணுக்கு மாதிரியே மாப்பிள்ளைக்காரிக்கும் முகூர்த்தச்சேலை எடுத்துக் கொடுக்க வேண்டும். இவ்வளவும் வாங்கிக்கொண்டு சபையில் வந்து சம்மதம் சொன்னால்தான் அடுத்த பெண் கழுத்தில் தாலி ஏறும். தவறினால் கல்யாணம் இல்லை.

முத்துமீனாளும் தமயந்தி வயதினள்தான்.

மூன்றாம் வகுப்பு படிக்கிற காலத்தில் வாத்தியாரைப் பார்த்து, 'போடா வழுக்கைத் தலையா...' என்று கண்டித்துவிட்டு, புத்தகப் பையைக்கூட எடுக்காமல் வெளியேறியவள்தான். ரோசக்காரி. அப்புறம் பள்ளிக்கூடப் படி மிதிக்கவில்லை. முத்துமீனாளின் தகப்பன் பால்பாண்டி, மிதமான போதையில் பள்ளிக்கூட நேரத்தில் நுழைந்து வழுக்கைத்தலை வாத்தியாரை ஒரு தட்டு தட்டினார். வாத்தியார் வேறு ஊரில் போய் விழுந்தார்.

முத்துமீனாளும் லட்சணமானவள்தான். காது தண்டட்டி தோளுக்குத் தொங்கின. அள்ளி முடிந்த கோடாலிக்கொண்டை. தரை மிரளும் நடை.

சேது, முத்துமீனாளையும் நேசிக்கிறான்.

மரங்கள், செடிகள், பூக்கள், பறவைகள், சக மனிதர்களை நேசிப்பதுபோலவே முத்துமீனாளையும் நேசிக்கிறான். வாழ்க்கைத் துணைவியாக தமயந்தியைத்தான் நினைக்க முடிகிறது.

முனியசாமி டீக்கடை, சுத்துப்பட்டி எல்லாம் பேர்போன கடை ஐம்பது பைசாவுக்கு கொடுக்கிற டீ, உதட்டில் 'பிசுக், பிசுக்' என ஒட்டும். பால் விக்கிற விலையிலே... சீனிக் கிராக்கியிலே நட்டம் தான். ஆனாலும் தினமும் அடுப்பு புகைந்தது. ஊரிலேயே முதல் ஆளாய் எழுந்து, லக்ஷ்மி அம்மாள் முற்றம் தெளிப்பதுபோல, ஊருக்கே முதல் கடை முனியசாமி டீக்கடைதான். என்னதான் பனி என்றாலும் மழை என்றாலும் இருமிக்கொண்டே எழுந்துவிடுவார். சவுக்கு மரம்போல் வளர்த்தி. வண்ணத்திப் பூச்சிக்கு மாதிரி சுருள் மீசை. பாதி டவுசர் தெரிய தூக்கிக்கட்டிய வேட்டி. தோளில் ஒரு துண்டு. ஊர், தேசம் போகக் கார் ஏறினால் மட்டும்தான் சட்டை. மைனர்மாதிரி கிளம்பிவிடுவார். இவருடைய காலுக்குச் செருப்பு கிடைக்காது. உமையணன் பகடையிடம் தனி ஆர்டர் கொடுத்துத்தான் தைக்க வேண்டும். அதற்கு மூன்று மாதம் ஆகும்.

தென்னங்கீற்றுக் கொட்டகை. டீ மேஜை. மண்ணால் பூசிய அடுப்பு இரண்டு பெஞ்சுப் பலகை. இரண்டு பெஞ்சுகளுக்கும் ஒரு பக்கக் கால்கள் இராது. பக்கத்துக் கிணற்றுச் சுவர் அணைவில் நிற்கும். உட்கார்ந்து பேச பெஞ்சுப் பலகையும் டீத் தண்ணியும் கிடைத்தால் போதாதா? விடியும் முன்னே வந்து டீ குடிக்க உட்காருகிற ஆட்கள் எழுந்த பாடு இருக்காது. ஒரு தினசரி பேப்பர் வேறு. எழுத்துக் கூட்டிப் படித்து செய்தி சொல்ல தலையாரி ராமு. எப்பொழுதோ வரப்போகிற தேர்தலுக்குப் பிரியாத ஓட்டுக்கள் இங்கேயே தயார் ஆகிவிடும். விலைவாசிதான் இவர்களின் அளவுகோல். எட்டு மணி, ஒன்பது மணிவாக்கில் பால் தீர்ந்துபோகும். அத்தோடு கடையை மூடிவிட்டு, கையில் கத்திக் கம்போடு ஆடு மேய்க்கக் கிளம்பிவிடுவார் முனியசாமி. மறுபடி சாயங்காலக் கடைதான். உள்ளூருக்குள்ளே... அதிலேயும் ஒண்ணா மண்ணா இருக்கிற ஆட்களிடம் டீ காசைக் கடிந்து கேட்க முடியாது.

"போய்த் தொலைங்களேன்டா கடன்காரப் பயலுகளா..." என்று திட்டிக் கொள்வார். எல்லோரும் சிரிப்பார்கள். போகமாட்டார்கள். ஒரே சிரிப்புத்தான்... நக்கல்தான்.

கடையிலே எத்தனைபேர் கூடிக் கிடந்தாலும். கானா ரூனா இருந்தால்தான் களை கட்டும்.

கருப்பசாமித் தேவரைத்தான் 'கானாரூனா' என்பார்கள். இப்போ வயசாகிப் போச்சு. வாலிபத்திலே மைனர் சோக்குதான். சில்க் ஜிப்பா. டைமண்ட் வேஷ்டி, கொழும்பு பெல்ட், தலைக்கு வாசனைத் தைலம். விசிறி மடிப்புத் துண்டு. 'கிரீச்' மிதியடி, ரோமர் வாட்ச்.

நாலு காடு சுற்றி வந்தவர். அதனாலேயே 'ஊதாரி' என்று பெயர் வாங்கியவர்.

சண்டைச் சேவல் வளர்த்தார். இங்கிருந்து சண்டைச் சேவலைத் தூக்கிக்கொண்டு போய் இராமநாதபுரம், சிவகங்கை, புதுக்கோட்டை அரண்மனைச் சேவல்களோடு மோதவிட்டு ஜெயித்துவிடுவார். அரண்மனை விருந்து, அங்க வஸ்திரம் கிடைக்கும். இப்படியே காலம் போய்விட்டது. இப்போதைக்கு வலது கால், வலது கை வாதம். கை தாங்கி நடக்க ஒரு குடைக்கம்பிதான் துணை.

தலையாரி ராமு 'கானா ரூனாவு'க்கு மகன் முறை. எப்போ பார்த்தாலும் இருவருக்கும் வழக்குத்தான்.

அவர் 'அலி' என்றால் இவர் 'இலி' என்பார்.

"வாப்பா... கானாரூனா..."

"போடா... ஏழைப்பயலே..."

"ஆமா... நீ பெரிய சீமான் மகன்லே..."

"சொன்னாலும் சொல்லாவிட்டாலும் நான் சீமான்தான்டா. அந்தக் காலத்திலே புதுக்கோட்டைத் தொண்டைமான்..."

"அப்பா.. பொறுப்பா... தொண்டைமான் உனக்குத் துண்டு போட்டு அனுப்பினதை எத்தனை தடவைதான் சொல்லுவே!" வாயை அடைப்பார். கூடிக் கிடப்பவர்கள் கனைத்துச் சிரிப்பார்கள்.

இன்று எல்லோருக்கும் என்ன ஆயிற்று?

கடைக்குள் 'கானா ரூனா', தலையாரி ராமு, காவல்காரர் திருமால், கறிக்கடை சோலை, பாட்டு வாத்தியார் கோட்டைச்சாமி, வண்டிக்கார வேலு, ஆட்டு யாவாரி ராமசாமி, வடக்கு வீட்டு விஜயராமு... ஓ...வ்...ஹோ... பால்பாண்டி இருக்கிறார். அதுதான் சப்தமில்லை.

பால்பாண்டி கத்தினார்.

"மாப்பிள்ளைக்காரின்னு ஒருத்தி இருக்கிறா. என்ன திமிரு இருந்தா இப்படிப் போயி வேற பொண்ணை நிச்சயம் பண்ணுவான்ங்க? என் பொண்ணுக்கு என்ன குறைச்சல்? இந்த திருட்டுப் பயலுகளும் கையாளுக" மீசை ரோமங்களுக்குள் இருந்து பீடிப்புகை வெளியேறியது.

"பால்பாண்டி... அதெல்லாம் தப்பு. அப்படிப் பேசாதே. ஊரு என்ன பண்ணும்?" கானா ரூனா கவிழ்ந்தபடி சொன்னார்.

"மாப்பிள்ளைக்காரின்னு வழக்கம், மசுரப்புடுங்கவா இருக்கு?"

"வாழப்போற பையனுக்குப் பிடிக்கணுமே?"

"ஆமா... பையன் சீமையிலே இருந்து வந்தவர் பாரு!"

"துரைச்சாமி மேலே தப்பு இல்லே. மாப்பிள்ளைக்காரிக்கு ரொக்கம் பத்தாயிரம்... இல்லேன்னா. மேட்டுப் புஞ்சை மூணு குறுக்கத்தை எழுதித் தர்ரேன்னு சொல்றாரு..."

"அவன் குடுக்கிற காசு என் மசுருக்குச் சமானம். நான் ஒருநாள் தண்ணி அடிக்கிற காசு. எவனுக்கு வேணும் காசு...? அவன்ங்க கல்யாணம் முடிக்கிறதைப் பார்த்துடுவோம்..." கையில் இருந்த பீடியை காலில் போட்டு மிதித்துவிட்டு எழுந்தார்.

3

ஜன்னலோரம் தமயந்தியை வெகுநேரம் காத்திருக்கவிடாமல் சேது வந்துவிட்டான்.

வரக்கூடாது, பார்க்கக்கூடாது, பேசக்கூடாது என்று சொல்கிறார்கள் ஊரார்... மாமன், மாமியார்... ஏன், தாயார் லஷ்மி அம்மாள்கூடத்தான்! சொல்லட்டும்.

நிச்சயம் பண்ணிய அன்றே 'இவன் அவளுக்கு, அவள் இவனுக்கு' என்றபின்னால் இதென்ன திரை?

கிழியட்டும்.

நிச்சயதார்த்தம் செய்தபோது சேலை, ரவிக்கை, உள்பாடி, உள்பாவாடை, சோப்பு, பவுடர், மஞ்சள் கிழங்கு, கண்ணாடி, சீப்பு என்று பெண்ணுக்கான சகலமும் கொண்டுபோய் உறுதி செய்தார்கள். அன்றிலிருந்து இவனுடையதை அணிகிறாள். பூசுகிறாள். பேசமட்டும் கூடாதா?

'சேதூ... தமயந்திக்கு உடம்புக்கு முடியலையாம்பா...' என்று தாயார் சொன்னதும் விருட்டென எழுந்து, முகம் கழுவி, சட்டையை மாட்டிக்கொண்டு கிளம்பிவந்தான். ஜன்னலோரம் தமயந்தி அமர்ந்திருந்தாள்.

நினைத்த மாத்திரத்தில் வந்து நிற்கும் சேதுவைப் பார்த்ததும் கையும் களவுமாய்ப் பிடிபட்டவள்போல் பதறிப் பின் தெளிந்தாள். எழுந்து கவிழ்ந்துகொண்டாள். நிமிர்ந்தபோது ஜன்னலுக்கு வெளியே சேதுவைக் காணோம். தலைவாசலில் செருப்பை கழற்றிக் கொண்டிருந்தான். தமயந்திக்கு சகலமும் அற்றுப்போயின.

'என்ன இது... வீட்டிற்குள்ளேயே நுழைகிறார்?'

நுழைந்தவன் "கும்பிடுறேன் அத்தை" தமயந்தியின் தாயாரை வணங்கினான்.

சேலையை இழுத்துப் போர்த்திக்கொண்டு, "வாங்கய்யா" மருமகனை வரவேற்று ஒதுங்கினாள்.

"தமயந்திக்கு முடியலையாமே!"

"வேற ஒண்ணுமில்லே... பசி எடுக்கலையாம்" பரிசம் போட்ட மருமகன் இப்படித் திடுதிப்பென வீட்டிற்குள் நுழைவார் என எதிர்பார்க்கவில்லை.

"மாமா இல்லையா அத்தை?"

"இப்போதான் வெளியிலே போறாரு". இரண்டுங்கெட்ட நிலையில் கொல்லைப்புறத்துக்கு அகன்றாள்.

சேது, தமயந்திக்கு அருகில் வந்தான்.

"தமயந்தி..."

'ம்...?' குனிந்திருந்தாள்.

"உடம்புக்கு என்ன?"

"ம்...ஒன்னுமில்லே" வெட்கம்.

ஓர் அடி இடைவெளியில் "ஏன் இளைச்சிருக்கே?" கேட்டான்.

"அதெல்லாம் ஒண்ணுமில்லே..." பாதம் தேய்த்தாள்.

"இங்கே பார் தமயந்தி..."

நிமிர்ந்தாள்.

"நீங்க ஏன் இளைச்சிருக்கீங்க?".

"பார்த்து மூனு மாசம் ஆச்சு இல்லே? அதான்..."

இருவருக்கும் கைவிரல் நுனிகள் துடித்தன. ஓர் அடி இடைவெளி இருக்கிறது.

"தமயந்தி இன்னும் ஒரு வாரம்தானே? தெளிவா... சந்தோஷமா இருக்கணும்... ம்...?" திரும்பினான்.

தமயந்தி ஓரடி முன்னே வந்தாள்.

சேது தலைவாசலுக்கு வந்து செருப்பை மாட்டிக்கொண்டு வெளியேறினான்.

எல்லோருடனும் அன்புடன் பழகுவதால் சேதுவுக்கு நிறைய நண்பர்கள் உள்ளனர். ஆனாலும் கன்னத்தில் தட்டிப் பேசுவது மணியுடன்தான்.

விடுமுறையில் ஊருக்கு வந்தால் மணியின் மருந்துக்கடையில் தான் பொழுது கழியும்.

சேதுவின் கல்யாணப் பத்திரிகையை மேஜைமேல் விரித்து வைத்துக்கொண்டு மணி, அடி வயிற்றோடு உடல் குலுக்கிச் சிரித்தான்.

"இதென்ன கல்யாணப் பத்திரிகையா... ஓட்டு ஜாப்தாவா?"

பத்திரிகையில் 'வரவேற்பாளர்கள்' வரிசையில் இருநூறுக்கும் அதிகமான பெயர்கள்.

"அதைச் சொல்றியா? பத்திரிகையிலே பெயர் போடலன்னா சொந்தபந்தம் கோவிக்குமாம்..."

"எத்தனை நாள் லீவு போட்டிருக்கே சேது?"

"பதினைந்து நாள்."

"கல்யாணம் முடிந்ததுமே தமயந்தியை சென்னைக்கு அழைச்சிட்டுப் போறியா?"

"ஆமாம்."

"சேது... மாப்பிள்ளைக்காரி பிரச்னை என்ன ஆச்சு? சமாதானமா முடிஞ்சுதா?"

"முடிஞ்சமாதிரிதான் மணி. ரொக்கம் ஐயாயிரம் கொடுத்து, மேட்டுப் புஞ்சை மூணு குறுக்கத்தை அந்தப் பொண்ணு முத்துமீனாள் பெயருக்கு எழுதிக் குடுத்தாச்சு."

"உங்க மாமா பால்பாண்டி... கல்யாணத்துக்கு வருவாரா?"

"வருவார்."

கல்யாணச் சபை நிறைந்திருந்தது.

போதை இல்லை என்றால் பலபேருக்குப் பந்தி சாப்பாடு எடுக்காது. நெல்லுச் சாதம், சாம்பார், புளிக் குழம்பு, ரெண்டு வகைக் கூட்டு, ரசம், பாயாசம் போட்டு இலைச் சாப்பாடு சாப்பிடுவது என்றால் ஊர் முழுக்க ஒரு சந்தோஷத்தில் இருக்கும்.

சாப்பிட்ட சாப்பாட்டுக்காகவாவது தாலி கட்டுகிற நேரம்வரை பந்தலில் இருந்தாக வேண்டும்.

உள்ளூர், வெளியூர் சொந்தங்கள் நிறைந்த போதையில் இருந்தனர். பால்பாண்டியும் இருந்தார்.

பரிசம் போடுவது 'மூத்தவர்'தான். அவருக்குத்தான் சாதி ஆச்சாரப்படி வார்த்தைச் சுத்தத்தோடு பரிசம் போட வரும்.

மாப்பிள்ளை அழைப்புக்கு, பெண் வீட்டார், கொட்டு மேளத்தோடு கிளம்பினார்கள். சேது வீடு, பக்கத்து வீடுதான். நாலு வீடு தள்ளி. திசைக்குப் பத்து வீடுதான் ஒரு கிராமம்.

கொட்டுமேள அழைப்போடு சேது புறப்பட்டான். முற்றம் தாண்டிப் பாதை ஏறியதும் முச்சந்தியில் நிறுத்தி ஒரு ஜமக்காளத்தை விரித்தார்கள். சேதுவை அமர்த்தினார்கள். மைத்துனன் முறைகாரர் ஒருவர் சேதுவின் கை நிறையச் சந்தனம் பூசினார்.

“நல்லா... அள்ளிப் பூசப்பா... உத்யோகம் பார்க்கிற மச்சான் ஒண்ணும் கோவிக்கமாட்டார்” என்றார் இன்னொரு மைத்துனர். சந்தனம் பூசி முடித்ததும், வெற்றிலை மடித்து சேதுவிடம் கொடுத்து மெல்லச் சொன்னார்கள். வாயில் போட்டு முதல் கடியிலேயே ‘கடக்’ என்றது. எல்லோரும் வெடித்துச் சிரித்தார்கள். வெற்றிலைக்குள் கல் வைத்து ஏமாற்றி இருக்கிறார்கள்.

சேது, சிரித்துக்கொண்டே துப்பினான்.

“ம்... போதும்... போதும்... எந்திரிங்கப்பா நேரமாகுது” பெரியவர்கள் கிளப்பினார்கள்.

தமயந்தி, வீட்டுக்குள் ஒரு மூலையில் அமர்ந்திருந்தாள். வயலெட் கலர் பாலியெஸ்டர் சேலையில் சின்னச் சின்ன மஞ்சள் பூக்களுக்குள் சுடச்சுட அழகாய் இருந்தாள்.

நிறைந்த சபையில் நடுநாயகமாய் சம்மணம் இட்டிருந்த ‘மூத்தவர்’ ஆரம்பித்தார்.

“ம்... பரிசம் போட்டுறலாமா?”

“போடவேண்டியதுதான்”

“மாப்பிள்ளைக்காரி யாரும்மா?”

“நான்தான்” பெண்களுக்கு உள்ளிருந்து முத்துமீனாளின் தாயார் சொன்னாள்.

“இந்தக் கல்யாணத்துக்கு முழுச் சம்மதம்தானே?”

“சம்மதந்தான்!”

மூத்தவர் சம்மணமிட்டபடியே ‘மைக்’கைப் பிடித்தார். பரிசம் முடிந்தது.

இறங்கு போதையில் இருந்த சிலர் கொட்டாவி விட்டனர்.

தமயந்தி பட்டுடுத்தி, பெண்களுக்கு மத்தியில் பாதம் பார்த்து வந்தாள். எல்லோர் பார்வையும் தமயந்தியின்மேல் இருந்தது. சபையில் புதிய ஒளி பரவியது. அதிர நடந்தால் சிந்திவிடும் யௌவனம்.

சேதுவுக்கு அருகில் அமர்த்தினர்.

"கொஞ்சம் நெருங்கி உட்காரு தமயந்தி" என்றாள் ஒருத்தி.

கொஞ்சம் நகர்ந்தாள்.

கடைக்கண்ணில் சேதுவின் கால்கள் தெரிந்தன.

"ம்... மாப்பிள்ளைக்காரி வந்து தாலியைத் தொட்டுக் குடும்மா..." மூத்தவர் அழைத்தார்.

"ம்... கெட்டிமேளம்... கெட்டிமேளம்..."

"ஏ... பொம்பளைங்க குலவை போடுங்கம்மா..."

குலவையும் மேளமும் 'கண கண' என்றிருந்தன.

சேது, கையில் தாலியை வாங்கி, முடிச்சுப் போடும்போது பெருவிரல் தமயந்தியின் கழுத்தில் லேசாய் உரசியது.

பதினேழாவது வயதுக் கனவுகள் அனைத்தும் உள்ளங்கால்வழியே தரை இறங்கி சேதுவுக்குள் புகுந்துகொண்டதாய் வசமிழந்தாள். இமைகள் மூடின. உயிரோடு உயிர் கலக்கும் நேரமல்லவா இது?

பால்பாண்டி கத்தினார்.

"பொண்ணு மசுரு மாதிரி இருக்கு..."

வீசி எறிந்த வேல்கம்பு ஒன்று பறந்து வந்து, நிறைந்த சபையின் மத்தியில் குத்திட்டு நிற்பதுபோல் இருந்தது. சபையே இறுகிப் போனது.

தமயந்தியின் அப்பா ராமசாமி பாய்ந்தார்.

"என்னடா சொன்னே...?"

ஒரு அடி. மறு அடி. பால்பாண்டிக்கு கத்திக்குத்து.

பந்தல் சிதறியது.

ராமசாமி வகையறாக்கள் பால்பாண்டியை நைத்து எடுத்தார்கள். சேதுவின் அப்பா துரைச்சாமி தடுத்தார். என்ன இருந்தாலும் தங்கையின் புருஷனாயிற்றே! துரைச்சாமிக்கும் அடி விழுந்தது.

கம்பு, கத்தியை உருவினார்கள். அடுப்பெரிக்கக் குவித்து இருந்த கருவேலங்கட்டைகள் ட்யூப் லைட்டுகளை நொறுக்கின.

இருட்டு.

இரண்டு பக்கமும் வெட்டு, குத்து, ரத்தம்.

வாழை மரங்கள் நார் நாராய்க் கிழிந்தன.

தமயந்தியை இழுத்துக்கொண்டு பெண்கள் உள்ளே ஓடினார்கள். தாயார் லக்ஷ்மி மயங்கி விழுந்தாள்.

சேதுவுக்கு அருகில் மணி மட்டும் நின்றிருந்தான். பால்பாண்டி, ரத்தம் ஒழுக குப்புறக் கிடந்தார். உயிர் இருக்கிறது. துரைச்சாமி வகையறாவும், ராமசாமி வகையறாவும் சவால் விட்டனர். ராமசாமியின் மண்டையில் வெட்டு, துரைச்சாமியின் சட்டையும் உதடும் கிழிந்து தொங்கின. அவரவர் வீடுகளுக்குப் போய்ச் சேர்ந்தனர்.

சேதுவுக்கு அன்று இரவு, நண்பன் மணியுடன் கழிந்தது.

தூங்கவில்லை.

காலையில் சென்னைக்குப் புறப்பட்டான்.

4

சேதுவிடமிருந்து மணிக்கு மட்டும் வாரம் ஒரு கடிதம் வந்து கொண்டிருந்தது.

மணி, தமயந்தியின் வீட்டுப் பாதையில் நடந்து ஒரு வருடத்திற்கு மேல் ஆகிப்போனது.

என்ன மனிதர்கள்! ஒரு சொல்லுக்குப் பொறுக்காமல் உருக்குலைத்து விட்டார்கள். பெரியவர்களின் வறட்டுக் கௌரவம், வாழவேண்டிய பிஞ்சுகளை கசக்கித் தெருவில் எறிந்துவிட்டது. கல்யாணப் பந்தலில் நடந்ததைத் தொடர்ந்து இதற்குள் எத்தனையோ அடிதடிகள். உரியவன் சும்மா இருந்தாலும் உறவுக்காரர்கள் விட்டபாடில்லை.

வாழவேண்டிய மகள், திரேகம் சுருங்கி, நான்கு சுவருக்குள் பித்துப் பிடித்தாற்போல் கிடக்கும் அலங்கோலம், பெண் வீட்டாரை அசைக்கவில்லை. பெற்ற மகன், தம்மை மீறமுடியும் என்ற நிலையிலும் அடங்கிக்கிடக்கும் அவலம், பிள்ளை வீட்டாரை உலுக்கவில்லை. இவர்கள் அவமானப்படுத்திவிட்டதாக அவர்களும், அவர்கள் அவமானப்படுத்திவிட்டதாக இவர்களும் சொன்னார்கள்.

"சோறு சிந்தினால் பொறுக்கிறலாம். சுரணை சிந்தினால்..." என்றார்கள்.

இவர்களுக்கு என்று என்ன சூடோ...? என்ன சுரணையோ?

நாளுக்கு நாள் தெருச் சண்டை தீவிரமாகவும் ஒரு தீர்மானத்துக்கு வந்தார்கள்.

ஊர்ப் பஞ்சாயத்து கூடி விவாகரத்து செய்துகொள்வது.

நாள் குறித்தார்கள்.

மணி, நெஞ்சுக்குள் அழுதான்.

வேறு என்ன செய்யமுடியும்? வெறிகொண்டு அலையும் இந்த வேல்கம்பு, அரிவாள்களுக்கு இடையில் யார் நுழைவது? எந்தப் பிரச்சினையும் பேசித் தீர்க்கலாம் என்ற வழி தெரியாதவர்கள். விவகாரங்களை வாயால் ஆரம்பித்து வாளால் முடித்துக் கொள்கிறார்கள்.

கம்ப்யூட்டர் யுகத்தில், கை அரிவாள் கலாச்சாரத்தில் வாழும் இப்படி ஒரு சாரார்.

நான்கு தெருக்களில் ஒன்றில் பிறந்து, டீக்கடையிலும் முளைக்கொட்டுத் திண்ணையிலும் அறிவைச் சேகரித்து, அரிவாள், வேல்கம்பைத் தலைமாட்டில் வைத்துப் படுத்திருந்து, ஒரு நாள் சண்டையிட்டு மடிந்துபோகிறார்கள்.

தனியாகவோ, ஆள் கூடியோ ஒரு கொலையாவது பண்ணினால் தான் சாதியில் சேர்த்தி.

இங்கு கல்வி நிலையங்களைவிட காவல் நிலையங்களே அழகுடன் பராமரிக்கப்படுகின்றன. கல்வி நிலையங்களில் ஆடுமாடுகளும் காவல் நிலையங்களில் மனிதர்களும் கூடிக் கிடக்கின்றனர். காவல்துறையின் கெடுபிடியில் இருந்து காப்பாற்றுபவனே இவர்களில் ஒப்பற்ற தலைவனாகிறான்.

பெருநாழி கிராமமே ஒரு யுத்தத்திற்குத் தயாராகிக்கொண்டு இருந்தது. சாயங்காலம் நடக்கும் பஞ்சாயத்தில் ‘எக்குத்தப்பா’ ஏதாவது நடக்கும் என எதிர்பார்த்து, இரு வீட்டாரும், பக்கத்து ஊரிலுள்ள சொந்த பந்தங்களுக்கெல்லாம் ஆள் அனுப்பியிருந்தனர். நேற்று இரவிலிருந்து கொத்துக்கொத்தாய் ஆட்கள் வந்து இறங்கிக் கொண்டிருந்தார்கள். ராமசாமியின் வீட்டுக்கொல்லையில் கிடாய்க் கறிக்குழம்பு குதிபோட்டுக் கொதித்துக் கொண்டிருந்தது. கார்மேக ஆசாரியின் கொல்லம்பட்டறையில் இரும்புப்பட்டைகள், வேல்கம்பும், அரிவாளுமாய் சூடாகிக் கொண்டிருந்தன.

“கோடி ஒரு வெள்ளைக்கு... குமரி ஒரு பிள்ளைக்குன்னுதானே சொல்லுவாக. எம்புள்ளைக்குக் கன்னி கழியாமலே கழுத்து நூலைப் புடுங்குறான்ங்களே!” இராமாசாமியின் தாயார் கூழானிக்கிழவி, தன் நரைத்த தலையில் இரு கைகளையும் கவிழ்த்தபடி கசிந்து கொண்டிருந்தாள்.

மகளின் திருமணத்தின்போதுகூட ராமசாமியிடம் இத்தனை பரபரப்பில்லை.

“ஏம்ப்பா ராமசாமி...” தன்னைக் கடந்துபோன மகனை அழைத்தாள் கூழானிக்கிழவி.

ராமசாமி திரும்பி ஏறிட்டார்.

“எதை எடுத்தாலும் அவசரப்படுறியேடா! இந்தப் பச்ச மண்ணுக்கிட்டே இருந்து நூலைப் புடுங்குறதுக்கு முன்னாடி ‘வாழப் போறியா?’ன்னு ஒரு வார்த்தை கேட்கப்படாதா?”

“வயசான காலத்தில் வாயைப் பொத்திக்கிட்டு கெடக்க மாட்டே? ஊரறிய... நாடறிய... நான் அடிபட்டு, அவமானப்பட்டுக் கெடக்கிறேன்...!” பற்களைக் கடித்தார்.

வீட்டு முற்றத்தில் ஓர் ஆள் உயரத்திற்குச் சுருண்டு நிற்கும் எருக் குந்தத்தையே வெறித்துப் பார்த்தபடி, உற்சவச்சிலையாய் உறைந்து போயிருந்தாள் தமயந்தி. கழுத்துச் சொந்தமும் இன்று மாலை பறி போகிறது.

“ஒரு நாள்... ஒரு பொழுதுகூட வாழவிடாமல்.... எம் பிள்ளையைக் காவு கொடுத்துட்டான்ங்களே!” கூழானிக்கிழவி தரையைப் பரசினாள்.

“அதை இப்போ பேசி என்ன ஆகப்...”

“கும்பிடுறேன் மச்சான்” மீசையில் பரண்கட்டிக் குடி இருக்கலாம். தலைவெட்டி சண்முகம், ஆள் ஒல்லிதான்.

“வாப்பா தலைவெட்டி. இப்பத்தான் வர்றியா?”

“முதல் காரை வுட்டுட்டோம் மச்சான்” கிடாக்கறி வாசனை மூக்கைத் துளைத்தது.

“பொட்டப்புலி... கருசப்புலி ஆளுக வராமல் இருக்குமா? எல்லாம் நம்ம அய்த்த மக்கள், மாமன் மக்கள். இன்னைக்கு என் காரியத்துக்குக் கம்பெடுத்து வந்தால்தானே... நாளை அவங்களுக்கு ஒரு காரியம்னா நான் கம்பெடுத்துப் போவேன்?”

“ஏன் மச்சான்... நமக்குப் போட்டியா அவன்ங்களும் ஆளுகளை எறக்குவான்ங்களே?”

“அந்த ஏழைப்பயலுக்கு எவன் வருவான்! அவன் சம்பந்த வழிப் பயலுக பத்துப்பேரு... கட்டுச் சோத்துக்கும் பட்டைச் சாராயத்துக்கும் வந்து நிற்பான். சுற்றி பதினெட்டுப்பட்டியும் நம்ம ரத்தக் கலப்பாச்சே?”

கறிக்குழம்பு வாசனை நெஞ்சு நிறைய, “பஞ்சாயத்திலே அவன்ங்க எவனாவது வாயைத் தொறந்தா... தலையை உருட்டிற வேண்டியது தானே மச்சான்?” தலைவெட்டி சண்முகம் வேட்டியைத் தூக்கிக் கட்டினான்.

“மறுத்தென்ன? நீ... நம்மாளுககிட்டே சொல்லிரு மாப்ளேய்... தண்ணி, வெண்ணி அடிச்சாலும் நிதானமா இருக்கணும். அவன்ங்க எவனாவது துள்ளுனால்... நம்ம கை முந்திறணும். எத்தனை தலை உருண்டாலும் சரி... இந்தக் கூழானி மகன்... சொத்தைப் பூராவும் வித்தாவது... ஐக்கோர்ட்டு வரை கேஸு நடத்தி உங்களை மீட்டிக் கொண்டு வந்திருவேன். கல்யாணச் சபையிலேயே என்னைய... என் குடும்பத்தை அவமானப்படுத்துனவன்ங்கள இத்தோட...” பற்கள் நறநறக்கப் பெருமூச்சை இழுத்துவிட்டார்.

“தலைவெட்டி... கருசக்குளத்து முத்து மச்சானோட கூடி... நம்மாளுக எல்லாம்... கண்மாய்க்குள்ளே தண்ணி அடிக்கப் போனான்ங்க. நீ போயி... லெவல் தடுமாறாமல் எல்லாரையும் கூட்டிட்டு வந்து சேரு. சாப்பாடு ஆயிருச்சு.”

“இந்தா போறேன்.”

“ரெண்டு கிடாய் அறுத்துருக்கேன் மாப்ளேய்...! ”

“வந்திர்றேன் மச்சான்...” கறி மணத்தோடு மீசையில் கை போட்டபடி நடந்தான் தலைவெட்டி சண்முகம்.

தண்ணீர் இல்லாமல் வறண்டு இருந்த கண்மாய் தள்ளாடியது.

கண்மாய்க்குள் பேச்சுச் சத்தம் கேட்டது.

“என் அய்த்த மகளை... ஒரு நா... ஒரு பொழுதுகூட வாழ விடாதவன்ங்களை இன்னைக்கு ரெண்டுலே ஒண்ணு பார்க்காம நான் கருசக்குளத்துக்குக் காரேற மாட்டேன்.”

“நான் வெறுங்கையோட வெள்ளாங்குளத்துக்குத் திரும்பப் போறதில்லே. ரெண்டு பய தலையையாவது வெட்டி எடுத்துக்கிட்டுத் தான் போவேன்.”

தலைவெட்டி சண்முகத்தைக் கண்டதும், ‘இந்தா... நம்ம தலைவெட்டி! ’ஆனந்தத் தள்ளாடினார்கள்.

பஞ்சாயத்து கூடியது.

நிறைகுளத்தம்மன் கோவில் ஆலமரத்தடி. பெரும் பெரும் வேர்கள் அகலமாய் ஓடிக் கிடந்தன.

உள்ளூரும், உள்ளூருக்காக வெளியூர்களும் இரண்டாகச் சம்மணமிட்டு இருந்தன.

பக்கத்திலிருக்கும் கருவேலஞ்செடிப் புதர்கள், கண்மாய்க் கிடங்குகளிலெல்லாம் கம்பும் அரிவாளும் வேல்கம்புகளும் ஒளிந்து கிடந்தன. பலருக்குக் கை ஆயுதமாக பனியனுக்குள் கொடுக்கரிவாள்கள்.

பச்சைக் கோட்டு அணிந்து, கழுத்தைச்சுற்றிப் பட்டுத்துண்டு போட்டு 'வேயன்னா' வந்து அமர்ந்து கனத்துச் செருமியவுடன் சலசலப்பு அடங்கியது.

'வேயன்னா' இருந்து பேசுகிற பஞ்சாயத்துத்தான் பஞ்சாயத்து.

விழிகளைச் சுருக்கிக் கூட்டத்தை அளந்தார்.

பெண்களின் பரிதாபங்களுக்கிடையே தமயந்தி கவிழ்ந்து இருந்தாள்.

லக்ஷ்மி அம்மாள், சேலைத் தலைப்பால் வாயை அடைத்து இருந்தாள். கண்ணீர் ஓடிக்கொண்டிருந்தது.

கூழானிக்கிழவியின் பீழை சேர்ந்த விழியோரச் சுருக்கங்களுக்கு இடையே உப்பு படிந்திருந்தது.

ராமசாமி, தனக்கேற்பட்டிருக்கும் அவமானத்தைச் சரிக்கட்ட சிலிர்த்துச் சிலிர்த்து பார்த்துக்கொண்டு இருந்தார்.

வேயன்னாவுக்குத் தன் முகம் தெரியாமல் ஆலமர வேரில் அமர்ந்திருந்தான் சேது.

துரைச்சாமி, ஆடுபுலி ஆட்டத்திற்கான கட்டத்தை ஆலங்குச்சியால் கிறுக்கிக் கொண்டிருந்தார்.

தண்ணி அடித்திருந்தவர்கள் தடுமாறித் தடுமாறி தம் உறவு முறைகளைப் பலப்படுத்திக் கொண்டிருந்தனர்.

தலைவெட்டி சண்முகம் ஓர் ஓரத்தில், 'நம்ம கை எப்படி முந்துறது?' என உடனிருந்தவர்களுக்குக் காதோடு சொல்லிக் கொண்டிருந்தான்.

பஞ்சாயத்தை சுமுகமாகத் தீர்த்துவிட முடியும் என்ற நம்பிக்கை வேயன்னாவுக்கு இல்லை.

கம்பீரமாய் நிமிர்ந்து உறுமினார்.

"ராமசாமி... ஆரம்பிச்சுறலாமா?"

ஆலமர இலைகள்கூட ஒன்றோடொன்று உரசாமல் காது நீட்டின.

"ஆரம்பிங்க."

"பஞ்சாயத்துக்கான உன் பிராது என்னப்பா?"

"என் மக தமயந்திப் பிள்ளைக்கு... நம்ம சாதி உறவுமுறைக்கு உண்டான வழக்கப்படி தீர்வையை வாங்கிட்டு நூலைக் கொடுத்திறதுன்னு நெனைக்கிறோம்."

"துரைச்சாமி... நீ என்ன சொல்றே?"

"தீர்வையைக் கொடுத்துட்டு நூலை வாங்கிக்கிறோம்."

தமயந்தியின் நெஞ்சுக்குள் உளி இறங்கியது.

'சேதூ... சேதூ... சேதூ...'

வேயன்னா முடிவைச் சொன்னார்.

"மனம் மனஞ்சாட்சியா ரெண்டு வீட்டாரும் சம்மதிக்கிறதுனாலே வேற பேச்சுக்கே இடமில்லை. நம்ம சாதி வழமைப்படி, மாப்பிள்ளை வீட்டாரு, ரூபாய் ஆயிரத்து ஒன்னு கட்டிட்டு... நூலை வாங்கிக்கிற வேண்டியதுதான்."

கல்லாய் இருந்த சேதுவுக்குள்:

'தமயந்தி... தமயந்தி... தமயந்தி...'

பஞ்சாயத்து சுருக்கமாகவே முடிந்தது.

'ரூபாயை வீடு வரை போயி எடுத்துட்டு வந்திர்றேன்.'

துரைச்சாமி மடியைப் பிதுக்கிக்கொண்டே எழுந்தார்.

"துப்புக்கெட்ட பயலுக்கு எட்டுத் திக்கும் கொடி பறக்குதாம். த்தூ..." கிடைத்த இடைவெளிக்குள் நுழைந்து வம்பிழுத்தான் தலைவெட்டி.

சேது வகையறாக்கள் சிலிர்த்தனர்.

"டேய் தலைவெட்டி... பிஞ்சுபோகும் பிஞ்சு... எங்கே வந்துடா சேட்டை பண்றே?"

"ஏய் உக்காருங்கப்பா... டேய்...!" வேயன்னா.

"போட்டுப் பாத்துருவோமா...!" மீசையில் கை போட்டான் தலைவெட்டி.

"ஆத்தாடீ... வெனையை இழுத்துட்டான்ங்களே!" சம்மணமிட்டிருந்த பெண்கள் குத்துக் காலிட்டனர்.

"டேய்...தலைவெட்டி! உள்ளூரான்ங்களுக்கு இடையிலே கொலை விழுத்தாட்ட வந்தியாடா? மரியாதையா உக்காரு. இல்லே, பஞ்சாயத்தை விட்டு வெளியேறு" வேயன்னா எழுந்தார்.

"டேய் தலைவெட்டி! சரியான ஆம்பளைன்னா... எங்களைத் தொட்டுட்டு ஊர் எல்லையைத் தாண்டுங்கடா பார்ப்போம்" பால்பாண்டி தோளில் கிடந்த துண்டைத் தலையில் கட்டினார்.

கருவேலஞ் செடிகள், கண்மாய் கிடங்குகளுக்குள் ஒளிந்துகிடந்த ஆயுதங்கள் உசும்பின.

"அடேய், அழிஞ்சு போயிறாதீங்கடா..." வேயன்னா குறுக்கே விழுந்தார்.

"நாங்க ஒரு முடிவோடதான்டா வந்திருக்கோம்..." தலைவெட்டி.

"இங்கே என்னடா தொத்தப்பயலாடா இருக்கோம்?" பால்பாண்டி.

கருவேலஞ்செடிப் புதர்கள், கண்மாய் கிடங்குகளை நோக்கி...

அன்று கல்யாணப்பந்தல் சிதறியதுபோலவே இன்று பஞ்சாயத்து சிதறியது.

'வேயன்னா' நிலைகுலைந்தார்.

இருதரப்பு ஆயுதங்களும் 'யார் கை முந்துவது' என்ற போட்டியில் ஒன்றோடொன்று பொருந்தித் தாக்குவதற்கு நெருங்க...

நடுவில்...

சேதுவும் தமயந்தியும் கட்டிப்பிடித்து இறுகி... இறுகி, விக்கி விக்கி... கண்ணீராய்...

ஆலமரத்தில் கூடிக்கிடந்த காக்கைகளும் குருவிகளும் கத்திக் கொண்டே கலைந்து பறந்தன.

●

20 வீரம்மாள்

வீரம்மாள், போலீஸ் அதிகாரியை வெட்டிச் சாய்த்த வழக்கில் இன்று தீர்ப்பு.

இராமநாதபுரம் கோர்ட்டைச் சுற்றி, பதினெட்டு வயது இளவட்டம் முதல், எழுபதைத் தாண்டிய வயசாளிகள் வரை, திட்டுத் திட்டாய் கூடி நின்றார்கள். வெகுதூரத்துச் சனம், விடியற்காலையிலேயே காரேறி வந்துவிட்டது. அக்கம்பக்கத்து ஊர் ஆட்கள் வண்டி கட்டி வந்திருந்தார்கள்.

"வீரம்மா விடுதலையான சேதியோடு வாங்க" என்று வீட்டுப் பெண்களே புருசன்மாரை வழியனுப்பி வைத்திருந்தார்கள். தீர்ப்பு என்னாகுமோ? எனப் பதறி, ஊர்த் திருவிழாக்கள் தள்ளி வைக்கப்பட்டிருந்தன.

பெரிய பெரிய முதலாளிமார்கள், தீர்ப்பு விவரம் அறிந்து வர, தம் கையாட்களை அனுப்பி இருந்தார்கள்.

மணிப்பயலும் அவன் தாயாரும், கோர்ட் நுழைவாயில் படிக்கட்டில் அமர்ந்திருந்தார்கள். போலீஸ்காரர்கள் துரத்தும் போதெல்லாம், நகர்வதுபோல் போக்குக் காட்டிவிட்டு, மறுபடியும் படிகளில் வந்து அமர்ந்துகொண்டார்கள்.

கோர்ட்டைச் சுற்றி, கிளை பரப்பி நின்ற வேப்பமரங்களும், புங்கை மரங்களும் சனங்கள் உட்கார்ந்து பேச குளிர்ச்சியாய் இருந்தன. கூடிக்கூடிப் பேசினார்கள்.

“அதோ... படி வாசலில் உட்கார்ந்திருக்கிற சின்னப்பையனோட... அக்காவைத்தான், அந்த அதிகாரி கற்பழிச்சானாம்!”

“வீட்டு வேலைக்குப்போன பெண்ணை, பூட்டிவச்சு, வற்புறுத்திக் கெடுத்திருக்கிறான்!”

“வீரம்மாவுக்குச் சேதி தெரிஞ்சதும், அந்த இன்ஸ்பெக்டரை, வீதியிலே விட்டு வெட்டிச் சாய்ச்சுட்டாள்!”

“தீர்ப்பு என்னாகும்?”

“பலபேருக்கு முன்னாலே நடந்த கொலை! பார்த்தவங்க யாரும் சாட்சி சொல்லலே! ‘நான் கொலை பண்ணலே’ன்னு வீரம்மா ஒரு வார்த்தை சொன்னால்போதும், கேஸ் விடுதலை ஆகும். ஆனால் வெறிபிடிச்ச அந்த மிருகத்தை நான்தான் கொன்னேன்னு வாக்குமூலம் கொடுத்துட்டாளாம்!”

“வீரம்மாவுக்குப் புருசன்... பிள்ளை இல்லையா?”

“கல்யாணம் பண்ணாத வீரம்மாளுக்கு, தெற்கத்தி சனமெல்லாம் பிள்ளைகள்தான்!”

“தாலிக்கயிறு ஏறாத வீரம்மா கழுத்திலே... தூக்குக்கயிறு ஏறும் போலிருக்கே!”

கண்ணோரம் கசிய, துடைத்துக் கொண்டார்கள்.

“முதலாளிமார் அள்ளிக் கொடுத்த காசையெல்லாம் ஏழை எளியதுகளுக்குத் தானம் பண்ணினாள். பல பொண்ணுகளுக்குக் கல்யாணம் பண்ணிவைத்தாள்.”

“தரைக்குடி எருதுகட்டு முடிந்ததும் பெருங்கலகம் கிளம்புது. கீழ்க்குடிக்காரனும் பரளச்சிக்காரனும் மோதுறான். சட்டி போலீஸாலே சமாளிக்க முடியலே. உமையம்மா கோயில் கோபுரத்திலே ஏறி நின்னு வீரம்மா மைக்கிலே பேசுறாள்! ரெண்டு ஊர்க்காரனும் பெட்டிப் பாம்பாய் அடங்குறான்!”

அன்னம், தண்ணீர் தொடாமல் குலைபட்டினியாகக் கிடந்தார்கள். “வீரம்மாளுக்கு விடுதலைன்னு தீர்ப்பு வரட்டுமப்பா. எல்லோரும் கறியும் சோறும் தின்போம்” என்றார்கள்.

விடுதலை என்று தீர்ப்பு வந்தால், கொண்டாடி அழைத்துப் போக, சிவகாசி வாணவெடிகளும், கொட்டு மேளங்களும் வந்திருந்தன.

வீரம்மாள், ஆம்பளை உயரத்துக்கும் அரை விரல் மேல் உயரம். அரைத்த மஞ்சள் நிறம். சாம்பல்நிறக் கண்கள். நெற்றியை மறைக்கும் சுருட்டை முடி. பனிப் பதத்தில் முகம். ஒளிரும் மூக்கு நுனி. எந்நேரமும் அசைபோடும் வெற்றிலை வாய். இளஞ்சிவப்பில் மினுங்கும் சேலைக் கட்டு. இடுப்பை வளைத்து வெள்ளி ஒட்டியாணம். இடதுபுறம் தொங்கும் சாவிக் கொத்து. சிணுங்கும் கொலுசு மணி. கைகளைப் புறங்கட்டி நடக்கும் பட்டாளத்து நடை. நாற்பதைத் தாண்டிய நடுவயதுக்காரி.

வீரம்மாளின் கள்ளுக்கடையில் தினமும் திருவிழா கூட்டம்தான். கள்ளு குடுக்கிறானோ இல்லையோ... வீரம்மாளை வேடிக்கை பார்க்க வருகிறவன் நிறையப் பேரு! அத்தனை கூட்டத்தையும் மணிப் பயல், மனங் கோணாமல் சமாளிப்பான். கள்ளுக்கடையிலே வேலைக்கு வந்தவன்... வீரம்மாளுக்குச் செல்லப் பிள்ளையாகி விட்டான்!

ஊருக்கு ஒதுக்குப்புறமாய் கள்ளுக்கடை. கல்தூணில் நிற்கும் ஓட்டுக் கொட்டகை. பாதம் பதியப் பரப்பிக் கிடக்கும் மலட்டாறு நெய் மணல். தென்னந்தட்டி மறைப்புக்குள் நுரை பொங்கும் கள்ளுப் பானைகள். கடலோர தேரிக்காட்டுப் பனங்கள்ளு. பசும் பால்மாதிரி. அதையே ரத்தமாய் நினைத்துக் குடிக்கிற நித்தக் குடிகாரனும் உண்டு!

ஆண் ஸ்பரிசம் அறியாத புதுப் பெண்ணைத் தொடுவதுபோல், கள்ளுத் தண்ணியை ஆற அமர உட்கார்ந்து குடிக்க வேண்டும். அவசரக் குடிகாரனுக்குச் சாராயம்தான் லாயக்கு. பல இளவட்டம், சாராயம் குடிக்கிறதை நிறுத்திட்டான். கள்ளுதான் குடிக்கிறான். வீரம்மாள் கையாலே, கள்ளு குடிச்சமாதிரியும் இருக்குது... கண்ணு நிறைஞ்சமாதிரியும் இருக்குது.

ரெண்டு ரூபாய்க்கு கள்ளுக் குடிக்க வருகிறவன், ஈரேழு உலகங்களையும் விலை பேசுவான். கலகம் இழுப்பான். கள்ளு குடிக்கிறவன் கம்பைத் தூக்கினால், கள்ளுக்கடைக்காரன் கத்தியைத் தூக்கணும். இல்லேன்னா... கடை நடத்தமுடியாது.

வீரம்மாள் இந்த ஊர்க்காரி இல்லை. மேல்காட்டுப் பக்கம், ஏதோ ஒரு கிராமம். தெலுங்கு பேசுகிற சாதி. வீரம்மாளின் சாதிசனம் யாரும் இங்கே இல்லை. ஆனாலும் இதுநாள் வரை ஒரு வம்பு, வழக்கு கிடையாது.

ஞாயிற்றுக்கிழமை. கள்ளுக்கடையில் கூட்டம் நெறியுது!

கூட்டு வண்டிகளில் வந்திறங்கிய வெளியூர் முதலாளிமார்களும், உள்ளூர்ப் பெரியவர்களும், ஓட்டுக் கொட்டகை மணலில் கால் பரப்பி, சம்மணமிட்டு, குத்துக்காலிட்டு சுயராஜ்யமாய் அமர்ந்திருந்தார்கள். வெளியே, பொட்டலில் கூடியிருந்த இளவட்டக் கூட்டம், போதை

ஏற ஏறக் கூப்பாடுபோட்டுச் சிரித்துக் கொண்டிருந்தது. எங்கிருந்து பார்த்தாலும் கண்ணில், வீரம்மாள் படும்படி அமர்ந்து கொண்டார்கள். கைவாக்கில் ஊறுகாய் மட்டை, மொச்சைப் பயறு, கருவாட்டுக் கூட்டு.

மணிப் பயல் பம்பரமாய்ச் சுழன்று கொண்டிருந்தான்.

வீரம்மாள் ஓரிடத்தில் நில்லாமல், ஒவ்வொரு குடிகார முட்டிகளிடமும் நாலு வார்த்தை பேசி வந்தாள்.

“யோவ்... கம்மாப்பட்டி முதலாளி! ஞாயிறு ஞாயிறுக்கு... வைப்பாட்டி வீட்டுக்குப் போவீரே! இன்னைக்கு என்னவாம் கள்ளுக்கடைக்கு... வந்தீரு...?”

“கூட்டத்திலே கேவலப்படுத்தாதே வீரம்மா. ராத்திரிக்கு தனியாச் சொல்றேன்” கண்மாய்ப்பட்டி முதலாளி வெட்கப்பட்டு நெளிந்தார்.

“என்ன தேவரே! பேரன் நடக்கிறானா?” என்றாள்.

“கள்ளுக் குடிச்சவன்மாதிரி, தள்ளாடித் தள்ளாடி நடக்கிறான்” அரைக் கண்ணால் தேவர் சிரித்தார்.

“ஏய்... சோலை! பதினி எப்படி இருக்குது?”

“மதினிமாதிரி இருக்குது வீரம்மா!”

சோலையின் தலையில் ஒரு செல்லத்தட்டு தட்டிவிட்டு நகர்ந்தாள்.

“வீரம்மா... என் தலையிலும் ஒரு தட்டு தட்டேன்” கழுத்தை நீட்டிய பாண்டி ஆசாரியின் கன்னத்தில் ஒரு கிள்ளு கிள்ளவும் மதி கிறங்கிப்போன ஆசாரி, கூடுதலாய் ரெண்டு முட்டி கள்ளு குடித்தார்.

வீரம்மாள் சுற்றிக்கொண்டே வந்தாள்.

குரல் வரும் திசையெல்லாம் மணிப் பயல் ஓடித் திரிந்தான்.

கள்ளு முடாக்கள் காலியாகிக் கொண்டிருந்தன. பூமி நழுவும் போதையில் கடை தள்ளாடியது.

“வீரம்மா... வீரம்மா!”

தென்னந்தட்டி மறைப்புக்குப் பின் புறமிருந்து, மணிப் பயலின் தாயார் கூப்பிட்டது வீரம்மாளின் காதுகளில் விழவில்லை.

“வீரம்மா...!” உரக்கக் கூப்பிட்டாள்.

எழுந்து வந்த வீரம்மாளைக் கட்டிக் கொண்டு, மணிப்பயலின் தாயார் கதறினாள். அழுகையினூடே விவரம் சொன்னாள். தென்னந்தட்டியோரம் கிடந்த ஒரு கொடுக்கரிவாளை எடுத்து இடுப்பில் செருகிய வீரம்மாள், கச்சேரித் தெருவில் நடந்தாள்

கள்ளுக்கடை ஆட்களெல்லாம் திரண்டு பின்னால் போனார்கள்.

கோர்ட் வாசலில் கறுப்பு போலீஸ் லாரி திகுதிகுவென நுழைந்தது. காத்துக் கிடந்த சனமெல்லாம் திரண்டு ஓடி வந்தது.

துப்பாக்கிப் போலீஸ்கள் கூட்டத்தை நெட்டித் தள்ளினார்கள்.

லாரியை விட்டு வீரம்மாள் இறங்கினாள். விலங்கு மாட்டிய கைகளை உயர்த்தி சனங்களைப் பார்த்துக் கும்பிட்டாள். அதே வெற்றிலைச் சிவப்பு! முகமெல்லாம் ஒளி அடிக்குது! கொஞ்சமும் வாட்டமில்லை!

"வீரம்மா...!" சனங்களின் சப்தத்தில் கோர்ட் சுவரெல்லாம் அதிர்ந்தன!

"வீரம்மா...! நீ விடுதலை ஆகணும். குற்றத்தை ஒப்புக்கொள்ளாதே தாயீ...!" சனமெல்லாம் கத்தியது.

படிவாசலில் நின்ற மணிப் பயல், கூட்டத்தை விலக்கி விலக்கி நுழைந்து... "வீரம்மா அக்கா...!" நெருங்கியவனை ஒரு போலீஸ்காரன் துப்பாக்கிக் கட்டையால் இடித்தான்.

கூட்டத்துக்குள் இடிபட முடியாத மணிப்பயலின் தாயார் வாசற்படியோரம் குறுகி நின்றாள்.

போலீஸ்கள் வழி ஒதுக்கித் தர, படியேறிய வீரம்மாள், மணிப்பயலின் தாயாரைக் கண்டதும் நின்றாள்.

"என்ன தாயீ...! உன் மகள் எப்படி இருக்கிறாள்?"

மணிப்பயலின் தாயார், நெஞ்சு வெடிக்க, "வீரம்மா...! மன்னிச்சிரு தாயீ. எங்களாலேதானே உனக்கு இந்தக் கதி?" வீரம்மாளின் காலில் விழுந்து அழுதாள்.

"அதெல்லாம் ஒன்னுமில்லை. நல்ல காரியம்தான் பண்ணி யிருக்கிறேன். ஊருக்குப் போயி... உன் மகளுக்குத் தைரியம் சொல்லு."

கண்ணீர் ஓட நின்ற மணிப் பயலின் தலையைக் கோதிவிட்டாள்.

சனமெல்லாம் கத்தியது. "வீரம்மா...! குற்றத்தை ஒப்புக் கொள்ளாதே. நீ திரும்பிவரணும் தாயீ...!" கையேந்தி நின்ற சனங்களுக்குப் பதிலேதும் சொல்லாத வீரம்மாளை பிய்த்துக் கொண்டுபோனது போலீஸ்.

தீர்ப்பைக் கேட்டு, சனங்கள் விட்ட கண்ணீரில், சிவகாசி வாணவெடிகள் நனைந்து ஊர் திரும்பின.

●

21 எருது கட்டு

இன்று புதன்கிழமை.

‘எருது கட்டு’.

உக்கிரமான நாள்.

நிறைகுள வள்ளியம்மனுக்கு வருஷா வருஷம், ஆவணிக்குள்ளே முளைக்கொட்டு நடத்தி ஆகணும். தவறினால் ஆத்தா ‘கோவம்’ ஊர் தாங்காது.

எருது கட்டு ஒரு வில்லங்கமான காரியம். ஆப்பநாட்டுச் சனம், பொங்கிவிடும் பொங்கி! குடிக்காத ஆள் இருக்கமாட்டான். சிறிசு, பெருசு.... அத்தனையும் தள்ளாடும்.

‘குடிக்கக்கூடாது’ன்னு ஊர்க் கட்டுப்பாடு உண்டுதான். எவன் கேக்குறான்? வருஷத்திலே ஒரு நாள் ஊர்க் கட்டுப்பாட்டை உடைக்கிறதிலேதானே சந்தோஷமே இருக்கு!

சந்து, பொந்து, கண்மாய்க் கிடங்கு, கருவேலம் புதரு... எந்தப் பக்கம் திரும்பினாலும் கேனும், கிளாஸுமாக வியாபார மும்முரம் தான். அஞ்சு ரூபாய்க்கு ‘தீ’ மாதிரி சரக்கு! போலீஸும் ஜனத்தோடு ஜனமாகச் சேர்ந்துவிடும். இறுக்கிப் பிடித்தால் சட்டம்,

ஒழுங்கு நாறிப்போகும்... நாறி!

கொட்டுக்காரர்கள் கும்மாளம் போட்டார்கள்.

'டும்பளக்கா... டும்... டும்பளக்கா... டும்...'

சுழிக்காற்றுச் சருகாய் சுழன்றார்கள். பெருநாழிக் கொட்டு, பேர் போன கொட்டு. எட்டுப்பேர் சேர்ந்து ஒரு ஜதை. குருசாமி தான் தலைவரு. ரோமம் புடுங்கிய சிட்டுக் குருவி மாதிரி திரேகம். விடைத்த மூக்கு. சிறுத்துக் குவிந்த உதடுகள். இமை ஆடாத, குழி விழுந்த கண்கள். தரையில் குதி பாவாத நடை. சும்மா நடந்தாலும் இடுப்பில் கொட்டு இருக்கும் பாவனை.

'இழவு வீடு' என்றால் அதற்கு ஒரு ஆட்டம்; அடி. 'எருதுகட்டு' என்றால் அதற்கு ஒரு ஆட்டம்; அடி. தார்ப்பாய்ச்சிக் கட்டிய வேட்டி, கல்லி ஜிப்பா. ரெண்டு கிளாஸ் 'பட்டை'. போதை இறங்க இறங்க ஏற்றிக்கொள்ளத் தோது இருந்தால் ஆட்டம் ஜொலித்துவிடுவான். வேடிக்கை பார்க்கும் வெள்ளை வேட்டிகளின் தோரணைகளைக் கலைத்து குதிக்கவைப்பான். தரை, புழுதி புரண்டு போகும்!

கோட்டை முனீஸ்வரருக்கு நிழல்தர ஒரு வேம்பு. ஒரு புளி. கிச்சிலப்ப நாயக்கன், இந்த இடத்தில் கோட்டை கட்டி வாழ்ந்தானாம். இப்பவும் 'கோட்டை' என்றுதான் பெயர். கட்டைச்சுவர்கூடக் கிடையாது. உழவு கட்டி, இங்கேதான் எருதுகட்டு நடத்தணும். முனீஸ்வரர் பார்வையிலே நடந்தால் 'ரத்தப்பலி' இருக்காதாம். அந்த தைரியத்திலேதான் மாடு பிடிக்கும் இளவட்டங்கள் எருதுகட்டுக் காளையின் கொம்புகளுக்கு இடையில் விழுவது.

பெரிய ஆட்களுக்கு, எருதுகட்டு நடத்தச் சம்மதம் இல்லே. சண்டை, சத்தம், வெட்டு, குத்து இல்லாமல் எருதுகட்டு முடியறதில்லே. வேடிக்கை பார்க்க வரும் வெளியூர்க்காரன், அவன் அவன் ஊர்ப் பகையை இங்கே வந்து தீர்த்துக் கொள்கிறான்.

வருஷா வருஷம் முளைக்கொட்டுக்காகக் கூடும் முதல் கூட்டத்திலேயே எருதுகட்டுப் பிரச்சினை வரும். கடைசியிலே இளவட்டங்களின் பிடிவாதம்தான் ஜெயிக்கும்.

இந்த வருஷம் 'தலைக்கட்டு வரி' அம்பது ரூபாய். கைம்பொண்டாட்டிகளுக்கு 'அரை வரி'. வண்ணான், குடிமகன், அரிசனங்களுக்கு வரி கெடையாது. ஆத்தாளுக்குப் பொங்கல் வச்சு, சாமி கும்பிட்டால்தானே வரி? அதுதான் கிடையாதே.

மாடு பிடிக்க மட்டும் பள்ளப்பட்டி ஆட்கள் வரணும். மாலை மரியாதை, வரவேற்பெல்லாம் கிடைக்கும். அய்யாமாரு கொடுக்கிற இந்த கௌரவமே பெருசு!

இடுப்புக் குழந்தைபோல் பள்ளப்பட்டி, ஒரு தனிக் குடியிருப்பு. அரிசனக் குடியிருப்பு.

எருது கட்டுக் காளைகளெல்லாம் நேற்று ராத்திரியே வந்து விட்டன. நாலு காளைகள், வந்திருக்கும் காளைகளில் பேர்போன காளை 'ராமு!' முதுகுளத்தூர் பக்கம் 'கருமல்' காளை. நாடு சுற்றி வந்த காளை. சாமான்யமாகப் பிடிபடாது. கழுத்திலே வடத்தை மாட்டிவிட்டால் நாலு பேரையாவது குடலைச் சரித்தால்தான் ஆறும். ஊருக்கு முதல் கரைக்காரர் 'வேயன்னா' செலவு பண்ணிக் கொண்டு வந்திருக்கும் காளை.

காவல்கார வீட்டுத் தொழுவத்தில் நிற்கும் 'ராமு'வைப் பார்க்க சனம் நெரிந்தது. உரித்த வாழைப்பழத் தோல்போல மேனிக்கட்டு. வயித்துக்குள்ளே குடல் இருக்கோ... இல்லியோ! உடைமுள்ளு மாதிரி கொம்பு. நாகப்பாம்பின் முக வெறிப்பு.

'ஆத்தாடியோவ்...!' சனத்துக்குப் புல்லரித்தது.

கொட்டுக்காரக் குருசாமிக்கு மிச்சமான போதை. திருவிழா உக்கிரம் தலைக்கேறி இருந்தது.

"ம். . அடி. . டும். . டும். . டும். . ."

சனம் பிதுங்கியது. விலக இடமில்லை.

தெரு நெடுக திருவிழாக் கடைகள், சேகுக் கடை, மிட்டாய்க் கடை, டீக்கடை, ஓட்டல், பீடி சிகரெட்டு, போலீஸூ, சர்பத்துக் கடை, பலூன், ஊதி... சந்து பொந்துக்குள்ளே சாராயக் கேன்... மைக் செட்டு... காச்... பூச்சு.. காச்.. பூச்சு...

வெளியூர்களில் இருந்து வேடிக்கை பார்க்க வந்திருக்கும் சொந்தஞ் சுருத்துகளை, "வீட்டுக்கு வந்து கை நெனச்சுட்டுப் போங்க மாப்ளேய்..." கையைப் பிடித்து இழுத்தார்கள்.

கோட்டையைச் சுற்றி சனக்காடு. சனத்திலே பாதி 'சட்டிப் போலீஸூ'. வேம்பு, புளியமரமெல்லாம் மனிதக் காய்கள்.

வேப்பமர நிழலில் ரெண்டு பெஞ்சுப்பலகை. போலீஸ் அதிகாரிகளும், ஊருக்கு முதல் கரைக்காரர் 'வேயன்னா'வும் உட்கார்ந்திருந்தார்கள்.

வடக்கே, பெரிய கண்மாய்க்கரை நெடுசனம். தெற்கே, தெரு நெடுகப் பெண்கள் கூட்டம்.

எல்லாச் சனத்துக்கும் 'ராமு' மாடு விளையாடுகிற விளையாட்டைப் பார்க்கத்தான் ஆசை.

'திகு திகு'வென வெயில்.

பள்ளப்பட்டிக்காரர்கள் கொட்டு மரியாதையோடு வந்து கொண்டிருந்தார்கள். எல்லோர் கைகளிலும் வேல்கம்பு. வேல் கம்பின் கழுத்தில் பூ சுற்றி இருந்தது.

பள்ளப்பட்டிக்கு முதல் கரை வைணப்பெருமாள். தலையிலே உருமாக்கட்டு, கழுத்திலே மாலை, மணிக்கட்டிலே மல்லிகைச் சரம். கையிலே எலுமிச்சம் பழம். கருந்திரேகம். முறுக்கு மீசை.

வைணப்பெருமாளுக்குப் பின்னால் வேல்கம்பு பிடித்து மாணிக்கம், தங்கதுரை, ஆத்தி, ராசு, கோவிந்தன், வேலு, மீசைக்கார ராசா, பாக்கியம், அப்பாக்கனி, எல்லாருக்கும் கறுப்பு டவுசர், முண்டா பனியன், உருமாக்கட்டு, அரை 'போதை'.

கூட்டத்தை விலக்கிவிட்டுக் கோட்டைக்குள் நுழைந்ததும் கொட்டுக்காரக் குருசாமியோடு கூடி ஆட்டமான ஆட்டம்! பெஞ்சுப் பலகையில் உட்கார்ந்திருக்கும் அதிகாரிகளுக்குக் கும்பிடு போட்ட காலோடு கும்மாளம் போட்டார்கள்.

உள்ளூர் இளவட்டங்களுக்குப் பச்சை டவுசர், முண்டா பனியன், முழு 'போதை'.

மைதானத்தின் நடுவில் 'வடம்' கிடந்தது. விடலைப் பையன்கள் வடம் பிடிக்கத் தயாராய் நின்றார்கள்.

மாடு பிடிக்கப்போகும் உள்ளூர் இளவட்டங்களும் பள்ளப்பட்டி இளவட்டங்களும் கோட்டை முனீஸ்வரருக்குச் செதறு தேங்காய் உடைத்துக் கும்பிட்டு, 'திருமண்' எடுத்து பக்தியோடு நெற்றியில் பூசிக் கொண்டார்கள்.

சட்டிப் போலீஸூ சனத்தோடு சனமாய்க் கலந்து சுற்றிக் கொண்டே வந்தது.

சனி மூலை வழியாக முதல் காளை இறங்கியது. ஊர்ப் பொதுச் செலவில் கொண்டுவந்த காளை.

நாலுபேர் கூடி வடத்தைத் தூக்கி காளையின் கழுத்தில் கோர்த்து முடிந்தார்கள். வடம் பிடிக்கும் விடலைகள், இங்கிருந்தே விசில் அடித்தார்கள். கழுத்துப் பாரம் தாங்கமுடியாமல் மாடு திருகியது. மாட்டுக்காரர், மூக்கணாங்கயிறை 'விருட்'டென உறுவியதும் தார்க்கம்பால் பின்தொடையில் ஓங்கி ஒரு இடி இடித்தார். ஒரு துள்ளு துள்ளி ஓடி, மண்டியிட்டு 'கொம்பு மண்' ணெடுத்து நிமிர்ந்து சிலிர்த்தது.

'டும்... டும்.. டும்..' கோபம் ஏற்றினார்கள்.

இளவட்டங்கள் 'சற.. சற'வெனக் களத்தில் இறங்கினார்கள்.

'டும்... டும்.. டும்..'

காளை, மேற்கே கிளம்பியது. விடலைகள், வடத்தைத் தூக்கிக் கொண்டு கிழக்கே ஓடினார்கள். மாடு திரும்பி, இளவட்டங்களை விரட்டியது. சனம் கத்தியது.

"ஹேய்... ய்.. ய்" விடலைகள், வடக்கே ஓடினார்கள்.

பச்சை டவுசர்கார நாகு, காளையின் திமிலில் போய் விழுந்தான். சனம் அலறியது. எல்லா இளவட்டங்களும் 'திமுதிமு'வென விழுந்து அமுக்கினார்கள்.

'டும்பளக்கா... டும்... டும்பளக்கா... டும்பளக்கா... டும்'

நாகுவைத் தூக்கி வைத்துக்கொண்டு ரெண்டு ஊர் எளவட்டங்களும் ஆட்டம் போட்டார்கள்.

ரெண்டாவது காளை, கூட்டத்திற்குள் பாய்ந்து வேடிக்கை பார்க்க வந்த சனங்களை விரட்டியது. பிடிபட்டதும், கறுப்பு டவுசர்கார மாணிக்கத்தைத் தூக்கி வைத்துக்கொண்டு பள்ளப்பட்டி இளவட்டங்கள் மட்டும் ஆடினார்கள்.

'டும்பளக்கா... டும்... டும்பளக்கா... டும்பளக்கா... டும்!'

மூன்றாவது காளை, கறுப்பு டவுசர்கார அப்பாக்கனியின் தொடையை குத்திக் கிழித்துவிட்டு, நாலாவது சுற்றில் பிடிபட்டது. கறுப்பு டவுசர்கார கோவிந்தனைத் தூக்கி வைத்துக்கொண்டு பள்ளப்பட்டி எளவட்டங்கள் மட்டும் ஆட்டம் போட்டனர்.

'டும்பளக்கா... டும்... டும்பளக்கா... டும்பளக்கா... டும்!'

கடைசியாக, சனி மூலையில் 'ராமு' காளை.

தீ மிதியில் நிற்பதுபோல், கூடியிருந்த சனத்துக்கு இருப்பு கொள்ளவில்லை. இமை ஆடாத ஆர்வம். சுற்றி விசில்சத்தம். தெற்கே, தெரு நெடுகப் பெண்கள், தலைமயிரை அள்ளி முடிந்து கொண்டு, கால் விரல் நுனியில் கழுத்து நீட்டி, தலை உயர்த்தி கண் குத்த நின்றார்கள்.

குருசாமி கூட்டம் அடிக்கிற அடியில் கொட்டுத் தோலை உரித்துக் கொண்டிருந்தார்கள்.

வேப்ப மரக்கிளை ஒன்று ஒடிந்து, ஏழெட்டுப் பேர் கீழே விழுந்து எழுந்து, மறுபடியும் அடிமரத்துவழியே ஏறி வேறொரு கிளையில் அமர்ந்தார்கள்.

வடம் பிடிக்கும் விடலைகள், குத்துப்படாமல் தப்பிக்க முழிப்பாய் இருந்தார்கள்.

மாடு பிடிக்கும் இளவட்டங்களுக்கு 'போதை' போனபோக்குத் தெரியலே! எலுமிச்சம் பழத்தை நுகர்ந்தபடி சமாளித்தார்கள்.

'வேயன்னா' தனக்கு அருகில் உட்கார்ந்து இருக்கும் போலீஸ் அதிகாரிகளிடம், "இந்தக் காளை... நான் கொண்டுவந்த காளை", என்றார்.

'டும்பளக்கா... டும்... டும்பளக்கா... டும்பளக்கா... டும்' புழுதி கிளம்பியது.

சட்டி போலீஸ் உஷார் ஆனது.

'ராமு' நிமிர்ந்து பார்த்தது. கூட்டத்தில் விசில் கீறியது. மாட்டுக்காரர் கழுத்து மணிச்சரத்தை அவிழ்த்தார். வடத்தைத் தூக்கி காளையின் கழுத்தில் மாட்டும் நாலுபேருக்கும் அடிவயிறு எவ்வியது.

"பயப்படாம... மாட்டுங்க"

வடத்தை மாட்டியதும் விலகி ஓடினார்கள்.

மாட்டுக்காரர் மூக்கணாங்கயிறை உருவி, ராமுவின் நடுமுதுகில் ஒரு தட்டுத் தட்டி, கையிலிருந்த மணிச்சரத்தைக் குலுக்கினார்.

ராமு, வலது முன்னத்திங்காலைத் தூக்கி ஒரு எட்டு எடுத்து வைத்து, வடம் பிடிக்கும் விடலைகளை நோக்கி... நாலு எட்டு.

வடத்தைப் போட்டுவிட்டு கிழக்கே விழுந்து ஓடினார்கள். வடம் தனியே கிடந்தது.

'டும்.. டும்.. டும்..!'

ராமு, கொட்டுக்காரர்களைப் பார்த்தது.

'டும்.. டும்..' கொட்டுச்சத்தம் அடி இறங்கியது. குருசாமியைப் பார்த்து ரெண்டு பாய்ச்சல்... கொட்டுக்காரர்கள் கூட்டத்துக்குள் பாய்ந்தார்கள்.

மணிச் சத்தத்தைக் கேட்டு, ராமு, மேற்கே திரும்பியது. மாடு பிடிக்கும் இளவட்டங்கள் கௌரவமாய்ப் பதுங்கினார்கள்.

ராமு, ஆற அமர நின்று நாலு திக்கும் பார்த்தது.

தெற்கே, 'டும்.. டும்.. டும்..'

ராமு, வடத்து மேலேயே 'சிம்பி சிம்பி' நடந்தது. வடத்து மேலே நடக்கிற மாடு, லேசிலே பிடிபடாது.

இளவட்டங்கள் அடர்த்தியாய் முன்னேறினார்கள்.

'டும்பளக்கா... டும்... டும்பளக்கா... டும்... டும்...'

ஆறு சுற்று, ஏழு சுற்று ராமு பிடிபடலே! யாரும் நெருங்க முடியலே!

சனம் ஹூ... ஹூ...வெனக் கத்தியது. மைதானத்துக்குள் துண்டுகளை வீசினார்கள்.

தங்கதுரை, வேலு, பாக்கியம் மூன்றுபேரும் கிழக்கே, வடம் கிடக்கும் திசையில் மெதுவாய்ப் பிரிந்தார்கள். தனியே கிடந்த வடத்தை எடுத்து ஒரு சுண்டிவிட்டார்கள்.

ராமு, கிழக்கே திரும்பிச் சீறியது.

மேற்கே இருந்து இளவட்டங்கள் 'சல சல'வென இறங்கினார்கள். ராமு, மேற்கே திரும்பி எளவட்டங்களை நோக்கி நாலுகால் பாய்ச்சலில்.....

கிழக்கே இருந்து கெதியாய் ஓடிவந்த தங்கதுரை கொம்புகளில் பாய்ந்தான். வேலு திமிலில் விழுந்து கவ்வினான்.

சனம் அலறியது. துண்டுகளை வீசியது. விசில்... விசில்..

'டும்பளக்கா... டும்... டும்பளக்கா... டும்... டும்...'

ராமு, கொம்புகளை உலுப்பி உலுப்பிப் பார்த்தது. தங்கதுரையும் வேலுவும் விடுவதாக இல்லை. பின்னிக் கிடந்தனர். பாக்கியம் வடத்தை, காளையின் கால்களுக்கிடையில் வளைத்து ஒரு சுண்டு சுண்டிவிட்டான்.

ராமு சாய்ந்தது.

'ஹேய்... ய்.... ய்... வீய்.. ய்..வ்.. வ்வீய்... ய்.. ய்' கோட்டையைத் தாண்டி ஊர் அதிர்ந்தது.

கொட்டுக்காரர்கள் குதியாய்க் குதித்தார்கள். பள்ளப்பட்டி இளவட்டங்கள், தங்கதுரையைத் தலைக்குமேல் தூக்கி வைத்துக்கொண்டு ஆட்டமாய் ஆடினார்கள். தங்கதுரையைச் சுற்றிப் பெருங்கூட்டம்.

'வேயன்னா'வுக்குப் பின்னால் நின்ற முனியசாமி, குனிந்து, காதோரம் "மாமா நீங்க கொண்டுவந்த காளை, ஒரு எளிய சாதிப் பய கையாலே பிடிபட்டுப் போச்சே!" வருத்தப்பட்டார்.

'வேயன்னா' நிமிர்ந்தார்.

"அப்படிச் சொல்லக்கூடாதப்பா. தங்கதுரை நம்ம ஊரு மரியாதையை காப்பாத்தி இருக்கிறான்."

சனம் கலைந்தது. கிழக்கே கலகம் கிளம்பியது. போலீஸ் துப்பாக்கிகளோடு ஓடியது.

"யார்... யாருக்குள்ளே சண்டையாம்?"

"வெளியூர் ஆளுகளாம்"

நாலு திக்கும் சனம் சிதறி ஓடியது. ஓடிய கால்களுக்கிடையில் தங்கதுரை, வேல்கம்பு குத்தப்பட்டு செத்துக் கிடந்தான்.

●

22. மயிலு

"ஓ.... பெண்ணே!
மணம் செய்துகொள்ள
மாட்டேன் என மறுத்தாய்.
உனது மறுப்பும் வீறாப்பும்
என்னவாயிற்று?
நட.... பெண்ணே!
மணமேடையைச் சுற்றி நட.
வாயில் திணித்த சோற்றுருண்டையை
அவன் தின்றுவிட்டான்!
நட... பெண்ணே! நட.
வீறாப்பை விட்டுவிடு.
உன் தொடைமீதும்
உன் ஊமைத் தங்கையின் தொடைமீதும்
மணமகன் தொடை உரச,
மணைப்பலகையில் உட்கார்."
கொட்டு மேளத்தோடு மாப்பிள்ளையை
அழைத்துவந்து முச்சந்தியில் நிறுத்தினார்கள்.

தெருவிளக்கு கிடையாது. வளர்பிறை நிலா, மங்கலாய் இறங்கிக் கொண்டிருந்தது. தலைச் சும்மாட்டின்மீதிருந்த காந்த லைட்டு வெளிச்சம், ஏறவும் இறங்கவுமாய் மினுக்காட்டம் காட்டியது.

பூ வேலைப்பாடுகள் மிகுந்த வண்ணத்துணியைத் தலையில் போர்த்தி முக்காடிட்டிருந்தான் அழகு.

சுற்றிலும் நின்ற மாப்பிள்ளைத் தோழர்கள், அழகுவின் விலாவில் கிள்ளினார்கள்.

“ஒரே முகூர்த்தத்திலே... ரெட்டைத் தாலி கட்டப்போறியா?”

“சுப்பிரமணியக் கடவுளுக்கு வலதுபுறம் ஒரு பொஞ்சாதி... இடதுபுறம் இன்னொரு பொஞ்சாதிபோல... நம்ம அழகுக்கும் ரெண்டுடோய்...!”

“ஒருபுறம் செவ்வந்தி... மறுபுறம் மயிலு. ஒரே கடிவாளத்திலே, ரெட்டை குதிரைச் சவாரி!”

“அழகு, கொடுத்து வச்சவன்டா!”

இளவட்டங்கள் கிள்ளக்கிள்ள முக்காட்டுத் துணிக்குள்ளே அழகு சிரித்துக் கொண்டான். உடுத்தியிருந்த கல்யாணக் ‘கோடி’ வேட்டியின் நுனியில், பரிசப் பணமாக ‘இரண்டு’ ஒரு ரூபாய் நாணயங்களை முடிந்து வைத்திருந்தான்.

ராத்திரி பன்னிரெண்டு மணிக்குத் தாலிகட்டு.

இளவட்டங்களுக்கு அரை போதை. பெருசுகளுக்கு முக்கால் போதை. முழு போதைக்காரனெல்லாம் மல்லாந்து படுத்து விட்டான். கள்ளுத் தண்ணிக்கு, கல்யாணப் பந்திச் சாப்பாடு இழுக்காது. சாராயம்தான் லாயக்கு. உள்ளூர்ச் சரக்கே ‘தீ’ மாதிரி! பற்றவைத்தால் எரியும்! குடிக்கிற குடல் எரியும்போது, சாப்பாடு இழுக்கத்தானே செய்யும்?

போதைக்கார ஆம்பளைகளுக்கு ரெண்டு அடி பின்னே... பரிசத் தட்டுத் தாம்பூலங்களைத் தலையில் சுமந்தபடி பெண்கள் நின்றார்கள்.

பரிசப் பொருள் எல்லாம் ரெண்டு... ரெண்டு! சோப்பு, சீப்பு, கண்ணாடி ரெண்டு. குளியல் மஞ்சள், குங்கும டப்பா ரெண்டு. இடுப்புக் குஞ்சம் ரெண்டு. தலைக் குஞ்சம் ரெண்டு. தொங்கட்டான் ரெண்டு ஜோடி. முகூர்த்தச் சேலை ரெண்டு. ரவிக்கை ரெண்டு.

தாலியும் ரெண்டு.

ஜமக்காளத்தை முச்சந்தியில் விரித்தார்கள். அழகு கிழக்கே பார்த்து சம்மணமிட்டு அமர்ந்தான். எதிரே மைத்துனன்மார் உட்கார்ந்து, குழைத்த சந்தனத்தை அழகுவின் கை, கழுத்து, மார்பு, நெற்றி, முகமெல்லாம் பூசினார்கள்.

"நல்லா... பூசுங்கடா..."

அள்ளி அப்பினார்கள். அழகு, சிரித்துக்கொண்டே இசைந்து கொடுத்தான்.

வாழைப்பழத்தை தோல் உரித்து, அழகுவின் வாயருகே கொண்டு போய், "வாயைத் திறங்க மச்சான்" என்றார்கள். திறந்தான். ஏமாற்றி, தாமே விழுங்கினார்கள்.

வெற்றிலைச் சுருளை, அழகுவின் வாயருகே கொண்டு போனார்கள்.

திறந்தவன் 'லபக்' எனக் கவ்வி, மென்றான். பல்லெல்லாம் 'கடக்' 'மொடக்' எனத் தெறித்தன. சுருளுக்குள் கல்லை மடித்துக் கொடுத்த மைத்துனன்மார், கைகொட்டிச் சிரித்தார்கள். பல் உடைந்தாலும், அழகு விடுவதாக இல்லை. கல்லையும் நொறுக்கி மென்று விழுங்கினான்.

'பானக்கரம்' எனக் கொடுத்த பசுமாட்டுக் கோமியத்தை வாய் கொப்பளித்துத் துப்பிவிட்டுச் சிரித்தான். "டேய்...! எந்திரிங்கடா... நேரமாகுது" பெருசுகள் விரசினார்கள்.

கொட்டுமேளம் முழங்க, நாலு தெரு கடந்தால் மணமகள் வீட்டு முற்றம். அங்கும் காந்த லைட்டு வெளிச்சம் இரைந்து கொண்டிருந்தது. லைட்டுக்காரன், மண்டிக்காலிட்டு காற்றடித்தான்.

முற்றம்தான் மணவறை. மையத்தில் ரெண்டு உலக்கைகள் செங்குத்தாய் நடப்பட்டிருந்தன. உலக்கைகளுக்கு நடுவே மனைப் பலகை. நாலு மூலைகளிலும் ஐந்தடுக்கு மண் கலயங்களை வளைத்து, எருக்கலஞ்செடி இலைகள் கட்டித் தொங்கின.

பரிசத் தட்டு, தாம்பூலங்களை மணவறையில் இறக்கிவிட்டு, எல்லோரும் பந்தலுக்குள் அமர்ந்தார்கள்.

அழகு மட்டும் முற்றம் தாண்டி, பத்தடி தூரத்தில் ஒற்றை ஆளாய், பெண் வீட்டுவாசலையே பார்த்துக்கொண்டு நின்றான். முக்காடு வழியே முகம் தெரிந்தது.

"ம்... நேரமாகுது, பொண்ணுகளைக் கூட்டுட்டு வாங்கம்மா"

உள் வீட்டை ஆந்திப் பார்த்துப் பெரிய ஆம்பளைகள் சப்தமிட்டார்கள்.

உள்வீட்டுக்குள் செவ்வந்தியும், மயிலும் மணப்பெண் அலங்காரத்தில் இருந்தார்கள். இளையவள் மயிலு, ஓரிடத்தில் நில்லாமல், வாசலுக்கும் உள்வீட்டுக்கும் குதூகலமாய் ஓடித் திரிந்தாள்.

"அடியே... செவ்வந்தி! மாப்பிள்ளைக்காரன் வந்து வெகு நேரமா... முச்சந்திலேயே நிக்கிறான்! போ... போயி... அன்னத்தை ஊட்டு..." பெரிய பொம்பளைகள் அணைவாய்ச் சொன்னார்கள்.

“போகமாட்டேன்.”

“ஏன்டீ...?”

“அழகு மச்சான், என் தங்கச்சி கழுத்திலே தாலி கட்டக்கூடாது.”

“உனக்குத் தோஷம் கழிக்கத்தானே, உன் தங்கச்சி கழுத்திலேயும் தாலி கட்டுறான்?”

“தோஷம் கழியாமல் நான் செத்தாலும் பரவாயில்லே. என் கழுத்திலே மாத்திரம்தான் தாலி கட்டணும்.”

பெரிய பொம்பளைகள், ஆளாளுக்கு விபரம் சொன்னார்கள்.

“அடியேய்... கிறுக்குச்சிறுக்கி! ரெட்டைத்தாலி கட்டுறதே... ஒரு சாஸ்திரத்துக்குத்தான். ஒத்தத் தாலி கட்டினால்... உன் உயிருக்கோ... அழகு உயிருக்கோ... ஆபத்து! குருநாதசாமி கண்டிக்கிற ஜாதகம் தப்பாது.”

“உன் தங்கச்சி மயிலு, வாய் பேசமுடியாத ஊமை! இன்னும் வயசுக்கு வராத சின்னப்பொண்ணு! ரெட்டைத் தாலி கட்டினாலும், அழகுக்கு நீதான் பொண்டாட்டி.”

முற்றத்திலிருந்து பெரிய ஆம்பிளைகளும் எழுந்து உள்ளே வந்து செவ்வந்தியை சமாதானம் பண்ணினார்கள்.

“தாயில்லாப் பொண்ணுகள் நீங்க. உங்க ஆத்தா செத்து அஞ்சாறு வருசமா... அப்பனுக்குத் தூக்கம் கிடையாது. இந்தத் தாலி கட்டிலே தடங்கல் வந்தால்... தகப்பனுக்கு உயிர் தங்காது. அதுக்கு மேலே உன் விருப்பம்.”

“இதெல்லாம் நம்ம சாதியிலே நடக்கிறதுதானே செவ்வந்தி?”

பேசிப்பேசியே இளக்கினார்கள்.

“மயிலு வயசுக்கு வந்தா... அவ இருக்குற லட்சணத்துக்கு எத்தனையோ மாப்பிள்ளை வருவான்ங்க.”

“போ... தாயி! கட்டப்போற புருஷனுக்கு அன்னத்தை ஊட்டு. நேரமாகுது.”

செவ்வந்தி, மயிலைப் பார்த்தாள்.

மயிலு, பிறவி ஊமை காதும் கேளாது; வாயும் பேசாது. பூப்பெய்திப் பருவம் தாண்ட, இப்பவோ... பிறகோ... என நேரம் பார்த்திருக்கும் ஆளாகாத குமரி. தன்னைச்சுற்றி என்ன நடக்கிறது? என எதுவும் தெரியாதவளாய் ஊமைச் சந்தோசத்தில் பறந்து திரிந்தாள்.

செவ்வந்தி, கண்ணீரைத் துடைத்துவிட்டு எழுந்தாள்.

செவ்வந்தியோடு சேர்த்து மயிலையும் வாசலுக்கு அழைத்து வந்தார்கள். இருவர் கைகளிலும் சோறு, நெய், தேன் பிசைந்த அன்னத்தட்டு இருந்தது. மணவறைக் கூட்டம், பாதை ஒதுக்கி விலகி அமர்ந்தது.

பனி பெய்யும் முற்றத்தில் அழகு நின்றான்.

அழகுவின் வலதுபுறம் செவ்வந்தியும், இடதுபுறம் மயிலும் நின்றார்கள். அக்கா செவ்வந்தி என்னென்ன செய்கிறாள் என உற்று உற்றுப் பார்த்து, மயிலும் அப்படியே நடந்துகொள்வதைப் பார்க்க சனத்துக்கு வேடிக்கையாய் இருந்தது.

"பாவம்! ஒண்ணும் தெரியாத ஊமைப் பொண்ணு!"

நாவிதன் சங்கு ஊதினான்.

"பூம்..ம்.. பூம்ம்... ம்... பூம்ம்... ம்...ம்..."

செவ்வந்தியும் மயிலும் அழகுவை மணவறைக்கு அழைத்து வந்தார்கள்.

நாவிதன் சங்கு ஊதுவதை நிறுத்திவிட்டு, "முதல் தாலி யாருக்கு அய்யா?" சபையோரைப் பார்த்துக் கேட்டான்.

"முதல் தாலி மயிலுக்குத்தான், செவ்வந்திக்கு தோஷம் கழிக்கத் தானே இந்த ஏற்பாடு?"

சபையில் செங்குத்தாய் நடப்பட்டிருந்த ஒரு உலக்கையின் பக்கம் செவ்வந்தியையும், இன்னொரு உலக்கையின் பக்கம் மயிலையும் நாவிதன் அமர்த்தினான்.

அழகுவைப் பார்த்து, "சாமி... செவ்வந்தி ஆத்தாகிட்டே அன்னம் வாங்கிக்கங்க" என்றான்.

அழகு, செவ்வந்திக்கு அருகில் அமர்ந்தான். தலையில் முக்காடிட்டிருந்த பூ வேலைப்பாடு மிகுந்த வண்ணத்துணியை, நாவிதன் எடுத்துப் பிரித்து உதறினான்.

"வெக்கப்படாம நெருங்கி உக்காருங்க சாமி" வண்ணத்துணியால் இருவரையும் முழுதாய் மூடினான்.

மூடிய துணிக்குள், அழகுவைப் பார்க்க செவ்வந்தி வெட்கப்பட்டாள். அவளுக்குமேல், அழகு வெட்கப்பட்டான்.

அக்காவையும், மச்சானையும் துணியால் மூடியதைக் கண்ட மயிலுக்குச் சிரிப்பு பொத்துக் கொண்டு வந்தது. ஊமைச் சிறுக்கிக்கு அடக்க முடியவில்லை!

"அன்னம் ஊட்டிட்டீங்களா ஆத்தா...?" தலைக்குமேல், நாவிதன் குரல் கொடுத்தான்.

செவ்வந்தி, வண்ணத்துணி இருட்டுக்குள் சோறு, நெய், தேன் பிசைந்த அன்னத்தை நுனி விரல்களால் பிட்டு, ஊட்ட வாய் தேடினாள்.

உத்தேசமாய் திறந்திருந்த வாய்க்குள், நுனிவிரல் அன்னம் சிக்கியது.

"என்ன தாயீ... ஊட்டிட்டீங்களா?" நாவிதன் விரசினான்.

மூடியிருந்த துணியை விலக்கி செவ்வந்தி எழுந்தாள். ஒரு வாய் அன்னத்தோடு அழகுவும் எழுந்தான்.

"இந்தப்பக்கம் உட்காருங்க சாமி" அழகுவை மயிலுக்கு அருகில் அமர்த்தி, வண்ணத்துணியால் இருவரையும் நாவிதன் மூடினான்.

செவ்வந்தியின் பார்வை, மயிலு பக்கமே இருந்தது.

மூடி வெகுநேரமாகியும் துணி விலகவில்லை.

"ஊட்டிட்டீங்களா, தாயீ?"

"மயிலுக்கு காது கேளாதுடா... 'பிறவி ஊமைன்னு தெரியாதா உனக்கு?" ஒரு பெருசு, நாவிதனைக் கண்டித்தார்.

மூடிய துணி, வெகுநேரம் குலுங்கிக்கொண்டே இருந்தது.

"ஊமைப் பொண்ணுகிட்டே... இவ்வளவு நேரமா... என்ன குலாவல்! அடேய்... அழகு! போதுமடா. நேரமாகுது."

"அன்னம் தின்னதுபோதும் சாமி. எந்திரிங்க" நாவிதனே துணியை விலக்கினான்.

தட்டிலிருந்த அன்னத்தை எல்லாம் மயிலுக்கே ஊட்டி விட்டிருந்தான் அழகு. மயிலின் வாய், முகமெல்லாம் அன்னப் பிசையல் ஒட்டி இருந்தது. சாதிச் சாத்திரத்திற்குப் புறம்பாய், பெண்ணுக்கு, மாப்பிள்ளை ஊட்டிவிட்டிருந்தான். கூடியிருந்தவர்கள் முழி திருகினார்கள்.

மயிலு, மலங்க மலங்க விழித்தவாறு, காணாததைத் கண்டவளாய்... தன் நினைவு இழந்திருந்தாள்.

செவ்வந்தி கண் தாழ்த்திக் கொண்டாள்.

அழகு, மனைப் பலகையில் கிழக்கே பார்த்து அமர்ந்தான். வலதுபுறம் செவ்வந்தியும், இடதுபுறம் மயிலும் அமர்ந்தார்கள்.

நாவிதன் சங்கெடுத்து ஊதினான். பெண்கள் குலவை இட்டார்கள். கொட்டுமேளம் முழங்கியது. பரிசத் தட்டிலிருந்த தாலிகள், சபை ஆசீர்வாதத்திற்காகச் சுற்றிவந்தன.

“ஏய்... நேரமாகுதப்பா...! தூக்கம் கண்ணைச் சுழட்டுது! தாலியைக் கட்டச் சொல்லு.”

தொண்டை நரம்பு புடைக்க, நாவிதன் சங்கூதினான்.

ரெட்டைத் தாலிகளில் முதல் தாலியை, மயிலின் கழுத்திலும், ரெண்டாவது தாலியை, செவ்வந்தியின் கழுத்திலும் அழகு கட்டினான். இளவட்டங்கள் கை தட்டினார்கள். வயதானவர்கள் கொட்டாவி விட்டார்கள்.

விடிகாலையில், முழங்கால்களுக்குள் தலைகவிழ்ந்து அழுது கொண்டிருந்த மயிலு, ‘பூப்பெய்தி’ பெரிய மனுஷியாகி இருந்தாள்.

இரவு, கன்னிமை கழிந்த கிறக்கத்தில் கண் செருக, கதவைத் திறந்து வெளியேவந்த செவ்வந்தி, ஊமைச்சிறுக்கி ‘மனுஷி’யாகி இருப்பதைக் கண்டதும் பதறிப் போனாள்.

தகப்பனார், மூலையில் அமர்ந்து ஒரு பாட்டம் அழுது தீர்த்தார்.

ஊர்ப் பெண்கள் கூடினார்கள்.

அழகு, உச்சிப்பொழுதுக்குள் பச்சைப் பனை ஓலையால் தனிக்குடில் வேய்ந்தான். பெண்கள், மயிலை அழைத்துப் போய்க் குடிலுக்குள் உட்காரவைத்தார்கள்.

ரத்தப்போக்கான புதுக்குமரி தெம்பு பெற உளுந்தங்களி, கோழி முட்டை, குழிப் பணியாரம், பலகாரங்கள் என எல்லா வீடுகளிலும் இருந்து சட்டிகளிலும், பொட்டிகளிலும் கொண்டுவந்து இறக்கினார்கள். உளுந்தங்களிக்குள் ஊடுகுழி பறித்து, குழி நிறைய நல்லெண்ணெய் ஊற்றி, வேம்பார் கருப்பட்டியை நுணுக்கிப் போட்டுப் பிசைந்து மயிலுக்கு ஊட்டினார்கள். பச்சைக் கோழி முட்டையை உடைத்து குடிக்கச் சொன்னார்கள். வெறும் முட்டைக்கூடு நிறைய நல்லெண்ணெய் நிரப்பி குடிக்கக் கொடுத்தார்கள்.

தாயும் வாயுமில்லா மயிலுப் பொண்ணு, ‘பெரிய மனுஷி’யாகி இரண்டு நாட்களாய், ஊர்ச்சனம் காட்டுகிற பரிவும் பாந்தமும் உடன்பிறந்த செவ்வந்தியிடம் இல்லை.

மூன்றாம் நாள் பொழுதுவிடியுமுன் குடிலுக்குள் நுழைந்த செவ்வந்தி, தங்கச்சியைக் கட்டிப்பிடித்து அழுதாள். அக்காவின் மார்புக்குள் முகம் புதைத்த மயிலு, தாயாரின் கதகதப்பை உணர்ந்தவளாய் கண்ணீர் உகுத்தாள். ரெண்டு நாள் வருத்தமும் வடிந்தது. செவ்வந்தியை இறுகக் கட்டிக்கொண்டாள்.

செவ்வந்தி உடைத்துக் கொடுத்த கோழி முட்டையை மயிலு குடித்தாள். ஊர்ப் பெண்கள் கொடுத்த முட்டையைவிட ருசியாய் இருந்தது.

முட்டைக்கூடு நிறைய அக்கா ஊற்றிக் கொடுத்ததையும், வைத்த வாய் எடுக்காமல் ஒரே மடக்கில் குடித்தாள். தொண்டை இறக்கத்திலேயே எரிந்தது.

செவ்வந்தி குடிலை விட்டு வெளியேறினாள்.

நெஞ்சும் அடிவயிறும் எரிய, மயங்கிச் சாய்ந்த மயிலின் வாயோரம் 'எருக்கலம் பால்' வழிந்தது.

உள் வீட்டில் படுத்திருந்த தகப்பனாரின் கால்மாட்டில் அமர்ந்து செவ்வந்தி அழுதாள்.

"அய்யா...! நம்ம மயிலு... செத்துக்கிடக்கிறாளே அய்யா...?"

●

23 சுனை

என் வலதுதோளில் சாய்ந்து உறங்கிக் கொண்டிருப்பவருக்கும் எனக்கும் முன்அறிமுகம் கிடையாது. பஸ், சன்னமாய்க் குலுங்கியது. நேர்த்திக் கடனுக்கு தலைமுடியைச் சிரைக்கும் சவரக்கத்தி அளவுக்கே இரையும் தனியார் வண்டி.

சில 'சுள்ளான்'களைத் தவிர எல்லோருக்கும் உறக்கம் கண்ணைக் கட்டியது. கட்டாதவர்கள்கூட கண்களை மூடி பாவனை செய்தார்கள். தெளித்துக் கழுவிய வாழை இலையாய் விரிந்து கிடக்கும் நெடுஞ்சாலையில் வெயில் பட்டு ஒளிர்ந்தது.

பிரியமுடன் தரும் மிட்டாய் வாங்க மறுத்து, பின்னக் கட்டி ஓடும் குழந்தைகளைப் போல் கருவேலம் புதர், மொட்டைப் பனை, சுடுகாடு, செங்கல் சூளை, ஒற்றைக் கைகாட்டி மரம் எல்லாம் கால் முளைத்து பஸ்ஸின் இருபுறமும் ஓடுவதைப் பார்க்க சந்தோஷமாய் இருந்தது.

என் தோளில் சாய்ந்து உறங்குபவர் கல்லெறி விழுந்த குருவிபோல் தலையை அசைத்து, அரைபாதி இமை திறந்து மூடி, மறுபடியும் சாய்ந்து வாய்வழி சுவாசித்தார்.

யாரோ... எவரோ...

என் வயது இருக்கலாம். எனக்கு நாற்பது. தலை, குண்டுக்கல்லாய் என் தோளில் கிடந்தது. காய்ந்த தலைமுடி, என் கன்னத்தில் உரசியது. கன்னத்தை அவர் தலையில் சாய்த்தேன். தேங்காய் நார் தலையணைபோல் இருந்தது. பிறந்த கிராமத்துத் தெருப்புழுதியைக் கிளறி விளையாடும் ஒட்டுதல். ஆட்டுப் பாலை, மடி கறந்ததும் சூடு ஆறாமல் குடிக்கும் மணம்.

அடிக்கின்ற வெயிலுக்கு இந்த அளவு காற்று வீசாவிட்டாலும் அவிந்துபோகும். சட்டைக்குள் புகுந்து இதம் தந்தது.

களைத்த உடல், ஓடும் பஸ்ஸில் உட்கார்ந்ததும் உறங்கிவிடும். சரீர சுகம்தேடிகள், பிரயாண நேரத்தைக்கூட வீணாக்காமல் உறங்கி லாபம் காண்பதும் உண்டு.

விரும்பிய மாத்திரத்தில் உறங்கிப்போகிறவன் 'கவலையத்த புண்ணியவான்'. நிம்மதி கெட்ட வாழ்க்கைப்பாட்டில், உறக்கம் ஓர் 'அரியவரம்'. ஜீவிதச் சிக்கல்களுக்கான விடை, எதிலோ ஒளிந்து கிடப்பதாய்த் தேடி அலையும் மனதுக்கு பகல் உறக்கம் கண்கூடாது.

உறங்குவதில் சுகம் இருக்கிறது! விழித்திருந்து வேடிக்கை பார்ப்பதில் சந்தோசம் இருக்கிறது. என் தோள் கனத்தது. களங்கமற்று தோள் ஏறிய சுமை. சுமக்கும் சந்தோசத்தில் மூடிய இமைகளுக்குள் என் தாயார் வந்தார்.

நான் வெளியூரில் இருந்த சமயம் அப்பா இறந்துவிட்டார். நல்லபடியாகத்தான் இருந்திருக்கிறார். கண்மாயில் குளித்துவிட்டுக் கரை ஏறும்போது வழுக்கி, நாலு நாள் படுக்கை.

தகப்பன் செத்ததுக்கு தலை சிரைக்கக் கொடுத்து வைக்கவில்லை. தகவல் கிடைத்து ரயில் ஏறி ஊர்வந்து வாசலில் நுழைந்தேன்.

அப்பா இல்லாத வீடு. காற்று வெளியேறிய கால்பந்தாய் சூம்பிக் கிடந்தது.

அப்பா, 'க்யாதியாய்' வாழ்ந்தவர். சுற்றுப் பட்டிகளில்கூட அப்பாவின் பெயர் சொல்ல அஞ்சுவார்கள். 'மூத்தவர்' என்பார்கள்.

கொள்ளிப்போட பிள்ளை வராமல் நொறுங்கிச் சிதைந்து இருந்த அம்மா, வாசலிலேயே என்னை மறித்துக் கட்டிக்கொண்டு "சேது பட்டத்து யானை அடி சறுக்கிச் சாய்ஞ்சிருச்சே...!" என் தோளை நனைத்தார்.

என் கண்ணீர் அம்மாவின் தலைமுடிக்குள் சோர்ந்தது. தொண்டை இறுகி வலித்தது. அம்மா, என் தோளில் சாய்ந்து துயரத்தை இறக்கிக் கொண்டிருந்தார்.

நடுக்கூடத்தில் அப்பாவின் படம். அந்தக் காலத்து ராஜகெம்பீரம். பூ மாலை, சந்தனம், குங்குமப் பொட்டு, ஊதுபத்தி, அழுந்தப் பார்த்து உள் இருத்திக்கொண்டேன். பாரம் தாங்க மூடிய இமைகளுக்குள் என் மனைவி தமயந்தி வந்தாள். வழக்கமாய் என் இடது தோள்தான் தமயந்தி தலை சாய்க்க வாகாய் இருக்கும். தோல் நீங்கிய நுங்குச்சதை கன்னத்தைப் பதிவாய்ச் சாய்த்து, என் கழுத்தில் இருந்து மூச்சை இழுத்துவிடுவாள். மூத்தவன் பிறக்கும் வரை ஒரு தலையணைதான். அது எனக்கு. என் இடது தோள், மனைவிக்கு. அந்தப் பூமலையைச் சுமக்கச் சுமக்க என் தோளுக்குப் பலம்கூடும்.

மூத்தவன் ராஜேஷ், அடுத்து ராதிகா, அடுத்து நாகராஜ்.

இப்போதெல்லாம் என் வலதுதோளில் ராஜேஷ், இடதுதோளில் நாகராஜ். ராதிகா தனியே படுத்துக் கொள்வாள்.

நாகராஜ் கடைக்குட்டி என்பதால் கூடுதல் செல்லம். இடது தோளில் படுத்திருப்பான், திடீரென என்மீது ஏறி உருண்டு வலது தோளுக்கு வந்து ராஜேஷை புரட்டித் தள்ளுவான். மறுபடி இடது, மறுபடி வலது. ராஜேஷும் ராதிகாவும் சிரிப்பார்கள். ஒருவழியாய் உறங்கிப் போவார்கள். என் மனைவிக்குப் பிள்ளைகள் பற்றிய கவலை. வீட்டு வேலைகளை அவசர அவசரமாக முடித்துவிட்டு, பகல் முழுக்க, இரவு வெகு நேரம் தையல் மிஷின் தைக்கிறாள். நானும் குழந்தைகளும் உறங்கி விடுவோம். தமயந்தி எந்நேரம் படுப்பாளோ தெரியாது. கால் ஓய்ந்து, கண் சுழற்றினால்தான் படுக்கை. வனாந்தரத்துக் குருடனுக்கு வழித் துணை கிடைத்ததுபோல், எப்போதாவது என் இடதுதோளில் சாய்வாள்.

“தமயந்தி...”

“என்னங்க?”

“இப்படி கண் விழிக்காதே. உடம்பு என்ன ஆகும்?”

“ஏதோ ஆகும். ஆகட்டும்.”

“தமயந்தி... நீதானே எனக்கும் குழந்தைகளுக்கும் வேர்? உன் உடம்புக்கு ஒன்னுன்னா குடும்பம் குலைஞ்சுபோகாதா?”

“மூன்று குழந்தைகளோடு நாலாவது குழந்தையாக இருக்கீங்களே! உங்க ஒரு சம்பளத்திலே குடும்பம் தள்ளலாம். நம்ம மகள் ராதிகா பெரிய மனுஷியாக இப்போ பெறகுன்னு நேரம் பார்த்துக்கிட்டு இருக்கிறாள். நகை, நட்டு, சீர், சீராட்டு இல்லாமல் எவன் கட்டுவான்? பிள்ளைகளுக்கு படிப்புச் செலவுதான் கொஞ்சமா ஆகுதா? உங்களை என்ன லஞ்சமா வாங்கச் சொல்றேன்? நானும் உழைக்கிறேன், அவ்வளவுதான்.”

“நம்ம ராதிகா எதிலே குறைச்சல்?”

“பொண்ணு இல்லாமல் நகையை மட்டும் கொடுத்தால், வாங்க ஆயிரம்பேர் வருவான். நகை இல்லாமல் பொண்ணைக் கட்ட ஒருத்தன் வரமாட்டான். உலகம் தெரியாம உளறாதீங்க.” என்னை அணைத்து முடி கோதுவாள். எனக்குப் பேச வராது. தமயந்தியின் கழுத்தை வளைத்துத் தலையோடு சேர்த்து பெருமூச்சு விடுவேன். இமைகள் மூடும்.

மூடிய இமைகளுக்குள் நண்பன் பாண்டியன் வந்தான்.

அவனுடைய ஸ்நேகிதி, தன் அப்பாவுக்குப் பயந்து, பொழுது இருட்ட தீயிட்டுக்கொண்டு செத்தது எனக்குத் தெரியாது. என் வீட்டில் இருந்தேன். பாண்டியன் வந்தான். வழக்கம்போல் தலை நிமிராமல் ‘வாடா பாண்’ என்றேன். வந்தவன் என்னைக் கட்டிப் பிடித்துக்கொண்டு ‘மூசுமூசு’ என அழுதான்.

“டேய்... பாண்... ஏன்டா அழுகுறே!. என்னடா ஆச்சு?” என் வலதுதோளில் தலைசாய்த்து, பொங்கிப் பொங்கி முகம் புரட்டினான்.

“டேய்... பாண்... சொல்லுடா... என்னடா?” அவன் தலையை என்னால் நிமிர்த்த முடியவில்லை.

“அண்ணா... ஏன் அழுகுறீங்க!”

“மாமா... அழுகாதீங்க மாமா... ப்ளீஸ்... அழுகாதீங்க மாமா...” என் குழந்தைகள் பாண்டியனின் கால்களை அணைத்துக் கொண்டனர். பாண்டியன் பேசவே இல்லை. தலையைத் தூக்கி என் வலதுதோளில் இருந்து இடதுதோளுக்கு மாற்றிவைத்துக் குமுறிக் குமுறி அழுதான்.

ஒரு திருப்பத்தில் டிரைவர் செய்த சாகசத்தில் உடல் சரிய விழித்தேன். என் தோளில் சாய்ந்து உறங்கிக் கொண்டிருந்தவர், தலை நிமிர்த்தி இமைகளைத் திறந்தார். இவ்வளவு நேரமாய் என் தோளில் சாய்ந்து உறங்கிக்கொண்டு வருவதை இப்போதுதான் உணர்ந்தார். பிழை செய்துவிட்டு மன்னிப்புக் கோரும் பாவனையில் சிரித்தார்.

“ராத்திரிபூராவும் தேங்காய் மண்டியிலே வேலை. வார விடுமுறைக்கு வீட்டுக்குப் போறேன். கண்ணு முழிக்க முடியலே...” வாயிலும் கண்ணிலும் அலுப்பு வடிந்தது.

பஸ் எந்த இடத்தை அடைந்திருக்கிறது என்பதை அவதானிக்க, வெளியே பார்த்துக்கொண்டே கண்கள் சுழல, மறுபடியும் என் வலதுதோளில் சாய்ந்தார்.

என் தோள்பட்டையை இசைவாய் இறக்கிக் கொடுத்தேன்.

●

24 | ஆசை... தோசை...

ஆட்டு ரத்தப்பொறியல் மாதிரியான உழவுக் கட்டிகளை மிதித்து நொறுக்கிக் கொண்டு 'வெக்கு, வெக்கு' என நடந்துகொண்டிருந்தான். இடுப்பு வேட்டியை இறுக்கிக் கட்டி, சில்லரையை முடிந்து செருகி இருந்தான்.

குமாரபுரத்துக்கும் பெருநாழிக்கும் இடையிலே ஓர் ஓடை. கால மழை கிடையாது. புஞ்சைக் காடெல்லாம் கருவேலம் புதராகவும், தரிசு மண்டியும் கிடக்கின்றன. சனம் புஞ்சைக் காட்டோடு காலமெல்லாம் மல்லுக்கட்டிப் புரண்டாலும் விடுவதாக இல்லை.

"அடேய்.. வெள்ளையா...!"

மாரிச்சாமி நாயக்கர் காற்றுவாக்கில் கூப்பிட்டது வெள்ளையனின் காதில் விழுந்தது. திரும்பவில்லை. 'இவரு ஒரு வேலையத்த ஆளு' உதட்டுக்குள் முனகிக்கொண்டே நடந்து ஓடைக்குள் இறங்கினான்.

ஓடை மணலுக்குள் மாட்டுவண்டித் தடங்கள் புழுதி புரண்டு கிடந்தன. இடுப்பு முடிச்சைத் தொட்டுப் பார்த்துக்கொண்டே புழுதி புரள எட்டுப் போட்டு நடந்தான்.

‘இருக்கிற சில்லரைக்கு நாலு தோசை திங்கலாம்’ வெள்ளம்போல் ஓடைக்கரை ஏறினான், பெருநாழி நந்தவனம் தெரிந்தது. திரும்பி, குமாரபுரத்தைப் பார்த்தான். ஊரணிக் கரைமீது வேம்பு, புளி, அத்தி மரங்கள் ஊருக்கு உரிமை கொண்டாடி நின்றன.

காய்ச்சல் கண்ட பிள்ளைக்கு ஒரு இட்டிலி, தோசை வேண்டும் என்றால்கூட பெருநாழிக்குத்தான் ஓட வேண்டும். இட்டிலி வாங்கிக் கொடுத்தால், காய்ச்சல் விட்டுப்போகும். இது, இட்லிக்காக வரும் காய்ச்சல். குமாரபுரத்துச் சனங்கள் இட்டிலி, தோசையைப் பார்ப்பது நல்ல நாள் தீபாவளிக்குத்தான்.

ஊர் மடத்துக்கு முன்னால், ஓர் ஆள் உயரத்துக்குக் கல் உரல். ஊர்ப் ‘பொது’ உரல். ஆடி, தீபாவளி, தைப் பொங்கலுக்கு முதல் நாள், ஊறவைத்த கம்பரிசி, உழுந்தைக் கொண்டுவந்து உரலில் போட்டு, ஒவ்வொரு குடும்பமாக மாவு ஆட்ட ஆரம்பித்தால், சனம் விடிய விடிய உறங்காது. ஆம்பளை, இரண்டு கைகளையும் போட்டு குளவியை ஆட்ட, பொம்பளை, உரலுக்குள் வாகாக மாவைத் தள்ளிவிட வேண்டும். உரலடி, இரவு முழுக்க ‘ஹோ... ஹோ’ என இருக்கும். சிரிப்புத்தான். பேச்சுத்தான். கதைதான்.

மந்திரவாதி கடத்திக்கொண்டு போன இளவரசியை, ஏழு கடல் தாண்டி இளவரசன் போய், அண்டரெண்ட பக்ஷியுடன் சண்டை போட்டு மீட்டிக்கொண்டு வரும்போது விடிந்திருக்கும். அப்பவும் ஒன்றிரண்டு குடும்பங்கள் மாவு ஆட்ட வேண்டியது இருக்கும்.

ஆட்டிக்கொண்டுபோய் தோசையைச் சுட்டு, சொளகு அல்லது ஓலைப்பெட்டி நிறைய அடுக்கிவிடுவார்கள். ஒரு தோசை, பெருவிரல் கனத்துலே தாமரை இலை அகலத்தில் இருக்கும். பாசிப் பயிறுச் சட்டினிக்கு ஐந்தாறு மிளகாய் வத்தலைக் கூடுதலாகச் சேர்த்து அரைத்தால் ‘சுள்’ளுனு இருக்கும்.

பல்லைத் துலக்கி, ஊரணியில் முங்கிவிட்டு வந்து, ஆம்பளை, சம்மணம் போட்டு உட்கார்ந்து தட்டிலே கையை வைத்தால்... ஓலைப்பெட்டி காலி ஆகிவிடும். இடையில் தண்ணீர் குடிக்கக் கூடாது. குடித்தால் தோசைக்கு வயிற்றில் இடம் இருக்காது. கம்பந் தோசைக்கு நாக்கு வறளத்தான் செய்யும். ம்ஹூம். தண்ணீரைத் தொடக்கூடாது. இன்றைக்குவிட்டால்... அப்புறம் அடுத்த நல்ல நாள், தீபாவளிக்குத்தான் தோசையைப் பார்க்க முடியும். தோசைக்கு என்று ஒரு வயிறு இருக்கும். திங்கத் திங்க விரிந்து கொடுக்கும். சின்னப் பையன்கூட பத்து, பன்னிரெண்டு தோசை தின்றுவிடுவான்.

ஊர் அம்பலக்காரர் வீட்டில்கூட நல்ல நாள், தீபாவளிக்குத்தான் தோசை. நாக்கு தடித்துவிட்டால் சம்சாரிக்கு கட்டுப்படியாகாது.

அப்புறம் கீழ்காட்டு ஆட்களிடம் பத்து வட்டிக்குப் போய் நிற்க வேண்டும். உடுத்தின வேட்டிகூட மிஞ்சாது.

அம்பலக்காரர் மட்டும் பொடிநடையாக பெருநாழிக்குப் போய், நாவுக்கு ருசியாக நாலு தோசை தின்றுவிட்டுத் திரும்புவார். அதெல்லாம் மாறி, எல்லா சம்சாரிகளும் பெருநாழி 'கிளப்' கடைகளுக்குப் போய் தோசை திங்கப் பழகிவிட்டார்கள்.

கந்த லாலா 'கிளப்' கடைச் சட்டினி, சாம்பாருக்காக வருசம் ஒரு புஞ்சையைக் கிரையம் பண்ணினாலும் தகும் என்று நினைப்பவர்களும் உண்டு.

வெள்ளையனுக்கு அந்த 'விதி' போடவில்லை. குமராபுரத்திலே நாற்பது வீட்டுக்குச் சேவகம் பண்ணுகிற நாவிதன். முடி வெட்டவோ, முகச் சவரம் பண்ணவோ சம்சாரிகள் துட்டுத் தர மாட்டார்கள். தவசம், தான்யம்தான். அதுவும் வண்ணான் குடிமகனுக்கு வருசக் கூலிதான்.

வெள்ளையன் நெஞ்சுக்குள்ளே ஓர் ஆசை கிடந்து அடிக்கும். வாரம் ஒரு நாளாவது பெருநாழி போய், குளிர சட்டினி, சாம்பார் விட்டு ரெண்டு தோசை திங்க வேண்டும். ஆனபாடில்லை.

இன்று ரொக்கமாக இரண்டு ரூபாய் காசு கிடைத்ததும் கிளம்பி விட்டான்.

இடுப்புச் சில்லறையை தடவிப் பார்த்துக்கொண்டே, நந்தவனத்தைத் தாண்டி பெருநாழிக்குள் நுழைந்தான்.

போகிறவழியில் பாஞ்சுப்பீர் டெய்லர் கடை. தீபாவளிக்குத் துணி தைத்ததில் தையல் கூலி நாலு ரூபாய் பாக்கி தரணும். பாதையை மாற்றி ஆறுமுக நாடார் வீட்டுச் சந்துக்குள் பாய்ந்தான். முக்குத் திரும்பியதும் கந்த லாலா கிளப் கடை வாசல்.

இடுப்பு முடிச்சைத் தொட்டுப் பார்த்துக்கொண்டே, படி ஏறியதும் இடதுபக்கம் 'கல்லா' மேஜைக்குமேல் கண்ணாடி அடைப்பு. அடைப்புக்குள் அல்வா தட்டு, ஜிலேபி தட்டு, கேசரி தட்டு, சேவுத் தட்டு, தராசு, படிக்கற்கள், சிறு குழந்தை. படி ஏறி வந்தாலும் 'வாங்க... வாங்க...' என்கிற முதலாளி. சாதி, வயது வித்தியாசம் பார்க்கமாட்டார்.

முதலாளி வரவேற்றது வெள்ளையனுக்கு சந்தோஷமாய் இருந்தது. உள்ளேபோய் இடம் தேடினான். உட்கார்ந்து இருந்தவர்களில் உள்ளூர் ஆட்கள் குறைவுதான். சுற்றுப்பட்டி சம்சாரிகள். தமக்கு முன்னால் இருக்கும் பண்டங்களை 'மூசு மூசு' என மேய்ந்து கொண்டிருந்தார்கள்.

ஒரு போலீஸ்காரர், உடுப்போடு அமர்ந்து நாக்கைச் சுழற்றிப் போட்டு அல்வாவை விழுங்கிக் கொண்டிருந்தார்.

ஓர் ஓரமாய் வெள்ளையன் அமர்ந்தான்.

இடுப்பு முடிச்சைத் தடவினான். துட்டு தொலைந்துபோனால், மானங்கெட்டுப் போகும்.

முதலாளியின் தம்பி, குறுக்கும்மறுக்குமாக ஓடி ஓடிப் பரிமாறிக் கொண்டிருந்தார். இடுப்பு வேட்டிதான். ஊர், தேசம் போக கார் ஏறினால்தான் சட்டை. கட்டாயப்படுத்தித்தான் கார் ஏற்ற வேண்டும். 'சட்டை போட்டால் வியர்க்கிறது' என்பார்.

வெள்ளையனுக்கு முன்னால் குனிந்து, "என்ன அண்ணே சாப்புடுறீங்க?" உதடுகளில் மரியாதை ஒழுகியது. வெள்ளையன் பூரித்துப் போனான்.

"தோசை கொண்டு வாங்க" நாலு விரல்களைக் காண்பித்தான்.

"ஹாங்... மாஸ்டர்... தோசை நாலூ..." இழுத்து உள்ளே பார்த்துக் கத்திவிட்டு, ஒரு குதி குதித்து, அடுத்தவரிடம் போய்க் குனிந்தார்.

வெள்ளையன் பக்கத்து இலையைப் பார்த்தான்.

'கேசரி'

எச்சிலைக் கூட்டி விழுங்கினான். இடுப்பு முடிச்சைத் தடவினான்.

எதிர் இலையில் தோசை, சட்டினி, சாம்பார்.

'இது நம்ம கேசு' இறுக்கம் தளர்ந்தது.

அடுத்த மேசையில் மிக்சரை நொறுக்கிக் கொண்டிருந்தவரை இளக்காரமாகப் பார்த்தான்.

'கிளப்' கடைக்குள் நுழைந்ததில் இருந்து சட்டினி, சாம்பார் வாசனை மூக்கு நிறைந்து இருந்தது.

தோசை வந்தது.

"சாப்பிடுங்கண்ணேன்" குனிந்தார்.

'கம கம' வென ஆவி பறந்தது.

வெள்ளையன், தோசைகளை ஒவ்வொன்றாய்ப் பிரித்து இலை அகலத்துக்குப் பரப்பிக் கொண்டான். இரண்டு கரண்டி சட்டினி, இரண்டு கரண்டி சாம்பார் விட்டதும் இலையைவிட்டு ஓடப் பார்த்தது. பதறிப் போய் கையால் தடுத்து தோசைக்கு மேலேற்றினான். இன்னும் நாலு கரண்டி ஊற்றி இருந்தாலும் இலையைவிட்டு இறங்க விட்டிருக்க மாட்டான்.

'பச்சக், பச்சக்' பிசைந்தான். நடுவில் குழி பறித்தான்.

"அய்யா... கொஞ்சம் சாம்பார் ஊத்துங்க..." மறுபடியும் பிசைந்தான். வாசமான வாசம்! விரல் நிறைய அள்ளி வாயில் அமுக்கினான்.

அடடா...! வாழ்க்கைப்பாடுகள் எல்லாம் மறந்துபோயின.

ஒரு வாய்த் தோசைக்கு ஒரு மடக்குத் தண்ணீர். இடையிலே தண்ணீர் குடிக்கக்கூடாது என்பதெல்லாம் வீட்டுத் தோசைக்குத்தான்.

கம்பந் தோசையைப்போல் கடைத் தோசையைத் திங்க முடியுமா? காசு என்ன ஆகும்? கப்பலா ஓடுகிறது! நாலு தோசைக்கு நாலு டம்ளர் தண்ணீர் குடித்தால்தான் வயிறு எடுக்கும்.

பக்கத்து இலை, எதிர் இலை... எதையும் நிமிர்ந்து பார்க்கவில்லை.

"அய்யா... கொஞ்சம் சாம்பார் ஊத்துங்க..."

சாம்பாருக்குதான் காசில்லையே.

கடைசி கவளத்தை இலையிலிருந்து வழித்து உருட்டி வாய்க்குள் எறிந்தான். கடைசி உருண்டை! மெதுவாய் மென்று தின்றான். இமைகள் ஏழைத்தனமாய் மூடி மூடித் திறந்தன.

இலையில் ஒட்டி இருந்த சாம்பார் பதத்தை விரலால் வளித்து நக்கினான். அது ஒரு ருசி!

"டேய்... நீ... குமராபுரத்து அம்பட்டப் பய தானே?"

கேள்வி தலைக்குமேல் கேட்டது.

வெள்ளையன் நிமிர்ந்தான்.

இடது கை வாக்கில் ரத்னவேல் நின்றார்.

இலையைச் சுருட்டியபடி "ஆமா... சாமீ..." எழ இருந்தவனின் பிடரியில் செருப்படி விழுந்தது. ரத்னவேலின் செருப்பு.

உமையனன் பகடையிடம் தனி ஆர்டர் கொடுத்துச் செய்தது. அடிப்பாகம் முழுக்க 'குமிழ் ஆணி' அடித்திருக்கும்.

'ஆணிச் செருப்படி'

வெள்ளையனின் தொண்டைக்குள் போனதுபோக, மேலே இருந்த தோசைக் கலவை வாய்வழியாக வெளியே தெறித்தது.

"சாமீ...!" இடது கையால் பிடரியைப் பொத்தினான்.

எல்லா எச்சில் கைகளும் எழுந்து வேடிக்கை பார்த்தன.

"செரைச்சுப் பிழைக்கிற சின்னச் சாதிப் பயலுக்கெல்லாம் சேர், டேபிள் கேக்குதோ! கொளுத்துப்போனீங்கடா! அதான் சம்சாரிகளோட... சரி சமானமா... உக்காந்து சாப்பிட வந்துட்டே...!"

மறுபடியும் செருப்பை ஓங்கினார்.

அடி விழாமல் தடுக்க, வெள்ளையன் இடது கையைத் தூக்கினான். "தடுக்கவா செய்யிறே!" ஆணிச் செருப்படி இடது கையில் விழுந்தது.

எச்சில் இலையை மேஜையிலேயே போட்டுவிட்டு வலது கையால் செருப்புக் கையைப் பிடித்துக் கொண்டான். ரத்னவேல் திமிறினார். வெள்ளையன் விடவில்லை.

போலீஸ்காரர், படி இறங்கி வெளியேறிக் கொண்டிருந்தார். ரத்னவேல் திமிறினார். வெள்ளையன் விடவில்லை. வெள்ளையனின் இடுப்பு முடிச்சு அவிழ்ந்து சில்லறை சிதறியது. கடைக்காரர் குனிந்து சில்லறையைப் பொறுக்கினார்.

ரத்னவேல் திமிறினார். வெள்ளையன் விடவில்லை.

வேடிக்கை பார்த்தவர்கள், வரிசையில் நின்று கை கழுவிவிட்டு, படி இறங்கி வெளியேறிக் கொண்டிருந்தார்கள்.

ரத்னவேல் திமிறித் திமிறிப் பார்த்தார். வெள்ளையன் விடுவதாக இல்லை.

●

25. ஊமைச் சலங்கைகள்

என் வீட்டுவாசலில் வந்து நிற்கும் புனிதாவைப் பார்த்ததும் எனக்கு ஆச்சர்யமாகவும் சந்தோஷமாகவும் இருந்தது.

"துரை... சௌக்கியமா?" துருத்தியை ஊதியதும் கொல்லனின் உலைவாயில் இருந்து நெருப்புப் பொறி பறப்பதைப்போல், வார்த்தைகள் தெறித்து வந்து விழுந்தன.

"வாங்க... வாங்க! எங்கே இவ்வளவு தூரம்!" நான் எழுந்து கொண்டேன்.

"ஏன் வரக்கூடாதா?" வெள்ளைச்சேலையில் பளீரென்று சிரித்தாள்.

புனிதா, என் பால்யகால பள்ளிச் சிநேகிதி. ஒரு பெண்ணின் கூந்தலில் மலர்போல் அந்த நாளில், எங்கள் பள்ளியில் புனிதா.

உள்ளே இருந்து வந்து எட்டிப் பார்த்த என் மனைவி, 'வாங்க வாங்க... ஏன் வெளியிலேயே நிக்கிறீங்க? உள்ளே வாங்க', கட்டிலைக் காட்டினாள்.

"துரையைப் பார்த்து எத்தனை வருசமாச்சு! ஆளே மாறிட்டியே... முரட்டு மனுசனா!" கண்களை அகல விரித்தாள்.

தோளில் கிடந்த துண்டால் என் மார்பை மறைத்துக்கொண்டே சிரித்தேன்.

“மிலிட்டிரி சர்வீஸை முடித்து வந்துவிட்டாயாமே?”

“ஆமாம்... ரிட்டயர்மெண்ட் வாங்கிட்டு சொந்த ஊருக்கே வந்துட்டேன்.”

நாங்கள் பள்ளிப் படிப்பை முடித்துவிட்டுப் பிரிந்து இருபது வருடங்களிருக்கும்.

“நீங்க எப்படி இருக்கீங்க புனிதா?”

“துரை! எனக்கு இந்த ‘வாங்க, போங்க’ என்கிற மரியாதையெல்லாம் வேண்டாம். நீ எனக்குப் பழைய துரைதான்.” கைகளைக் கூப்பிக் கொண்டு சிரித்தாள். கீழ் இமை அடிவாரம் தளர்ந்திருந்தது.

“துரை! நம்ம தெய்வநாயகி, போனவாரம் வந்திருந்தாள். படிக்கிற போது ஒல்லியா இருப்பாளே? இப்போ பார்த்தால் கனத்துப் போய்... நல்லா இருக்கிறாள்! ரெண்டு குழந்தைகள். உன்னை எல்லாம் ரொம்ப விசாரித்தாள்.”

என் மனைவி காபி கொண்டு வந்தாள்.

“துரை! நம்ம அபூபக்கரைப் பார்த்தியா?”

“யாரு... நம்ம பல்லுக்கடிச்சானா?”

“ஹாங்... பல்லுக்கடிச்சான்... பல்லுக்கடிச்சான்!” கைகொட்டிக் குதித்ததில் காபியைத் தட்டிவிடப் பார்த்தாள்.

“ஸாரி” என் மனைவியை மன்னிக்கச் சொல்லிவிட்டு, “நம்ம பல்லுக்கடிச்சான்... இப்போ பெரிய ஜவுளி வியாபாரி. அஞ்சு குழந்தைங்க” வலது கை விரல்களை விரித்துக் காட்டினாள். காபியை வாங்கிக் கொண்டாள்.

“வகுப்பில் எப்போதும் பல்லைக் கடித்துக்கொண்டே இருப்பான். நம்ம சின்னு வாத்தியார்தான் ‘பல்லுக்கடிச்சான்’ன்னு பெயர் வைத்தார்.”

பள்ளிக்கூட நினைவுகளைப் பதியம்போட்டு வைத்திருந்தாள். வேலுச்சாமி, பாண்டி, அஜீஸ், குமாரசாமி, காளீஸ்வரி... எங்களுடன் படித்த அத்தனை பேரையும் பற்றி ஒரு சுற்றுப் பேசித் தீர்த்தாள். எல்லோருடைய கல்யாணத்திலும் கலந்துகொண்டாளாம்.

காபியை ஒரு மிடறு விழுங்கினாள்.

“நம்ம வழிவிட்டான்?” நானும் காபியை உறிஞ்சினேன்.

"வழிவிட்டான்தான் நம்ம ஊரு பிரசிடென்ட். படிக்கிற காலத்தில் அவனுக்கு டவுசரைக்கூட ஒழுங்கா போடத் தெரியாது. இப்போ அவரு பெரிய அரசியல்வாதி! அவங்க கட்சித் தலைவர் தலைமை யிலே கல்யாணம் நடந்திச்சு. அவ்வளவு கூட்டத்திலேயும் என்னைப் பார்த்ததும் அவனுக்கு ஒரே சந்தோசம்" புனிதாவின் கண்கள் சிரித்தன.

"துரை! நம்ம கிளாஸ்மேட் யாருக்குக் கல்யாணம் நடந்தாலும், பத்திரிக்கை வராவிட்டாலும் நான் போய் நிற்பேன்." கன்னங்களை உள்ளங்கைகளால் போர்த்தியபடி சந்தோஷித்தாள்.

"காபி ஆறிடப் போகுது," என்றாள் என் மனைவி.

வந்ததிலிருந்து வாய் ஓயாமல் பேசிக்கொண்டிருந்த புனிதா, சற்று ஓய்வாக காபியைக் குடித்தாள். நெற்றியிலும், நுனி மூக்கிலும் வியர்த்திருந்தது. சேலைத் தலைப்பால் துடைத்தாள். என் மனைவி எழுந்து காற்றாடியைச் சுழலவிட்டு, புனிதாவின் அருகில் வந்து அமர்ந்துகொண்டாள்.

"புனிதா... நீங்க...?" நான் முடிக்கவில்லை.

காபி டம்ளரை என் மனைவியிடம் நீட்டியபடி, "நாற்பது வயதை நெருங்கிட்டேன். தலையாரி மகனுக்குத் தலையாரி உத்தியோகம், கணக்குப்பிள்ளை மகனுக்குக் கணக்குப்பிள்ளை உத்தியோகம் என்கிற மாதிரி, எனக்கு எங்கம்மாவைப் போல வெள்ளைச் சேலை உத்தியோகம் மருத்துவச்சி." சின்னதாய்ச் சிரித்தாள்.

புனிதாவின் கழுத்தைப் பார்த்தேன். ஒற்றைக் கருப்புப்பாசி தொங்கியது. என்னைக் கவனித்துவிட்டவள், "கயிற்றுக்கு அவசியமில்லாமல் போச்சு" பாசியைத் தடவிக் கொடுத்தாள்.

"ஊருக்கெல்லாம் பிள்ளைப்பேறு பார்க்கிற மருத்துவச்சிக்கு, தான் ஒரு பிள்ளை பெறும் பாக்கியமில்லை." கண்களை மூடிக் கொண்டாள்.

"துரை! நாற்பது வருசத்திற்கு முன்னலேயே எங்கப்பாவும் அம்மாவும் ஜாதி மாறிக் கல்யாணம் செய்துக்கிட்டாங்க. ரெண்டு பேரையும் ஜாதியை விட்டுத் தள்ளி வச்சாங்க. ஆனாலும் ஊரை எதிர்த்து நின்னாங்க. அவங்களைப் போலவே நானும் நிற்கிறேன். ஆனால் ஒரு வித்தியாசம்... என் கழுத்திலே தாலி இல்லே." மறுபடியும் கழுத்துப்பாசியை தடவிக் கொடுத்தாள். உயரே காற்றாடியைப் பார்த்தாள்.

ராமதாஸ் வாத்தியார், புனிதாவின் அப்பாவழிச் சொந்தம். எங்களுக்கு எட்டாம் வகுப்பு ஆசிரியர். நல்ல அழகன். எப்போதும் சிரித்த முகம்தான்! கை விரல்கள் நீளநீளமாய், பழுத்த தட்டாங்காய் போலிருக்கும். விரல்களால் எங்கள் கன்னத்தில்தான் அடிப்பார்.

தடம் பதிந்துவிடும். எங்களைக் கோபத்துடன் அடிக்கும்போது கூட முகத்தில் சிரிப்புக் 'களை' மாறாது.

படிக்கிற காலத்தில் சக மாணவி சின்னப் பொண்ணா? பெரிய பொண்ணா? என்கிற விபரமெல்லாம் எங்களுக்குத் தெரிந்திருக்க நியாயமில்லை. அப்போதே இந்தப் புனிதா, மாநிறமாய் இருந்தாலும் கூரிய மூக்கும். தெள்ளுப் போல விழிகளும், நெற்றியின் ஓரங்களில் சுருண்டு கிடக்கும் முடியும், லேசாக இடுப்பைச் சாய்த்த நடையும், பனியில் நனைந்த மலர்போல் ரொம்ப அழகாய் இருப்பாள், அப்போதுதான் அவள் பருவமடைந்திருக்க வேண்டும்.

வகுப்பிலேயே ராமதாஸ் வாத்தியாரிடம் புனிதா கொஞ்சுவாள். சிணுங்குவாள். எங்களை அதட்டுவதுபோல் அவளை அதட்டினால் முறைத்துக் கொள்வாள். நாங்கள் பேசிக் கொள்வோம், "சாருக்கும் புனிதாவுக்கும் காதல்."

காதலித்தது உண்மைதான்.

சொந்தங்களினால் தள்ளப்பட்டிருந்த புனிதாவின் பெற்றோர், மகளோடு ராமதாஸ் வாத்தியாரின் நெருக்கத்தைக் கண்டிக்கவில்லை, அனுமதித்தார்கள்.

நாளடைவில், "சாருக்கும் புனிதாவுக்கும் கல்யாணம்" என்று நாங்கள் வகுப்பிலேயே கிசுகிசுத்தோம்.

புனிதா பூரித்துப் போயிருந்தாள்.

பத்தாம் வகுப்புக்கு வந்தோம்.

ராமதாஸ் வாத்தியாருக்கு வசதியான இடத்தில் திருமணமாகி ஊர் மாற்றிப் போய்விட்டார்.

"துரை! ஒரு பொண்ணோட கழுத்திலே தாலி தொங்குவது பெரிய பாதுகாப்புதான். இந்த ஊரில், எத்தனைபேர் என்னை, 'வைப்பாட்டியா வர்றியா?'ன்னு கேட்டிருப்பார்கள் தெரியுமா? எல்லோருமே என் அம்மா கையாலே மருத்துவம் பார்த்துப் பிறந்தவர்கள். என் கையால் மருத்துவம் பார்த்துப் பிறந்த பையன்கள்தான் இனி கேட்கவேண்டியது பாக்கி!"

புனிதா எந்த நேரமும் அழுது விடுவாள் என்று நான் பதறினேன்.

புனிதாவின் இடது கையை எடுத்து, என் மனைவி தன் மடியில் வைத்துக் கொண்டாள். தலையைச் சிலிர்த்துக்கொண்ட புனிதா, "பார்த்தாயா... துரை? நான் இப்படித்தான். நம்ம கிளாஸ்மேட் யாரைப் பார்த்தாலும் எல்லாவற்றையும் மறந்துவிடுவேன்."

என் மனைவியின் பக்கம் திரும்பி, "நீங்க பெரிய, லேடீஸ் டெய்லராமே! இதிலே எனக்கு ஒரு ஜாக்கெட் உள்ளே இருக்கிறது." ஒரு காகிதப் பையைக் கைகளில் திணித்தாள்.

"துரை! படிக்கிறபோது... நீ கவிதையெல்லாம் எழுதுவியே... இப்போது?"

"எழுதுவேன்... எதையாவது வித்தியாசமா பார்த்தால்... கேட்டால்...."

"என்னைப் பார்த்திட்டியே? எழுதேன்" கலகலவெனச் சிரித்தாள்.

"உனக்கு ஞாபகமிருக்குதா துரை? எஸ்.எஸ்.எல்.சி, படிக்கிறபோது, நீ எனக்கு ஒரு கவிதை எழுதி, என்னுடைய நோட்டுக்குள் வைத்ததை, சுப்பையா ஹெட்மாஸ்டர் பார்த்துவிட்டு, உன்னை அடி, அடின்னு அடித்தார். நான் அழுதுவிட்டேன்."

இப்போது எனக்கு அழவேண்டும்போல் இருந்தது.

"ஆமா... நீ மிலிட்டிரிக்காரனாச்சே! நீ எப்படி கவிதை எழுதுறே?"

ஒரு மலருக்குள் பூகம்பம் உறங்குவது சாத்தியமானால், கல்லில் இருந்து கவிதை கசிவதும் சாத்தியம்தான் என எனக்குள்ளேயே சொல்லிக் கொண்டேன்.

புனிதா எழுந்து, என்முன் பணிவாய்ச் சற்றே வளைந்து, "என் அருமைப் பள்ளித் தோழனே! நாளைக் காலையிலே நான் வருவேன். கவிதையும் ஜாக்கெட்டும் தயாராய் இருக்கணும். நான் வர்றேன்" படி இறங்கினாள்.

எதிரே, பள்ளிக்கூடத்தில் இருந்து என் குழந்தைகள் வந்தனர்.

"ஹாய்... குழந்தைங்க! ராஜா... உன் பேர் என்னம்மா?"

"ராஜ்மோஹன்."

"நீ அப்பா ஜாடை. உன் பேர் என்னடா?"

"ராதிகா."

"நீ அம்மா ஜாடை. என் செல்லக்குட்டிங்க" குழந்தைகளின் கன்னங்களை நீவி முத்தம் கொடுத்தாள்.

"உங்க, வீட்டுக்கு அத்தை முதல் முதலா வெறுங்கையோடு வந்துட்டேன். ஸாரி. இதோ... உனக்கு அத்தையோட ஞாபகத்துக்கு," என்றபடி, தன் கழுத்தில் கிடந்த ஒற்றைக் கருப்புப் பாசியைக் கழற்றி என் மகள் ராதிகாவின் கழுத்தில் கோர்த்துவிட்டு, "ஹாய்... உனக்கு ரொம்ப அழகா இருக்கும்மா! அத்தை வர்றேன்." மறுபடியும் தொட்டு முத்தம் கொஞ்சிவிட்டு நடந்தாள்.

நாலைந்து எட்டுப் போனவள், திரும்பி, "துரை! நம்ம ராமதாஸ் வாத்தியாருக்கு மூன்று குழந்தைங்க. அவரோட மனைவியை ஒரு கல்யாணத்திலே சந்திச்சுப் பேசிக்கிட்டிருந்தேன்." கூவி விட்டு ரோட்டில் ஏறிப் போய்விட்டாள்.

தன்னுள் விழும் கழிவுகளை எல்லாம் சுமந்துகொண்டு, பிறப்பையே பறித்த பெரிய சோகத்தை, ஏதோ சட்டையில் படிந்த தூசியைத் தட்டிவிட்டுப் போகிறவள்போல்... என்ன அழுத்தம்!

காலையில் புனிதா வந்தாள்.

கவிதையும் ஜாக்கெட்டும் தயாராய் இருந்தன.

நேரே என் முன்னால் வந்து நின்று, தானம் கேட்பவளைப் போல் இரண்டு கைகளையும் ஏந்தியபடி, "முதலில் கவிதை. அப்புறம் ஜாக்கெட்." குறும்போடு நகைத்தாள்.

அருகில் என் மனைவி நின்றாள்.

கவிதையை புனிதாவின் கைகளில் வைத்தேன்.

ஒவ்வொரு வரியாய்க் கீழிறங்கினாள்.

நான், புனிதாவின் முகத்தையே பார்த்துக் கொண்டிருந்தேன்.

".........

....

உலகெங்கும்

உதிரும் மலர்களெல்லாம்

உன் பிள்ளைகளே!" என்று முடியும் கடைசி வரியில் வந்து நின்றாள்.

என்னை நிமிர்ந்து பார்ப்பாள் என எதிர்பார்த்து நின்ற என் அங்கமெல்லாம் ஒரு நொடியில் ஆடிப் போய்விட்டது. கவிதையை முகத்தோடு வைத்து மூடிக்கொண்டு 'ஹோ....'வெனக் கதறி விட்டாள்.

"புனிதா... இதோ பாருங்க புனிதா!" என் மனைவி தன் நெஞ் சோடு சேர்த்து அணைத்தபடி புனிதாவின் தோள்களைப் பிடித்துக் குலுக்கினாள்.

என் கண்களில் இருந்து நீர் கரகரவென இறங்கியது.

என் மனைவியின் மார்புக்குள் முகம் புதைத்து, குலுங்கிக் குலுங்கி அழுத புனிதாவின் உடல் சரிந்தது.

பொங்கும் கடலும் சீறும் காற்றும் புனிதாவின் பக்கம் நின்று நியாயம் கேட்பதாக எனக்குபட்டது.

●

26. பிணம் வெட்டி

புதுக் குடிகாரன் - 'கள்ளு', கொஞ்சம் அனுபவசாலி 'பதினி', நித்தக் குடிகாரன் 'பனந்தண்ணி', கிரிமினல் குடிகாரன் 'வெள்ளை' என்பார்கள்.

'கருப்பு' என்றால் சாராயம்.

கள்ளு விற்கிற தேனம்மாளுக்குக் கிண்ணிக்கோழி மாதிரி கட்டு செட்டான திரேகம். கள்ளுக் குடிக்க வரும் இளவட்டங்கள் தேனம்மாளின் காது படாமல், 'பதினி விற்கிற மதினி' என்பார்கள்.

மேற்கே, வானம் வில் போட்டிருந்தது.

தூரிப் பொட்டலில் ஏகப்பட்ட கூட்டம்.

ஊருக்குள்ளே, கறிக்கடை தங்கமாரி இன்று இறந்துபோனார்.

தூரிப் பொட்டல் தண்ணி இருக்கே, சாயல்குடி தண்ணி மாதிரி, நல்ல வேகமான தண்ணி. நல்ல குடிகாரன்கூட, நாலு செம்பு குடிச்சான்னா... தாக்காட்ட முடியாது. வெயிலுக்கு இன்னும் வேகமா இருக்கும். பனந்தண்ணி குடிச்சா மூத்திரம் நல்லா பிரியும்; திரேகம் சதை போடும். தொந்தி

விழுகும்னு சொல்றதுண்டு. எவனுக்கும் சதையும் வைக்கலே. தொந்தியும் விழுகலே. முட்டிகிட்டு மூத்திரம் வந்தால்கூட இறுக்கிக் கொள்வான். மூத்திரம் இறங்கிவிட்டால், போதை இறங்கி விடுமாம். ‘கம்மஞ்சோறை, பாலாய் கரைச்சுக் குடிக்கிறதுலே இல்லாத குளிர்ச்சி, கள்ளுத் தண்ணியிலேயா இருக்கு? கோட்டிப் பயலுக!’

புதுசா இறக்கின கள்ளோடு பழைய கள்ளைக் கலந்தால் ‘பாடக் கள்ளு’. பாடம் பண்ணின கள்ளிலே போதைக்காக ஊமத்தங்காய் சேரும். நித்தக் குடிகாரனுக்கு, ஊமத்தங்காய் என்ன? கள்ளுப் பானைக்குள்ளே எலி செத்துக் கெடந்தாலும், ‘தூரத் தூக்கிப் போட்டுட்டு ஊத்து தேனம்மா’, என்பான்.

போலீஸூக்கு மாமூல் கட்டித்தான் தேனம்மாள் கள்ளு விற்கிறாள். மாதத்திலே ஒரு நாள் ரைடு வந்தால், முந்நூறு, நானூறு செலவு வரும். எவனாவது ஒரு புது ஆளு, நீட்டுப் போக்கா... நிமிர்ந்த வாக்கிலே தூரிப் பொட்டல் பக்கம் நடந்துவந்தால் போச்சு, சம்மணமிட்டு உட்கார்ந்திருப்பவர்கள் சுதாரித்து குத்துக்காலிட்டுக் கொள்வார்கள். வர்றவன் போலீஸா இருந்தால், காட்டுவாக்கிலே விழுந்து ஓடத்தான்.

உள்ளூர் போஸ்ட் மாஸ்டர் ஒரு பழைய மிலிட்டரிக்காரர். ஒரு நாள் அவருக்குக் கள்ளு வாங்கிட்டு வர ஆள் யாரும் கெடைக்காம, சாயங்காலம்போல, பொடி நடையா தூரிப் பொட்டல் பக்கம் வர்றதைக் கண்டதும், உட்கார்ந்திருந்த ஆளுக பனங்காட்டுக்குள்ளே புடுங்கி அடிச்சு ஓடுனதைப் பார்க்கணுமே! போதை, போன போக்குத் தெரியலே!

“யோவ்...! அவரு நம்ம தபால் ஆபீஸருய்யா”, என்று தேனம்மாள் சத்தம் போட்டு, நாலு திக்கும் ஓடியவர்களைக் கூப்பிட்ட பின்னால்தான் சிரித்துக்கொண்டே வந்தார்கள்.

பச்சைப் பனை ஓலைப் பட்டையில் நுரை பொங்கக் கள்ளை ஊற்றிவிட்டு, “அஞ்சு செம்பு ஆச்சு மினியாண்டி.” அவ்வளவு கூட்டத்திலும் ஞாபகத்தோடு கணக்கு சொன்னாள் தேனம்மாள்.

நெஞ்சுக்கு நேராகப் பட்டையைப் பிடித்தபடி தலையை மட்டும் அசைத்து செம்புக் கணக்கை முனியாண்டி ஆமோதித்தான். துண்டை மடித்துப் போட்டு, அதன்மேல் சம்மணமிட்டிருந்தான். வலது கை வாக்கில் விரித்திருந்த காய்ந்த பூவரசு இலையில் ஒரு இனுக்கு ஊறுகாய் மிச்சமிருந்தது.

அருகில், கீரைச்சட்டி உட்கார்ந்திருந்தான். அவனுடைய மடிக்குள் பொட்டுக்கடலை கிடந்தது.

முனியாண்டி மெதுவாய் பட்டையை உயர்த்தி ஒரே மூச்சில், வைத்த வாய் எடுக்காமல் இழுத்தான்.

“ஹ்...ஹ்...ஹாய்...த் தூ...!” அடித் தொண்டையிலிருந்து எச்சிலைத் திரட்டிக் காறித் துப்பினான். அரைகுறையாய் நரைத்திருந்த மீசையில் பாதி கள்ளு நுரை. விரல் நுனியில் ஊறுகாயைத் தொட்டு நக்கினான்.

“இந்தாங்கண்ணே”, கீரைச்சட்டி அள்ளிக் கொடுத்த பொட்டுக்கடலையை, ஒவ்வொன்றாய் வாய்க்குள் எறிந்து மென்றான். ஒரு கடலை, ஈரமான மீசையில் நின்றுகொண்டது. நாக்கால் தடவி இழுத்துப் பார்த்தான். நாக்கு நீளவில்லை.

பரிபூரணமாய் ஏப்பம் பூரித்து மூக்கில் குத்தியது. பின் மண்டையோடு பரவித் திரண்டு வந்து இரு கண்களிலும் ‘ஜிவ்’ வென உருண்டு நின்றது. முக்கால் போதை, ஜிஞ்சர் பீர் குடித்த மாதிரி மறுபடியும் ஏப்பம் பூரித்து மூக்கில் குத்தியது. சரியான தண்ணி! நிமிர்ந்து நெளித்து கொடுத்தான். இன்னும் ரெண்டு செம்புக்கு வயிற்றில் இடம் வேணும். ஓலைப்பட்டையைப் பத்திரப்படுத்தினான்.

கிழக்காலே புறப்படுகிற சூரியன், தூரிப் பொட்டல் பனைகளை ஒவ்வொன்றாய் விலக்கி விலக்கித் தேடி, முனியாண்டியைப் பார்த்து விட்டுத்தான் மேலே ஏறும். தெனமும் விடியற்காலையிலேயே வந்து விடுவான்.

அவனோட கூட்டாளி கீரைச்சட்டிக்கு ரெண்டு செம்புக்கு மேலே தாங்காது. கரும்பித்தக்காரன். கரும்பித்தக்காரர்களுக்குத் தேள் கொட்டினால்கூட வலிக்காதாம்.

எப்பவும் முனியாண்டிக்கு அரைப் போதை, முக்கால் போதை ஏறிட்டாலே, அரிச்சந்திரனும் சந்திரமதியும் மகன் லோகிதாசனை, காசி தெருக்களில், ‘கேளுமய்யா... விலை கேளுமய்யா...’ என விலை கூறிவருவதில் ஆரம்பித்து, மயானக்கரை வரை கொண்டுபோய் ராகத்தில் முடிப்பான். பாட்டைக் கேட்டுக்கொண்டே குடிப்பவர்களுக்கு அதிகமா ஒரு செம்புக் கள்ளு உள்ளே இறங்கும்.

இன்னைக்கி... இதோட ஏழு செம்பு அடிச்சிருக்கான். வந்ததிலிருந்து வாய் தெறக்கமாட்டேன்ங்கிறான்!

“டேய் கீரைச்சட்டி! முனியாண்டி ஏன்டா உம்முனு இருக்கான்?” என்று எல்லோரும் கேட்டார்கள்.

“தெரியலே சாமீ. அண்ணன் எங்கூடவும் பேசலே!”

முனியாண்டி ஒரு புலையன்; வெட்டியான்; சுடுகாட்டில் பிணம் எரிப்பவன்.

கிராமத்திலே தெனமும் பொணம் விழுகுமா?

மூச்சுப் பிடிப்பு, வாய்வு, நாய்க்கணை போன்ற நோய்களுக்கு நாட்டு வைத்தியம் பார்ப்பவன். செருப்புத் தைப்பான். இன்ன

தொழில்தான் செய்வான்னு சொல்லமுடியாது. ஆனால், இந்த ஊருலே பொணம் எரிக்கிறது முனியாண்டிதான். எல்லா வேலைக்கும் கீரைச்சட்டிதான் கையாளு. ராத்திரி பொணம் எரிக்கிறப்போ சுடுகாட்டிலே முனியாண்டிக்குத் துணையாப் பேச்சுக் கொடுத்துக்கிட்டே இருப்பான். அவனுக்கு ரெண்டு செம்பு பனந்தண்ணி போதும்.

“ஏய் கீரைச்சட்டி! உனக்கும் மினியாண்டிக்கும் கணக்கு ஒம்பது செம்பு” தேனம்மாள் கையை நீட்டினாள்.

“ஆத்தா... பொறுங்க தாயீ...! கறிக்கடை தங்கமாரி அய்யா புண்ணியத்திலே இன்னும் ஒரு அரைச் செம்பு அடிச்சிக்கறேன்.” பட்டையைத் தூக்கிப் பிடித்தான் கீரைச்சட்டி.

‘இறந்துபோன கறிக்கடை தங்கமாரி அய்யாவை ராத்திரி எரிக்கணும்.’ தன் நெற்றிப் பொட்டில் இருந்த தழும்பைத் தடவினான் முனியாண்டி.

வீட்டுக்குத் திடீரென சம்மந்தக்காரர்கள் வரவும், முனியாண்டியின் மனைவி அரைக்கிலோ ஆட்டுக்கறி எடுத்துட்டு வரச் சொன்னாள். கையிலே காசில்லே. இடது கையால் பிடரியைச் சொரிந்தபடி கறிக்கடையில் போய் நின்றான். தங்கமாரி இருந்தார்.

“வாப்பா முனியாண்டி”

“..........”

“எவ்வளவு, அரைக்கிலோவா? பதினாறு ரூபா எடு”

“..........”

“காசில்லையா? தொரை பாக்குற உத்தியோகத்துக்கு வீட்டிலே விருந்தாடியா?”

“பொணம் எரிக்கிற புலையன் நாக்கு கறி கேக்குதோ!”

“மரியாதையா போயிரு... செருப்புப் பிஞ்சிறும்.”

“காலங்காத்தாலே கடனுக்கு வந்து நிக்கிறியேடா அவுசாரி மகனே!”

“கடையைத் தெறந்ததும் கடன்காரத் தேவடியா மகன் மூஞ்சியிலேயா முழிக்கணும்!” தராசுப் படிக்கல்லை எடுத்துக் குறி பார்த்து, முனியாண்டியின் நெற்றிப் பொட்டில் எறிந்தார் தங்கமாரி.

தேனம்மாளிடம் கணக்கு முடித்துக் கொண்டிருந்தான் கீரைச்சட்டி.

சம்மணமிட்டு உட்கார்ந்திருந்த முனியாண்டிக்கு தூரிப்பொட்டல் பனை மரங்களெல்லாம் நெஞ்சளவுக்கே இருந்தன. எழுந்தான். இப்போது... அவன் முழங்கால் அளவுக்கே இருந்தன. அவனுடைய தலை வானத்தைத் தொட்டுக் கொண்டிருந்தது.

ஒவ்வொரு பனை மரத்தின் உச்சியிலும் கால்வைத்து நடந்து, தூரிப் பொட்டலைச் சுற்றிவந்தான். இங்கிருந்தே சுடலை மாடன் கோவில் ஆலமர உச்சியில் கால் வைத்தான். ஊரே பதறி ஓடியது. சிரித்தான். மேகங்கள் சிதறி தூரப் போயின.

சுடுகாட்டில், கறிக்கடை தங்கமாரி எரிந்துகொண்டிருந்தார். முனியாண்டியும் கீரைச்சட்டியும் பிணத்தின் வெளிச்சத்துக்குள் உட்கார்ந்திருந்தனர்.

சடலம் எரியும்போது கொஞ்சம் கொஞ்சமாய் தசையெல்லாம் வெந்து, ஊனு வடியும். அப்புறம் வெப்பம், நரம்புகளைத் தாக்கும். உடலெங்கும் ஓய்வாய்த் தன்போக்கில் ஓடிக் கிடக்கும் நரம்புகளெல்லாம் சூடேறி முறுக்கிக்கொள்ளும்போது 'படக்' கெனப் பிணம் விரைத்துக்கொண்டு எழும். அந்த நேரம் பார்த்து சடலத்தின் பிடரி, இடுப்பு, கை, குதிகால் போன்ற குறிப்பிட்ட இடங்களில் உள்ள நரம்புகளை அரிவாளால் கொத்தியோ, கம்பால் மார்பில் அடித்தோ பழைய நிலையிலேயே படுக்க வைப்பார்கள்.

அந்த நேரத்தில்தான் பிணம் எரிப்பவர்கள் எச்சரிக்கையாய் இருக்க வேண்டும். தவறினால் விரைத்து முறுக்கிக்கொண்டு எழும் சடலம், எரியுமிடத்தை விட்டு வெளியில் புரண்டு வந்து விழுந்துகொள்ளும். பிணத்தின் மார்பில் பெரிய, கனமான விறகுக் கட்டைகளை வைப்பார்கள். அதையும் புரட்டிவிடும்.

கண்கொத்திப் பாம்பாய்க் காத்திருந்தான் முனியாண்டி.

கீரைச்சட்டி கொட்டாவி விட்டான்.

இன்னிக்குப் பூராவும் முனியாண்டி யாரோடும் வாய் திறந்து ஒரு வார்த்தைக்கூடப் பேசாமல் பித்துப்பிடித்தவன்போல் இருப்பது, கீரைச்சட்டிக்கு ஒருபக்கம் பயமாக இருந்தது.

நரம்புகளை முறுக்கிகொண்டு பிணம் எழுந்திருக்கும் நேரம் நெருங்கிக் கொண்டிருந்தது. ஊரே இருட்டிலே தூங்கிக் கொண்டிருந்தது. கீரைச்சட்டிக்குப் போதை இறங்கு முகம்.

திடீரென சிதை நெருப்புச் சிதறியது. பிணம் முறுக்கிக்கொண்டு எழுந்தது.

முனியாண்டி அரிவாளை கையிலெடுத்தான்.

"அடேய் தங்கமாரி...அவுசாரி மகனே!" பிடரியில் கொத்தினான்.

"டேய் தங்கமாரி... தேவடியா மகனே!"

மார்பில்... இடுப்பில்... கைகளில்... குதி கால்களில் மாறி மாறி கொத்தினான். நெற்றிப்பொட்டில் கொத்தி ஓட்டையாக்கினான்.

பிணத்தின் 'ஊனு', முனியாண்டியின் உடலெங்கும் தெறித்தது. வெறிகொண்ட பிசாசைப் போல் கத்தினான்.

கீரைச்சட்டி ஊரை நோக்கி ஒரே ஓட்டம்....

ஊரே எழுந்துகொண்டது.

●

27 கிறுக்கு சண்முகம்

சண்முகம் ஒரு கிறுக்கன்.

37 வயது ஆகிறது. டவுசர்தான் போடுவான். முழங்காலுக்குக் கீழே தொங்கும். பின்புறம் தேய்ந்தும் கிழிந்தும் இருக்கும். சட்டை போடமாட்டான். அவிச்ச கிழங்குமாதிரி உடம்பு சொறி பிடித்து இருக்கும். தலையில் எண்ணெய் தேய்க்க மாட்டான். பரட்டைத் தலை.

சண்முகம், இந்த ஊர்க்காரன் இல்லை. பதினைந்து வருசத்துக்கு முன்பு எங்கிருந்தோ வந்தவன். வரும்போது, நாலுமுழ வேட்டி கட்டி இருந்தான், அழுக்கு வேட்டி. கிழிந்த சட்டை. கையில் ஒரு துணிப் பொட்டலம்.

பொட்டலத்தை யாரும் தொடக்கூடாது. தொட்டால் கோபம் வரும். "ஏழைப் பயலே... தொடாதடா" என்பான்.

டீக்கடை வாசலில் போய் நிற்பான். எதையும் வாய் திறந்து கேட்க மாட்டான். யாராவது ஓசி டீ வாங்கிக் கொடுத்தால் ஊதி ஊதிக் குடிப்பான். குடித்துவிட்டு கிளாஸை கழுவி வைப்பான்.

ஊர் நடுவில் உள்ள சாவடியில் படுத்துக் கொள்வான். தலை மாட்டில் துணிப் பொட்டலம் இருக்கும். பலமாக குறட்டை விடுவான். பக்கத்தில் யாரும் உறங்கமுடியாது.

குறட்டைச் சத்தம் கேட்டு இளவட்டங்கள் சிரிப்பார்கள். சிறு குச்சியை எடுத்து சண்முகத்தின் திறந்த வாய்க்குள் விடுவார்கள். காதுக்குள் கோழி இறகை விட்டுத் திருகுவார்கள்.

என்ன செய்தாலும் சண்முகம் எந்திரிக்க மாட்டான். தலை மாட்டில் உள்ள பொட்டலத்தைத் தொட்டால்போதும், உடனே எழுந்து கொள்வான்.

'ஏழைப் பயலுகளா... தொடாதீங்கடா...' என்பான்.

இளவட்டங்கள் ஏதும் தெரியாதவர்கள்போல் திரும்பிச் சுருண்டு படுத்துக் கொள்வார்கள்.

ஒரு நாள், ஊர்ப் பெரியவர்கள் கூடி, "தம்பி... உம் பேரு என்ன?" என்று கேட்டார்கள்.

"சம்முகம்" என்று சொன்னான்.

"எந்த ஊரு?" என்றார்கள்.

சண்முகம் பதில் பேசவில்லை.

"என்ன சாதி?" என்றார்கள்.

அதற்கும் சண்முகம் பதில் சொல்லவில்லை.

"ஆளைப் பார்த்தால் பிச்சைக்காரன்போல் தெரியலே."

"எந்தப் புண்ணியவதி பெத்த பிள்ளையோ, பாவம்!" என்று ஊரார் பேசிக் கொண்டார்கள்.

தினமும் ஒரு வீட்டில் கஞ்சி ஊத்துவார்கள். சண்முகம் குடிப்பான்.

ஊர் எல்லையில் கார்மேக ஆசாரியின் கொல்லம் பட்டறை இருக்கிறது. இரும்புப் பட்டைகளைக் காய்ச்ச, உலை அடுப்பு இருக்கும். அடுப்பு ஊத, துருத்தி மாட்டி இருக்கும்.

ஒரு நாள், பட்டறைப் பக்கம் சண்முகம் போய் நின்றான்.

"சண்முகம்... இந்தத் துருத்தியை ஊது, உனக்குச் சோறு போடுறேன்."

கார்மேக ஆசாரி கூப்பிட்டார்.

சண்முகம் பட்டறைக்குள் போனான். அடுப்புக்குப் பக்கத்தில் குத்துக்கால் வைத்து உட்கார்ந்தான். துணிப் பொட்டலத்தை மடிக்குள்

வைத்துக் கொண்டான். துருத்தியைப் பிடித்து ஊதினான். அடுப்பில் இருந்து 'புஸ்...புஸ்...' என நெருப்புப் பொறி பறந்தது.

பதினைந்து வருசமாக சண்முகம் துருத்தி பிடித்து ஊதுகிறான். இரும்பு வேலைக்கு வெள்ளை வேட்டி ஒத்து வரலே. ஆசாரி, ஒரு காக்கி டவுசர் தைத்துக் கொடுத்தார்.

கார்மேக ஆசாரியின் பெஞ்சாதி பெயர் அன்னக்கிளி. குழந்தை கிடையாது. சண்முகத்தை அன்போடு பார்த்துக் கொண்டாள்.

சண்முகத்தைக் குளிக்கச் சொல்வாள். குளிக்க மாட்டான். எண்ணெய் தேய்க்கச் சொல்வாள். தேய்க்க மாட்டான். முடிவெட்டச் சொல்வாள். வெட்ட மாட்டான். தட்டு நிறைய எவ்வளவு சோறு போட்டாலும் சாப்பிடுவான். ராத்திரி, பட்டறையில் படுத்துக் கொள்வான்.

சண்முகத்தை தெருவில் கண்டால், சிறுவர்கள் கேலி செய்வார்கள். 'கிறுக்கு சம்முகம்' என்று கூப்பிடுவார்கள். பின்னால் கூடி வந்து முதுகில் அடிப்பார்கள்.

"அன்னக்கிளி அக்கா... ஏழைப் பய அடிக்கிறான்." சண்முகம் கத்துவான்.

கத்திக்கொண்டே நடப்பான்.

பையன்கள் சிறு கல்லை எடுத்து எறிவார்கள்.

"அன்னக்கிளி அக்கா... ஏழைப்பய எறியிறான்" என்று கத்துவான். அன்னக்கிளி வீட்டில் இருப்பாள். சண்முகம் எங்கேயோ இருந்து கத்துவான்.

பட்டறையில் துருத்தியை ஊதிக்கொண்டே இருப்பான். கோவிலில் செதறு தேங்காய் உடைக்கிற சத்தம் கேட்டால் போதும், துருத்தியை விட்டுவிட்டுத் தேங்காய் பொறுக்க ஓடிவிடுவான்.

பக்கத்து ஊர்களில் திருவிழா நடக்கும். அன்னக்கிளி அக்காவிடம்கூடச் சொல்லாமல் சண்முகம் போய்விடுவான். மறுநாள் காலையில் திரும்புவான். அன்னக்கிளி அக்காவுக்குச் சீனி மிட்டாய் வாங்கி வருவான்.

மார்கழி மாதம் முருகன் கோவிலில் பூஜை நடக்கும். சுண்டல், பொங்கல் தருவார்கள். வரிசையில் முதல் ஆளாக சண்முகம் நிற்பான். பல்லு விளக்க மாட்டான். குளிக்க மாட்டான். பட்டை பட்டையாய்த் திருநீறு பூசி இருப்பான். மறுபடி மறுபடி வரிசையில் நின்று பிரசாதம் வாங்கித் தின்பான். சிறு பையன்கள் எச்சில் கையை சண்முகத்தின் முதுகில் துடைப்பார்கள்.

"அன்னக்கிளி அக்கா... ஏழைப் பய எச்சியத் தொடைக்கிறான்" என்று கத்துவான்.

சண்முகம் இருப்பதால் ஊருக்குள் கலகலப்பும் சந்தோசமும் இருந்தது. ஊர் சனங்களில் ஒருவனாக சண்முகம் ஆகிவிட்டான்.

சண்முகத்தின் தலைமுடி, தாடி, மீசை, பல்லு எல்லாம் நீளமாய் வளர்ந்தன. குழந்தைகள் பார்த்தால் பயப்படும்.

குழந்தை அழுதால், "அழுகாதே. அழுதா... கிறுக்கு சம்முகத்துட்டே பிடிச்சுக் குடுத்திருவேன்", என்று தாய்மார்கள் பயமுறுத்துவார்கள்.

ரெண்டு வருசமாக மழை இல்லை. எந்த ஊரிலும் திருவிழா கிடையாது. பஞ்சம். சனம் கொஞ்சம் கொஞ்சமாக வெளியேறுகிறது. தஞ்சாவூர் காட்டுக்குப் பிழைக்கப் போனார்கள். கடும் பஞ்சம்.

தஞ்சாவூர் போக, மானாமதுரையில் ரயில் ஏற வேண்டும். ரயில் நிலையத்தில் ஏகப்பட்ட கூட்டம். குடும்பம் குடும்பமாக ரயிலுக்குக் காத்து இருந்தார்கள். ரயில் வர நேரம் இருந்தது.

ஒரு குழந்தை 'வீர்...வீர்' என்று கத்தியது. தாயார் பால் கொடுத்தாள். குழந்தை சுவைத்தது. மார்பில் பால் இல்லை. குழந்தை மறுபடியும் கத்தியது.

"இந்தா... அழுகாதே... அழுதா... கிறுக்கு சம்முகத்துக்கிட்டே பிடிச்சுக் குடுத்துருவேன்" என்று தாயார் அதட்டினாள்.

குழந்தைக்குப் பசி, அழுகை ஓயவில்லை.

தாயார் அருகில் ஒருவர் வந்து நின்றார். வழுக்கைத் தலை. மீசை கிடையாது. கதர் வேட்டி, கதர் சட்டை போட்டிருந்தார். கையில் ஒரு மஞ்சள் துணிப்பை இருந்தது. பார்க்கப் பெரிய மனிதராய்த் தெரிந்தார்.

"ஏம்மா... நீங்க எந்த ஊரு?" என்று கேட்டார்.

"பெருநாழி" என்று தாயார் சொன்னாள்.

"கிறுக்கு சம்முகம்னா யாரும்மா?" என்றார்.

"எங்க ஊருலே ஒரு கிறுக்கு இருக்கு. அது பேரு சம்முகம்" என்றாள்.

"சம்முகம் எந்த ஊரு?" என்று கேட்டார்.

"எந்த ஊரோ தெரியலே. எங்க ஊருக்கு வந்து பதினஞ்சு வருசமாச்சு" என்றாள்.

"பெருநாழியிலே சம்முகத்தை எங்கே பார்க்கலாம்?" என்று கேட்டார்.

"கோமணம் கட்டாத சிறுபிள்ளைகிட்டே கேட்டால்கூட, கிறுக்குச் சம்முகத்தைத் தெரியும்" என்று சொல்லிவிட்டு முகத்தைத் திருப்பிக் கொண்டாள்.

வழுக்கைத் தலைக்காரர் பெருநாழிக்கு கார் ஏறினார்.

பெருநாழியில் கிறுக்கு சண்முகத்தை எல்லோருக்கும் தெரிந்திருந்தது. கார்மேக ஆசாரியின் பட்டறைக்குப் போனார். சண்முகம், துருத்தி ஊதிக்கொண்டு இருந்தான்.

சண்முகத்தை உற்றுப் பார்த்தார். அடையாளம் தெரிந்தது.

வழுக்கைத் தலைக்காரர் ஓடிப்போய் சண்முகத்தைக் கட்டிப் பிடித்துக் கொண்டார்.

"தம்பீ... சண்முகம்..." வாய்விட்டு அழுதார்.

கார்மேக ஆசாரி திகைத்துப் போனார்.

வழுக்கைத் தலைக்காரர் சொன்னார்! "அய்யா... எம்பேரு அழகப்பன் செட்டியார். சொந்த ஊரு காரைக்குடி. இவன்... என் கூடப் பிறந்த தம்பி. பதினஞ்சு வருசத்துக்கு முன்னாடி, புத்தி சுவாதீனம் இல்லாமல் இருந்தான். வீட்டைவிட்டு வெளியேறி, எப்படியோ இங்க வந்திருக்கான். ஊருலே இவன் பங்குக்குக் கோடி கோடியாச் சொத்து இருக்கு. இவன் தலைவிதி இப்படி ஆயிருச்சு....! பதினஞ்சு வருசமா என் தம்பியைத் தேடாத இடமில்லே..." என்று கேவிக் கேவி அழுதார்.

சண்முகம் கல்லுமாதிரி உட்கார்ந்திருந்தான். ஊர்ச்சனம் எல்லாம் பட்டறையில் கூடிவிட்டது.

அன்னக்கிளி அக்கா பட்டறைக்கு வந்தாள்.

சண்முகம் எழுந்து ஓடிப்போய் அன்னக்கிளியின் கையைப் பிடித்துக் கொண்டான்.

"அன்னக்கிளி அக்கா... அன்னக்கிளி அக்கா..."

தேம்பித் தேம்பி சண்முகம் அழுதான். அன்னக்கிளியும் அழுதாள்.

கார்மேக ஆசாரி உட்கார்ந்தபடியே அழுதார். சண்முகத்தின் அழுகை ஓயவில்லை.

"சண்முகம் கோடீஸ்வர வீட்டுப்பிள்ளை. அவன் ஏன் இங்கே கெடந்து கஷ்டப்படணும்? செட்டியாரோட அனுப்பி வைக்கிறதுதான் முறை" என்று, ஊர்ப் பெரியவர்கள் சொன்னார்கள்.

சண்முகத்தை முடி வெட்டச் சொன்னார்கள்.

“மாட்டேன்” என்றான்.

நாலு இளவட்டங்கள் பிடித்து அமுக்கிக் கொண்டார்கள். தலைமுடி, தாடி, மீசையை நாவிதன் எடுத்தான். உடம்பு நிறைய எண்ணெய் தேய்த்தார்கள். கோவில் கிணற்றில் உட்கார வைத்தார்கள். குடம் குடமாய்த் தண்ணீரை ஊற்றிக் குளிப்பாட்டினார்கள். புது வேட்டி, புதுச் சட்டையை மாட்டிவிட்டார்கள்.

சண்முகம் அழகாய் இருந்தான்.

அன்னக்கிளி, தட்டு நிறைய சோறு போட்டாள். சண்முகம் அழுதுகொண்டே சாப்பிட்டான்.

ஊர்ச்சனம் எல்லாம், அன்னக்கிளி வீட்டின் முன்னால் கூடிக் கிடந்தது.

அழகப்பன் செட்டியார் வீட்டுக்குள் போனார். கார்மேக ஆசாரியையும் அன்னக்கிளியையும் கூப்பிட்டார். மஞ்சள் துணிப்பைக்குள் இருந்து கட்டுக் கட்டாய் ரூபாய் நோட்டுக்களை எடுத்து, “தப்பா நெனைக்கக் கூடாது” என்று நீட்டினார்.

“வேணாம் அய்யா... வேணாம்” என்று கூறி வாங்க மறுத்து விட்டார்கள்.

நாலரை மணிக்கு பஸ்.

எல்லோரும் பஸ் நிலையத்திற்கு வந்தார்கள். சண்முகம் அழுது கொண்டே வந்தான். சிறு பிள்ளைகள் எல்லாம் சண்முகத்தின் கையைப் பிடித்துக்கொண்டு வந்தார்கள். பெண்கள், குழந்தைகள், பெரியவர்கள் எல்லாம் சண்முகத்தைச் சுற்றி நின்றார்கள்.

அன்னக்கிளி அக்கா சண்முகத்துக்குப் பக்கத்திலேயே நின்றாள். ஒரு கொட்டான் நிறைய சீனி மிட்டாய் வாங்கிக் கொடுத்து இருந்தாள்.

சிறு பிள்ளைகள், சண்முகத்தைத் தொட்டுத் தொட்டுப் பார்த்தார்கள்.

பஸ் வந்தது.

“அன்னக்கிளி அக்கா... அன்னக்கிளி அக்கா...”

சண்முகம் கூப்பாடு போட்டு அழுதான்.

அன்னக்கிளி அக்கா அழுதாள்.

கார்மேக ஆசாரி அழுதார்.

ஊர் சனமெல்லாம் அழுதது.

"சம்முகம்... போயிட்டு வாப்பா..." என்று அன்னக்கிளி சொன்னாள்.

சண்முகம் உட்கார்ந்து, அன்னக்கிளியின் காலைக் கட்டிப் பிடித்துக் கொண்டான்.

"நான் போகமாட்டேன்.... போகமாட்டேன்..."

நாலு இளவட்டங்கள், சண்முகத்தைத் தூக்கி பஸ்ஸில் ஏற்றினார்கள். பஸ் புறப்பட்டது.

சன்னல் வழியாகத் தலைநீட்டி, "அன்னக்கிளி அக்கா... அன்னக்கிளி அக்கா..." என்று சண்முகம் கும்பிட்டு அழுதான்..

ஊரே அழுதது.

'இந்த ஊருலே பஞ்சமும் வறுமையும் இருக்கு. அதைவிட அதிகமா அன்பும் மனுசத்தனமும் நெறஞ்சு இருக்கு!'

அழகப்பன் செட்டியாருக்குக் கண்ணீர் நில்லாமல் ஓடியது. எல்லோரையும் கையெடுத்துக் கும்பிட்டார்.

பஸ் போய்விட்டது.

அன்னக்கிளி அக்காவை கைத்தாங்கலாக வீட்டுக்குக் கூட்டி வந்தார்கள்.

●

வேல ராமமூர்த்தி | 197

28 குர்ஷித்

அமாவாசைக்கு மறுநாள், கால் தடம் துலங்காத மை இருட்டு.

ஊருக்கு கிழக்கே, நாணலும் கருவேலம் புதர்களும் மண்டிய ஓடைக்குள் பதுங்கிக் கிடந்தாள் குர்ஷித். முட்டையை விட்டு இப்போதுதான் வெளிவந்த மயில்குஞ்சுபோல குன்றி இருந்தாள். பள்ளிக்கூடத்துச் சீருடையை புதர் முட்கள் கிழித்திருந்தன.

ஊரை மறைத்து சுழன்று சுழன்று ஆட்டம் போடுகிற ‘தீ’. ஒவ்வொரு தீ நாக்கும் உயிர்களை விழுங்கிய சந்தோஷத்தில் வானுயர்ந்து ஜொலிக்கின்றன. உயிர்ப்பலி கிடைக்காத நாக்குகள். சீற்றமெடுத்து, ‘ஆவ்வ... ஆவ்வ...வ்..வ்!’ என திசையெல்லாம் லாவிப் பிடிக்கின்றன.

காற்றெல்லாம் பிணவாடை.

குர்ஷித் பிஞ்சு முகம். ஜ்வாலையின் வெம்மையில் தகிக்கிறது, முத்து முத்தாய் வியர்வை. சின்ன அதிர்வுக்கும் பதறி திரேகம் ஆடுகிறது. கரும் பிசாசாய் புதர்த் திட்டுகள் மிரட்ட, நாணலுக்குள் புகுந்து வரும் காற்று நெருப்பாய்ப் போர்த்துகிறது. குர்ஷித்தின்

தாய், தந்தையைக் கருக்கிய நெருப்பு; சாதி சனத்தை எல்லாம் வாரிச் சுருட்டி வாயில்போட்ட நெருப்பு; கர்ப்பப்பை சிசுவையும் விட்டு வைக்காமல் காவுகொண்ட நெருப்பு; கருகாமல் மிஞ்சிய குர்ஷித்தின் நாசியெல்லாம் சதை நாற்றமடிக்க வைத்த நெருப்பு.

காட்டு வெள்ளம் வடிந்து, சிலு.... சிலுத்து ஓடும் பளிங்கு நீரில், ஓடைக் குளியலுக்கு கூட்டுசேரும் சிறுமிகள். பள்ளிவாசல் தெருவோரம் வந்து நின்றுகொள்வார்கள். கல்லு வீட்டுக்குள் இருக்கும் குர்ஷித்துக்கு இங்கிருந்தே சைகை செய்வார்கள். குர்ஷித்தின் அம்மாவுக்குத் தெரிந்தால் அடிப்பாள். “தமிழ்ப் பெண்களோடு சேராதே. காலச் சூழ்நிலைகள் சரியில்லை.” என்பாள்.

சைகை பலிக்காமல் போகும். சிறுமிகளில் ஒருத்தி தெருவின் இந்தக் கடைசியிலிருந்து... அந்தக் கடைசி வரை, ‘குர்ர்... குர்ர்ர்.... ர்ர்ர்’ எனக் கத்திக்கொண்டே குர்ஷித்தின் வீட்டைக் கடந்து ஓடுவாள். குர்ஷித்துக்கு இருப்பு கொள்ளாது. உட்கார்ந்த வாக்கிலேயே மெல்ல நகர்ந்து, நகர்ந்து திண்ணைக்கு வந்ததும் ஓட்டமெடுப்பாள்.

குர்ஷித்தை நடுவே நடக்க விட்டு, அவளுடைய மூக்கு, முழி, நிறம், நடையழகைப் பார்த்து மயங்கியவர்களாய் ஓடைக்கு அழைத்துப் போவார்கள். எல்லோரும் உருண்டு புரண்டு ஓடை நீரில் ஆட்டம் போட, குர்ஷித் மட்டும் வகைவகையான கூழாங்கற்களை பொறுக்கித் திரிவாள். புதருக்குள் உதிர்ந்துகிடக்கும் மயில் இறகுகளைச் சேகரிப்பாள்.

வீட்டுக்கு வந்தால் அடி விழும். குளித்தது தெரியாமலிருக்க, ஓடைக்கரை உவட்டு மண்ணை உள்ளங்கையில் அள்ளிப்போட்டு, தெள்ளி, கல்நீக்கி மிஞ்சிய நெய்மண்ணை முகம், தலையெல்லாம் பூசிக் கொள்வார்கள். வீட்டுக்குத் திரும்பும் வழிநெடுக, இலந்தைச் செடிகள் குமி கட்டிப் படர்ந்திருக்கும். குண்டு குண்டாய்... செடி நிறைய பழங்கள் சரியும். சின்னக் குச்சியால் ஒரு தட்டு... மறுதட்டு. உதிரும் பழங்களை வாரி அள்ளினால், பாவாடை மடி நிறைந்து போகும். வீடு வரை வாய் இனிக்கும்.

குர்ஷித்தின் அக்கா மெஹ்ருன்னிசா, தலைப்பிரசவத்துக்காகத் தாய் வீட்டுக்கு வந்திருந்தாள்.

வயிற்றுக் கனத்தைப் பார்த்ததுமே வெள்ளையம்மா கிழவி சொன்னாள். “பிறக்கப்போறது ரெட்டைக் குழந்தை. அடுத்த வெள்ளிக்கிழமை, ராத்திரி பத்து மணிக்குள்ளே பிறந்திடும்.” பிசகில்லாமல் பிள்ளைகளை வெளியே இழுத்துப் போடுவதில் கிழவி கெட்டிக்காரி. அவள் குறிக்கும் நாளும் நேரமும்கூடத் தப்பாது.

கிளம்பப் போன வெள்ளையம்மா கிழவியின் கையைப் பிடித்துத் திண்ணையில் அமர்த்திய குர்ஷித்தின் தாய் ஆதிலா, "வெள்ளையம்மா அக்கா... ஒரு மடக்கு காபி குடிச்சிட்டுப் போங்க" வீட்டுக்குள் ஓடினாள்.

குர்ஷித்தின் தகப்பனார் 'கல்லு வீட்டு' செய்யது, "உக்காரு கிழவி..." திண்ணைத் தூசியை உள்ளங்கையால் தட்டிவிட்டு, "ஒரு கை சாப்பிட்டுப் போ, வெள்ளயம்மா", என்றார்.

"வேணாம் செய்யது" திண்ணையில் உட்கார்ந்தாள்.

"ஏன் கிழவி...? துலுக்க வீட்டுச் சாப்பாடு பிடிக்காதா?"

"யார் சொன்னது? இந்த உடம்பிலே பாதி... ஒங்க வீட்டுப் பிரியாணிதானே?" வலது கையை நீட்டி புரட்டிப் புரட்டிக் காட்டினாள் கிழவி.

செய்யது பாய் சிரித்தார். "சும்மா... ஒரு சொல்லுக்குச் சொன்னேன் கிழவி."

"செய்யது...! ரெண்டு நாளைக்கு முன்னாலே ஏதோ விவகாரமாமே?"

"ஆமா வெள்ளையம்மா. நம்ம ஊரு கணக்குப்பிள்ளை இறந்தாரே? அந்தப் பிரேத ஊர்வலம் வந்தது. பள்ளிவாசலை ஒட்டித்தான் அவங்க மயானக்கரைக்குப் பாதை போகுது. கொட்டு மேளத்தோடு வந்தாங்க. தொழுகை நேரத்திலே பள்ளிவாசலைக் கடந்து, சாமி ஊர்வலம் போனாலும், சவ ஊர்வலம் போனாலும் வாசலுக்கு முன்னாலே இருபது அடி தூரம், கொட்டு அடிக்கிறதை நிறுத்திட்டு, அந்தப்பக்கம் போயி மறுபடி அடிப்பாங்க."

"ஆமா... இது காலங்காலமா உள்ள வழக்கம்தானே?"

"அன்றைக்கு என்னவோ... கொட்டு அடிக்கிறதை நிறுத்தலே! ஏளனமாகவும் பேசினாங்க. அது மட்டுமில்லே, கொள்ளிக் குடங்களைத் தூக்கி, பள்ளிவாசல் படியிலேயே போட்டு உடைக்கிறாங்க!"

ஆதிலா கொண்டுவந்த காபி டம்ளரை வாங்கிய கிழவி, "ஆவ்...! சூடு பொசுக்குது!" கை மாற்றி உதறினாள்.

செய்யது பாய் பேசிக்கொண்டே போனார்.

"இதுக்கெல்லாம் நம்ம சொசைட்டி தலைவர்தான் முன்னோடி. எங்க பக்கம் உள்ள நாலு இளவட்டப் பயலுகள், வானத்துக்கும் பூமிக்கும் குதிச்சான்ங்க."

ஆதிலா, சூடு காப்பியை ஆற்றினாள்.

“உங்க சடங்கு, சம்பிராயத்தை நாங்க மதிக்கணும். எங்க சடங்கு, சம்பிரதாயத்தை நீங்களும் மதிக்கணும். எத்தனையோ தலைமுறையாய் இந்த ஊருதான் நம்ம எல்லோருக்கும் பூர்வீகம். இதுவரை, ‘இங்கே உள்ள சனம் எல்லாம் நம்ம சனம்தானே’ன்னு வாழ்ந்திட்டோம். இப்போ... எங்களைப் பிரிச்சுப் பார்க்கிறாங்க!”

ஒரு மடக்கு காபியைக் குடித்தாள் கிழவி.

“பத்துத் தலைமுறைக்கு முன்னாலே அல்லது நூறு தலைமுறைக்கு முன்னாலே, நீயும், நானும் ஒரு தாய் வயித்துப் பிள்ளையாகத்தான் இருந்திருப்போம்! இந்த உண்மை, எத்தனை பேருக்குத் தெரியும்? ஒரே ஊருக்குள்ளே... மண்ணும் தண்ணியுமா... பின்னிப் பிணைஞ்சு, பிரிவினை இல்லாமல் இருக்கிறோம். காலப்போக்கிலே எல்லோர் மனசுலேயும் ஈரம் குறையுது! நாங்க இருபது வீட்டு ஆளுகள்தான் இங்கே இருக்கிறோம். பத்து மைல் சுற்றளவுக்கு எங்க சாதி சனம் கிடையாது.” செய்யது பாயின் குரல் கம்மியது.

“ஏய்... செய்யது! இப்போ என்ன நடந்ததுன்னு இப்படிக் கலங்குறே? எந்தச் சாமியும், எங்கேயும் சம்மணம் போட்டு உட்கார்ந்திருக்கலே. நம்பினால்தான் சாமி. இல்லேன்னா... இல்லே. சனங்களைச் சண்டை போடச் சொல்றது, எப்படி சாமியா இருக்க முடியும்? ரெண்டு பக்கமும் ரெண்டு காலிப் பயலுகள் இருக்கத்தான் செய்வான்ங்க. அவன்ங்க யாரு... நம்ம சுக, துக்கத்தை நிர்ணயம் பண்றதுக்கு?” கிழவி நெருங்கி அமர்ந்தாள்.

“செய்யது! உங்க பக்கம் உள்ள இளவட்டப் பயலுக காட்டுகிற தீவிரமும் தப்பு. அந்தப் பக்கம் உள்ள அப்பாவி சனங்களை, பெரிய ஆளுகள் தூண்டிவிடுறதும் தப்பு!” மறு மடக்கையும் விழுங்கினாள்.

“நாமெல்லாம் ஒரு தோப்பு மரங்கள். எந்த மரத்திலே தீ பிடிச்சாலும் தோப்பு அழிஞ்சுபோகும்.” காபியைக் குடித்து முடித்த வெள்ளையம்மா கிழவி ‘ணங்’ என, டம்ளரைத் திண்ணையில் வைத்தாள். “ஊரிலே உள்ள அத்தனை பேரையும் எதிரியா ஏன் நினைக்கணும்? தைரியமா இரு” என்றவள், “ஆதிலா... நான் வரட்டுமா...?” எழுந்ததும், ‘நச்’ என ஒரு தும்மல் போட்டாள்.

“மொட்டைமாடியிலே மிளகாய் வத்தல் காயுது” என்றபடி செய்யது பாய் எழுந்தார்.

ஊரை நோக்கி நீளும் தார்ச்சாலையில் கண்ணுக்கெட்டிய தூரம் ஒரு உயிரோட்டத்தைக் காணோம். ரெண்டு பக்கமும் மிளகாய், மல்லி, பருத்திக் காடுகள். சாலையில் பேய்ப் போக்கில் வரும் ஒரு லாரி நிறைய, ரேசன் அரிசி மூட்டைகளும், மண்ணெண்ணெய்ப்

பீப்பாய்களும் இருந்தன. டிரைவரின் முகச் சதையும் கைகளும் நடுங்கின.

ஊர் எல்லையில் உள்ள பள்ளிக் கூடத்தைக் கடந்து, மந்தையில்... ரேசன் கடைக்கு முன்னால் லாரி நின்றதும் டிரைவர் குதித்தான்.

"சரக்குகளைச் சீக்கிரம் இறக்குங்க... இறக்குங்க." பரபரத்தான்.

இறக்கி முடித்ததும் லாரியைக் கிளப்பினான். கிளம்பிய வேகத்தில் "விளாத்திகுளத்திலே வெடிகுண்டு வெடிச்சு, உங்க சொசைட்டி தலைவரு செத்துப் போனாரு" கடைக்காரச் சிப்பந்திகளிடம் ஊதிவிட்டு, லாரி மறைந்தது.

குர்ஷித்தின் வீடு, பெரிய கல்லு வீடு. எத்தனைபேர் கூடினாலும் உடைத்து உள்ளே நுழையமுடியாத கனத்த கதவுகள். இடிக்க முடியாத பெருங்கற்சுவர்கள்.

பள்ளிவாசல் தெருவிலிருந்த இருபது வீட்டுச் சனமும், கல்லு வீட்டுக்குள் நுழைந்து கொண்டது.

தெருவில் நுழைந்த வேல் கம்பு, அரிவாள், தீப்பந்தக் கூட்டம் வீடுகளுக்குள் புகுந்து புகுந்து தேடுகிறது. எழுந்து ஓடமுடியாத பழங்கிழவிகளை, வீட்டுக்குள்ளேயே பூட்டித் தீ இடுகிறது. சுன்னத்துக் குறி தேடி, இளங் குழந்தைகளை நறுக்கிப் போடுகிறது. மண்ணெண்ணெய்ப் பீப்பாய்களை உருட்டிவிட்டு உரசிப் போட்ட ஒற்றைத் தீக்குச்சியில் தெருவே எரிகிறது. பள்ளிக்கூடத்திலிருந்து குழந்தைகள் துரத்தப்படுகிறார்கள்.

வேல்கம்புகளும், அரிவாள்களும், தீப்பந்தங்களும் கல்லு வீட்டை வட்டமடிக்கின்றன. கோடாலிக் கொத்து, வாசலைப் பிளக்க முடியவில்லை. கற்சுவரில் இடித்து இடித்து கடப்பாரை முனைகள் மழுங்குகின்றன. மொட்டைமாடி நிறைய மிளகாய் வற்றல் காய்கிறது. மண்ணெண்ணெய்ப் பீப்பாய்கள் மாடி ஏறுகின்றன. புகைப்போக்கி வழியே மிளகாய் வற்றலை எல்லாம் அள்ளி அள்ளிக் கொட்டி, பீப்பாய் மண்ணெண்ணெய் திறந்துவிட்டு, ஒரே ஒரு தீக்குச்சி உள்ளே பாய... வீட்டுக்குள் நிறைமாத கர்ப்பிணி மெஹ்ருன்னிசாவும் அத்தனை சனமும்...

திறந்து வெளியே வந்தால் வெட்டிச் சாய்க்க, தலைவாசலில் காத்திருக்கும் ஆயுதங்கள்.

காற்று புகமுடியாத கல்லு வீட்டுக்குள், மிளகாய் வற்றல் குவியல் எரிந்து புகை மண்டுகிறது. அத்தனை உயிரும் அலறி அலறிச் சாய்கின்றன. உட்கார்ந்தவாக்கிலும், நின்றவாக்கிலும் கருகிக் கட்டையாகிறார்கள்.

மெஹ்ருன்னிசாவின் நிறை வயிறு வெடிக்க, ரெட்டைக் குழந்தைகளும் செத்து விழுகின்றன.

இனம்பிரித்துக் காட்டாத பள்ளிச் சீருடையில் இருந்த குர்ஷித்தின் கண்முன்னே வீடு எரிகிறது. பின்னோக்கி... பின்னோக்கி... கால்கள் ஓட...

ஊரை மறைத்து, சுழன்று சுழன்று ஆட்டம் போடுகிறது, தீ. காற்றெல்லாம் பிண வாடை....

காட்டுப் பூனையின் அழுகை நின்றுபோனது.

குர்ஷித், கண்ணயர்ந்து, புதருக்குள்ளேயே சுருண்டு தூங்கிப் போனாள்.

●

29 ஆரத்தி

சித்திரை வருடப் பிறப்பு. கருவக்காட்டு சம்சாரிகளுக்குப் பிறந்த நாள் மாதிரி.

கல்யாண வீட்டுக் குழந்தைகளைப் போல், உழவு மாடுகள் அலங்கரிக்கப்படும். கொம்புகளில் கலர் கலராய் காகிதப்பூ மாலை. செந்துர்க்கப் பொட்டு.

இளவட்டங்கள் மட்டுமல்ல சிறுவர்கள்கூட முறுக்கேறிக் கெந்தளிப்பாய்த் திரிவார்கள். மதினிமார்களும், கொழுந்தியாள்மார்களும், முறைக்கார ஆண் பிள்ளைகளுக்கு ஆரத்தி எடுப்பார்கள். ரெண்டு வெற்றிலை. கொஞ்சம் சுண்ணாம்பு, ஒரு இனுக்கு மஞ்சள் துண்டு சேர்த்து, லேசா தண்ணிவிட்டு அரைத்தால், 'செவ, செவ' ன்னு ஆரத்தி தயார் ஆயிடும்.

ஆரத்தி எடுப்பவர்களுக்குக் காசு கொடுக்க வேண்டும். ஐந்து பைசா, பத்து பைசா, அரை ரூபா, ஒரு ரூபா... என்று தோதுப்படி. ஆரத்தி எடுக்கவரும் மதினிமார், கொழுந்தியாள்மார்களுக்கு ஆண்கள் ஏய்ப்புக் காட்டிவிட்டு விழுந்தடித்து ஓடுவார்கள். பெண்களும் விடமாட்டார்கள். தெருத்தெருவாய் விரட்டுவார்கள். விரட்டி,

மடக்கி ஆரத்தியைத் தொட்டு நெற்றியில் வைத்து விட்டால் துட்டு செத்தது, துட்டுக்காக இல்லை. மச்சான்மார், கொழுந்தன்மார்களிடம் தனக்கு உள்ள உரிமையைக் காட்டிய சந்தோஷத்தில் அடி உதட்டைக் கடித்துச் சிரிப்பார்கள். பையன் அந்தரத்தில் பறப்பான்.

சந்து சந்தாய் விரட்டி, ஆரத்தி எடுத்துக் காசு வாங்குவதில் பேர் வாங்கியவள் 'இருளாயி'தான்.

கண்மாய்க்குள் விழுந்து காட்டுவாக்கில் ஓடினாலும் விடமாட்டாள். குமட்டில் இடித்து, மேற்கொண்டும் கேட்பாள். கெதியான இளவட்டம்கூட இருளாயிடமிருந்து தப்ப முடியாது. ஏதாவது ஒரு சந்து பொந்துக்குள் இருந்து திடீரென குறுக்கே மறித்து ஆரத்தி எடுத்துவிடுவாள்.

எல்லா பெண்களும் மதியம் வரை ஆரத்தி எடுத்துத் திரிவார்கள். இருளாயி, இருட்டினாலும் விடமாட்டாள்!

'இருளாயிக்கு முறைக்காரனாய் ஏன்டா பிறந்தோம்?' என்று இளவட்டங்கள் நொந்துபோவார்கள்.

கரிசல்காடு, கருவக்காடாகிப் பத்து, பதினைஞ்சு வருசமாச்சு. சம்சாரிகளுக்கு நஞ்சை, புஞ்சை மேலே நம்பிக்கை இழந்துபோச்சு.

காலமெல்லாம் நட்டக்கால்தான். வானம் பார்த்தே முழி பெருத்துப் போச்சு.

சம்சாரி யோசித்தான்.

இதெதுக்கு கடன்பட்ட பொழப்பு! காடு. காடுக்கு கருவேல வெதையைப் போடுறான்னு சீமைக்கருவேல வெதச்சுட்டான். ஆடைக்கும் கோடைக்கும் அழியாத வரும்படி.

புழுதி விதைப்புத்தான். வற உழவு ஒன்னு உழுது வெதச்சு விட்டாச்சுன்னா 'சீத்து சீத்து' ன்னு கருநாகம் படம் எடுத்தமாதிரி வளரும். உப்பா... உரமா... களை எடுப்பா... ஒன்னும் தேவையில்லை. காற்றிலே இருக்கிற ஈரப்பசையை உறிஞ்சியே வளருமாம்! வருசம் ஒரு வெட்டுப் போடவேண்டியது. வரும்படி... குறுக்கத்துக்கு மூவாயிரம்! மறு வருசம்... மறு வெட்டு. மூவாயிரம் ரொக்கம்! வருசந்தோறும் குறுக்கத்துக்கு மூவாயிரம்னா பத்துக் குறுக்கம் சம்சாரி... முப்பதா யிரத்தை முழுசா எண்ணி மடியிலே கட்டவேண்டியதுதான்.

அதிலேயும்... சொந்தமா ஆள் இருந்து வெட்டி, மூட்டம் போட்டு, கரியாக்கி, சேலம், ஈரோடு, பாண்டிச்சேரின்னு லோடு ஏத்தினால் பிடிக்க முடியாது.

கரி யாவாரிதான் இன்னைக்கு ஊருக்கு மிஜாரிட்டியா பெழைக்கிறான்.

பாதி கரி, பாதி மண்ணு, கரி வாங்கிற இடத்திலே கணக்குப் புள்ளையைக் கைக்குள்ளே போட்டுக்கிட்டா... வருசம் ஒரு பெண்ணைக் கரை ஏத்தலாம்... காருதான்... பங்களாதான்... அப்புறம் அரசியல். ‘அய்யா’ ‘சாமி’ ன்னு மரியாதை! எல்லாம் கருவேல் போடுற போடுதான்.

இவ்வளவு இருந்தும் சிலபேர் இருக்கிறாங்க...

‘அட போங்கடா கோட்டிப்பயலுகா...! அன்னம் குடுக்கிற பூமியை அவமானப்படுத்தக்கூடாதுடா. மகளைச் சிங்காரிச்சுத் தெருவுக்கு அனுப்பினால் சம்பாரிச்சுட்டுத்தான் வருவாள்... அனுப்பலாமா? சம்சாரி எல்லாம் சம்பாரிக்க நெனச்சா... அடுப்புக் கரியா பசி அமர்த்தும்? பூதம் கொடுக்கிறதை பூமி கொடுக்கும். பொறுமை வேணும் ’ என்பார்கள்.

அந்த சிலபேர் வீடுகளில்தான் இன்னும் ஏரும் மாடுகளும் கட்டிக் கிடக்கின்றன.

ஏருக்கும் மாடுகளுக்கும் வருசம் முழுவதும் வேலை உண்டோ இல்லையோ... வருசம் முதல் தேதி... சித்திரை வருசப் பிறப்பு அன்னிக்கு வேலை கொடுத்தாகணும்... வருசம் முழுக்க வேலை இருக்கும் என்கிற நம்பிக்கை.

நல்ல நாளும் கெழமையுமா ஏர் விடுவார்கள். அதற்கு ‘நாளேர்’ என்று சொல்லுவார்கள்.

பஞ்சாங்க சாமி நேரம் குறித்துத் தருவார். ஊரிலுள்ள எல்லா ஏர்க்காரர்களும் ஒரு புஞ்சையில் கூடுவார்கள். சூலம் பார்த்து, தென் வடலாகவோ, கிழ மேலாகவோ ஏரைப் பூட்டி, ஏர்க் காலில் தேங்காய் உடைத்துச் சாமி கும்பிடுவார்கள். முன்னத்தி ஏர் கிளம்பும். ஒன்றன்பின் ஒன்றாய் வரும். பேருக்கு ரெண்டு சால் தாறுமாறாக உழுதுவிட்டு, மாடுகளை அவிழ்த்துக் கயிற்றைக் கொம்புகளில் சுற்றியதும், தார்க்கம்பால் ‘நறுக் நறுக்’ என்று நாலு இடி இடிப்பார்கள். ரத்தம் கொப்பளிக்க மாடுகள் புடுங்கி ஓட்டமெடுக்கும். சிறுவர்கள், கையில் தார் கம்போடு தயாராய் வழி நெடுக நிற்பார்கள். ஓடிவரும் மாடுகளை ‘வதக் வதக்’கென தார்க்கம்பால் குத்தி விரட்டிக்கொண்டே ஓடுவார்கள். மாடுகள் காட்டுவாக்கில் ஓடும். எங்கு சுற்றியும் வீட்டுத் தொழுவங்களுக்கு வந்து சேரும்.

‘நாளேர்’ விடும் இடம் ‘ஜே ஜே’ என்றிருக்கும். மாடுகளை விரட்டி வரும்போதுதான் மதினிமார்களும், கொழுந்தியாள்மார்களும் ஆரத்தி எடுக்கத் தெருக்களில் மறிப்பார்கள்.

ஆரத்திக் காசுக்குப் பயந்து, குத்துப்பட்ட மாடுகளைப் போல் இளவட்டங்களும், சிறுவர்களும் சந்து சந்துக்கு ஓடுவார்கள். ஏய்ப்புக்

காட்டிவிட்டு ஓடுவதும், பிடிப்பதும் மையலில் சிரிப்பதுமாய்... ஊரே 'ஹோ... ஹோ...' என்றிருக்கும்.

ஆளான குமரிகள் வீட்டைவிட்டு வெளியேற முடியாது. தெருவில் நடக்கும் கூத்துகளை எல்லாம் அவரவர் வீட்டு சன்னல், கதவு வழியாகப் பார்த்து, குதித்து, தொடையில் தொடையில் அடித்துக் கொண்டு சிரித்து உருளுவார்கள். கூடிச் சிரிக்க குமரிப் பெண்கள் துணைக்கு இல்லையே என, எல்லோர் மனதிலும் வேதனை ஒருபுறம் இருக்கும்.

தமயந்தி இந்த வருடம் ஆளாகிப்போனாள். ஆளானதும் படிப்பை நிறுத்திவிட்டார்கள். பெற்றோர்மீது கோபம் கோபமாய் வந்தது. கோபத்தை விழுங்கி இறுகிப் போய் இருந்தாள்.

வருடா வருடம் 'நாளேர்' அன்று சேதுவுக்கு மட்டும் ஆரத்தி எடுப்பாள். இந்த வருடம் முடியாது. வாசலைவிட்டு இறங்கக் கூடாது. சன்னல் வழியாக தெருவைப் பார்த்துக் கொண்டிருந்தாள். மனதில் சந்தோஷம் இல்லை.

ஊரே ஓடிக்கொண்டிருந்தது.

சேது, தெருவில் நடந்து வந்துகொண்டிருந்தான்.

சன்னலில் தமயந்தி தெரிந்தாள். சித்திரையிலும் பகல் குளிர்ந்தது. கவிழ்ந்தபடி நடந்தான்.

தமயந்தி வாசலைத் தாண்டி இறங்கினாள். முற்றத்தில் சேதுவின் முன் போய் நெஞ்சுக்கு நேராய் நின்றாள்.

வலது கை ஆட்காட்டி விரலால் நாக்கில் எச்சிலைத் தொட்டு, சேதுவின் நெற்றியில் இட்டாள்.

ஓடிக்கொண்டிருந்த மச்சான்மார்களும், மதினிமார்களும், சிறுவர்களும் ஆங்காங்கே ஸ்தம்பித்து நின்றார்கள். மாடுகள் நின்றன. இருளாயிகூட நின்றுவிட்டாள்.

ஊர் நெருப்பை உரசியது.

'தப்பு... தப்பு... தப்பு...'

"ஒரு ஆளான குமரி... நடுத்தெருவுல... நாலு சனத்துக்கு முன்னாடி.... ஒரு எளவட்டத்துக்கு ஆலாத்தி எடுக்கிறதுன்னா... என்ன திமிரு!"

"பையன் யாரு?"

"சேதுப் பயல்"

"முறைக்காரப் பையன்தான். இருந்தாலும் சாதி வழமை இல்லையே?"

"அதிகம் படிச்சது"

"காலம் கெட்டுப்போச்சுடா."

இருளாயி உரக்கக் கத்தினாள். "காலம் கெட்டுப்போகலே... காலம் மாறிக்கிட்டு வருது. அதை யாராலே தடுக்க முடியும்?"

ஆரத்தி எடுக்க மச்சான்மார்களையும், கொழுந்தன்மார்களையும் விரட்டிக்கொண்டு ஓடினாள்.

ஏய்ப்புக் காட்டிவிட்டு ஓடுவதும், பிடிபட்டதும் மையலில் சிரிப்பதுமாய்... ஊரே "ஹோ... ஹோ"வென்றிருந்தது.

●

30 கொட்டடி... கொட்டடி... குருவக்கா

"எங்கடீ ஒம் புருசன்?"

"தெரியாது சாமீ...!" கைக்குழந்தை வீறிட்டுக் கொண்டிருந்தது. போலீஸ் ஸ்டேசன் வாசலில் அருந்ததியர் காலனி ஆண்களும், பெண்களும் தேங்கிக் கிடந்தனர். வெயில் நெறு நெறு வென்றிருந்தது.

"புருசன் போன எடந்தான் தெரியலே, அவன் குடுத்த பணத்தை எங்கே வச்சிருக்கிறே?"

"ஏஞ்சாமீ... இப்படி அடிதெண்டமாப் பேசறீக? ஆன நேரத்துக்கு அன்னந்தண்ணி கொள்ளாம, கட்டின பொண்டாட்டியக்கூட கண்ணெடுத்துப் பாராம, ஊனு, ஒறக்கம் மறந்து எம் புருசன் ஈசலாப் பாடுபட்டுச்சே... அதுக்கா இப்பிடிப் பழி போடுறீக?"

ரெண்டு நாளா வெறுங்காம்பையே சுவைத்து சுவைத்து வாய் ஓய்ந்து போய் மடிக்குள் 'வீர் வீர்' என அலறிக் கொண்டிருந்த பச்ச மண்ணுவை குலுக்கிக் குலுக்கி, சமாதானப்படுத்திக் கொண்டிருந்தாள் குருவக்கா. புருசன் குருவன் போயி மூனு நாளாச்சு. எங்கே போச்சுன்னே தெரியலே.

ரெண்டு நாளா பல்லுலே பச்சத் தண்ணிகூட படலே.

"சாமீ...! நாங்க ஏழைக சாமீ...! எங்க பொண்ணு புள்ளைகளை போலீடேசன்லே வச்சு இம்ச பண்றது அந்த நெறகுளத்தாளுக்கே பொறுக்காது சாமீ...!" தண்ணியில் உமையனன் தடுமாறினான்.

'ரெண்டு பொழுதா போலீஸ்டேசன்லே இருக்கிற குருவக்காவைக் கெடுத்திருப்பான்களோ...' புலம்பியபடி இருந்த பெண்களை "போங்க கழுதைகளா" என விரட்டியும் மண்டிக் கொண்டு வந்தனர்.

குருவக்கா சின்னவயசுப் புள்ளே. அடிபட்டுக் கிடக்கும் குஞ்சுக்காக கரைந்துகொண்டே காக்கைகள் பறப்பதைப் போல், போலீஸ் ஸ்டேசனைச் சுற்றிச் சுற்றி வந்தனர்.

ஸ்டேசனை கூட்டிப் பெருக்கி, கக்கூஸ் கழுவி, தண்ணி எடுத்து வைக்கிற காளி, இன்றைக்குக் காலையில் வரவில்லை.

'இன்னிக்கு சாயங்காலம் பெருநாழி ராணி டாக்கீஸில் ஜிவாசிகணேசன், சிரிப்பிரியா, தேங்காய் சீனிவாஜன் நடித்த ஜிரஞ்ஜீவி. எல்லோரும் பாத்து மல்லாருங்கள்' சினிமா விளம்பரம் செய்ய, சூரி போகவில்லை.

செருப்புத் தைக்க யாரும் போகவில்லை.

பஞ்சாயத்து போர்டு தோட்டிகள் தெருக் கூட்ட போகவில்லை.

"சாதி சனத்தைப் போல எம்புள்ளையும் பிஞ்ச செருப்புத் தச்சோ, பெணம் விழுந்தா கொட்டடுச்சோ பொழச்சிருந்தா இந்தக் கெதி வருமா? நான் பெத்த பிள்ளையை நாலெழுத்து படிக்க வச்சதுனால வந்த வெனையா இது?" குருவனின் தாயார் குமைந்து குமைந்து மூக்கைச் சிந்திக் கொண்டிருந்தாள்.

குருவன் நாலெழுத்து படித்திருந்தான். சினிமா கொட்டகைக்காரருக்கு எல்லாம் வாய்க்கணக்கு மனக் கணக்குத்தான். சினிமா கொட்டகை, பால் பண்ணை, ஏழெட்டு ஊர்களில் ரேசன் கடைகள், சுத்துப் பட்டியெல்லாம் கொடுக்கல் வாங்கல் கணக்கு வழக்கெல்லாம் குருவன்தான்.

அதிகாலையில் பால்பண்ணையில் ஆரம்பித்து, இரவு ரெண்டாம் ஆட்டம் சினிமா விடுகிற வரை, ரொக்கம் போட்டு வாங்கிய இயந்திரமாய்த் திரிவான். மதியம் மட்டும் காலனிக்கு ஓடிவந்து, ஈயத்தட்டில் வாய் வைத்து உறிஞ்சி வயிற்றை நிரப்பிக் கொள்வான்.

"பொண்டாட்டி, புள்ள மொகம் பாக்கக்கூட நேரமில்லாம...சீ...! இதென்னய்யா பொழப்பு?" என மனைவி குருவக்கா திட்டுவதை, இந்தக் காதில் வாங்கி, அந்தக் காதில் விட்டுவிட்டு, ஒருச் சாண் வீட்டுக்குள் ஊர்ந்து திரியும் பச்ச மண்ணுவை அள்ளித் தாறுமாறாகக் கொஞ்சிப் போட்டுவிட்டு ஓடிவந்து, சினிமா கொட்டகைக்காரர்

காலடியில் அமர்ந்து, அவர் சொல்லச் சொல்ல நெளிவு சுழிவோடு கணக்கு எழுதணும்.

ஏழெட்டு ஊர்களில் ஏதாவதொரு ரேசன் கடைக்குப் போய், திறந்து, ஊர்ச்சனங்களுக்கு அரிசி, மண்ணெண்ணெய் வாடை காட்டி, வழக்காடிச் சமாளிச்சு, சைக்கிளில் ஏறித் தப்பி வரணும்.

கொல்லையில் வளரும் மா, தென்னங்கன்றுகளை குளிரக் குளிரக் குளிப்பாட்டி, சீக்கிரம் சீக்கிரமா தோப்பு ஆக்கணும்.

மாலைக் கறவைக்கு பால் பண்ணையில் மாடுகள் வந்து அலறும். கறந்து, அளந்து டீக்கடைகளுக்கு அனுப்பிவிட்டு, அலசி, கழுவிப் போடணும்.

பொழுது மயங்கவிடாமல் ‘விநாயகனே! வல்வினையை வேரறுக்க வல்லாய்...!’ என, முதல் ஆட்டம் சினிமாவுக்கு சீர்காழி கோவிந்தராஜன் அழைத்ததும் ஓடணும். ரெண்டாம் ஆட்டம் சினிமா விட்டதும் கணக்கு முடித்து, கல்லா கட்டிவிட்டு, சின்ன கோழித்தூக்கம்தான் தூங்கி இருப்பான். பண்ணைக்கு மாடுகள் வந்து விடும். மாசச் சம்பளம் முந்நூறு.

கஷ்டத்தைச் சொல்லி, வேலையை விட்டு நின்று கொள்ளத் தைரியமில்லை.

மனைவி குருவக்காவிடம்கூட சொல்லிக்கொள்ளாமல் தலைமறைவாகி விட்டான்.

சினிமா கொட்டகைக்காரர் ஆடிப்போய் விட்டார். மூணு நாளா எந்தக் கணக்கும் எழுதலே. யாரை வச்சு எழுதறது? சினிமா கொட்டகை, ரேசன் கடை, பால் பண்ணை எதிலேயும் நெசக் கணக்கு எழுத முடியாதே. அதுக்கெல்லாம் குருவன்தான் தோது. எப்படியும் குருவனைக் கொண்டு வந்திரணும், ஐயாயிரத்தோடு தலைமறைவாகிவிட்டதாகப் புகார் கொடுத்தார்.

போலீஸுக்கு உண்மை தெரியுது. நியாயத்தைச் சொன்னா வெள்ளை வேட்டித் தொந்தரவு. ஊருக்கு ஏத்தபடி உடுப்பை மாட்டிக்கிற வேண்டியதுதான். அதிலேயும் சினிமா கொட்டகைக்காரர் வலுத்த பார்ட்டி. எதுக்கு வம்பு?

“ஏட்டய்யா...! வெளியே கருப்பன் நின்னா கூப்பிடுங்க”

“ஏய் கருப்பா! அய்யா கூப்பிடுறாரு”

கருப்பன் முன்னாள் பஞ்சாயத்து போர்டு மெம்பர், தோளில் கிடந்த துண்டு நழுவ கருப்பன் வந்தான்.

“சேவிக்கிறேன் சாமீ...”

"என்னப்பா... என்ன முடிவு பண்ணுனீங்க?"

"முடிவு... சாமிதான் சொல்லணும். எங்க சனம் ஏழைபட்டதுக. தெருக் கூட்டி, செருப்புத் தச்சு, கொட்டடுச்சாத்தான் கஞ்சி....! சனச் செருக்கோ, பணச் செருக்கோ இல்லாத அனாதைக. எசமான்தான் ஞாயஞ் சொல்லணும்."

காக்கி உடுப்புக்குள் ரோமக் கால்கள் சிலிர்த்தாலும் தோரணையை விட்டுக் கொடுக்காமல், "என்ன செய்வியோ தெரியாது. நாளை ஒரு பொழுதுக்குள்ளே குருவனைக் கொண்டுவரலேன்னா... அவன் பெண்டாட்டியை ரிமாண்டு பண்ணி கோர்ட்டுக்கு அனுப்பிருவேன்."

"எசமான்! ஐயாயிரத்தைத் திருடுற அளவுக்குத் தயிரியம்....!" காளி இழுத்தான்.

"அதெல்லாம் எனக்குத் தெரியாது. குருவனைக் கொண்டு வா. அவன் வந்து சொல்லட்டும்." பூட்ஸ் லாடத்தைத் தேய்த்தார்.

தலைக்குமேல் கை கூப்பியபடி கருப்பன் பின்வாங்கினான்.

மதியம் மூணு மணிவாக்கில் போலீஸ் ஸ்டேசன் வாசலில் யாருமே இல்லை. உள்ளே சப்இன்ஸ்பெக்டருக்கு சினிமா கொட்டகைக்காரர் யோசனை சொல்லிக் கொண்டிருந்தார்.

கண்ணியில் பிடிபட்டு கடைவீதிக்கு விலைக்கு வந்த காட்டுமுயலைப் போல், வேப்ப மரத்தடியில் குருவக்கா, உடம்பு முழுக்க இழுத்து மூடிக்கொண்டு குறுகிக் கிடந்தாள்.

போலீஸ் ஸ்டேசனுக்கும் பஸ் நிலையத்துக்கும் இடையில் தடுப்புச் சுவர்கூட இல்லை.

குருவக்காவின் மடிக்குள் பிள்ளை கிடந்தது. அப்படியே குருவனின் ஜாடை.

'இந்த மனுசன் இந்நேரம் எந்த ஊர்லே... எந்த தேசத்துலே அனாதையா அலையுதோ. ஊருவிட்டு ஊருபோனா... உக்கார வச்சு சோறு போட, எந்த சாதி சனம் நமக்கு இருக்கு?' சேலைத் தலைப்புக்குள் அழுதாள்.

இரண்டு நாளாய் எல்லா உறவின் முறையிலும் போய், கருப்பன் மன்றாடிப் பார்த்துவிட்டான். எல்லோரும் தலையை கழட்டிக் கொண்டார்கள்.

"ஏட்டய்யா...! அதென்ன கொட்டுச் சத்தம்?"

"தெரியலேய்யா..."

குருவக்காவுக்கும் கொட்டுச் சத்தம் கேட்டது. பஸ் நிலையத்தைத் தாண்டி... ஊருக்கு வெளியே... அருந்ததியர் காலனிப் பக்கம்தான் கேட்டது. இழவு கொட்டு.

குருவக்காவுக்கு திகீரென்றது. 'நம்ம வீட்டுப் பக்கம் கேக்குதே!'

கொட்டுச் சத்தம் உக்கிரமாய்க் கேட்டது.

'யாரு செத்தது?'

வடக்கே இருந்து வந்த பஸ்ஸிலிருந்து கல்லூரணி செட்டும் பரளச்சி செட்டும் வந்திறங்கின. கூடவே காளியும் இறங்கினான்.

கல்லூரணி செட்டும், பரளச்சி செட்டும் சுற்று வட்டாரத்தில் பேர்போன செட்டுகள்.

பஸ்ஸை விட்டு இறங்கியதுமே ஆரம்பித்துவிட்டார்கள். காளி ஓட்டமும் நடையுமாக காலனிக்குக் கிளம்பினான்.

பஸ் ஸ்டாண்டே புழுதி கிளம்பிக்கொண்டிருந்தது.

உள்ளூர்க் கொட்டுக்காரர்கள், கருப்பன் தலைமையில் உருட்டிக் கொண்டு வந்து பஸ் நிலையத்தில் சேர்ந்து கொண்டார்கள்.

பெண்களுக்கு நிலை கொள்ளவில்லை.

"ம்... அடி ம்....!"

உறுமியும் கொட்டும் பஸ் நிலையத்தை தகர்த்துக் கொண்டிருந்தன. இழவு வீட்டில் அடிக்கிற அடி.

"என்ன கொட்டுச் சத்தம்! யாரு செத்தது?" ஊரே பஸ் நிலையத்தில் கூடிவிட்டது. நேர்ப்பார்வையில் போலீஸ் ஸ்டேசன்.

கொட்டுக்காரர்கள் யாரையும் சட்டை செய்வதாகத் தெரியவில்லை. தோலை உரித்துக் கொண்டிருந்தார்கள்.

மூன்று ஊர் கொட்டுச் சத்தமும் பஸ் நிலையச் சுவர்களை 'வந்து பார்' என்றது!

ஊர் மரியாதை காரேறிக் கொண்டிருந்தது.

தார்ப்பாய்ச்சிக் கட்டிய வேட்டி, கைவைத்த பனியன், உடம்பெல்லாம் வியர்வை, காலில் சலங்கை கட்டிக்கொண்டு பாய்ச்சல் காட்டினார்கள்.

"பொம்பளைப் புள்ளைய போலீஸ் ஸ்டேசனுக்கு இழுத்தது தப்புத்தான். அதுக்காக.. இந்த ஏழைப்பயலுக. ஊரைக் கூட்டிப் கொட்டடுச்சு கேவலப்படுத்துனா.. என்ன திமிரு! போலீஸ்காரன் லத்திக் கம்புட்டே போடப்போறான் பாரு...! " ஓரத்தில் நின்ற ஒரு பெருசுக்குப் பொறுக்கவில்லை.

பொழுது இறங்க, இறங்க கொட்டுச் சத்தம் கூடிக்கொண்டே போனது.

"ஏய் கருப்பா!"

கொட்டுச் சத்தத்தில் கேட்கவில்லை.

போலீஸ் விசில் கேட்டது. கருப்பன் திரும்பினான்.

போலீஸ் ஸ்டேசன் விளிம்பில், சப்இன்ஸ்பெக்டர் அருகில் கைக் குழந்தையோடு குருவக்கா.

சினிமா கொட்டகைக்காரர் ஸ்டேசனை விட்டு வெளியேறிக் கொண்டிருந்தார்.

கருப்பன் கொட்டுக்காரர்களைப் பார்த்து கை உயர்த்தினான்.

கொட்டுச் சத்தம் நின்றது.

"ஏய் கருப்பா! இந்தாப்பா... ஒங்க பொம்பளையாளை கூட்டிக்கிட்டுப் போய்ச் சேருங்கப்பா. மானத்தை வாங்காதீங்க..."

குருவக்கா, கையில் பச்ச மண்ணுவை ஏந்தியபடி...

'ஹேய்... ய்...' என்று குதித்தார்கள். ஆண்களே குலவையிட்டார்கள்.

கொட்டுச் சத்தம், அடிமாறிக் கேட்டது.

நிறைக்குளத்தம்மன் கோவில் திருவிழா எருதுக் கட்டில், காளை பிடிபட்டதும் அடிக்கும் அடி.

'டும்பளக்கா... டும்பளக்கா... டும்பளக்கா... டும்...'

கொட்டுச் சத்தத்துக்கும் குலவைச் சத்தத்துக்கும் இடையே, குருவக்காவின் கையில் இருந்த பச்ச மண்ணு, சிலிர்த்துச் சிலிர்த்து பார்த்துக் கொண்டிருந்தது.

●

31. அவ்வையார்ச் சாமி

ஆப்பநாடு இருண்டு போச்சு.

குடிதண்ணி கிடையாமல் அலைஞ்சு, ஈரம்கண்ட இடத்தை நாக்கு நக்க ஆரம்பிக்குது. உழவு மாடுகளை அடிமாட்டு விலைக்கு வித்துத் தின்னாச்சு. ஏர்க் கலப்பையை கரையான் அரிக்குது. ஆடு, குட்டிகளை அறுத்து உப்புக்கண்டம் போட்டு அடுக்குப் பானையில் வச்சிருந்த கறி வத்தலும் காலி. வீட்டுக்கூரை 'பொரு... பொரு'ன்னு இத்து உதிருது. மந்தைக் காடுகள் புதர் மண்டிக் கெடக்கு.

காக்கா குருவிகள் செத்துக் காய்ஞ்சு, றெக்கையும் கூடுமாக உச்சி மரத்திலே ஒட்டித் தொங்குது. பொசுக்குற வெயில்லே, தரை வெடிப்புக்கு வெளியே தலைகாட்ட முடியாத பாம்புகள், உள்ளேயே மூச்சு அடங்கி முள்ளுச் சீப்பாக நெளிஞ்சு கெடக்கு.

தினமும் சுடலையிலே பிணம் எரியுது. புலையன், வீட்டுக்கு வர நேரம் கிடைக்காமல் சுடுகாட்டிலேயே கிடக்கிறான்.

விளக்கு ஏத்த ஆள் இல்லாமல் சனம் கிளம்பி, தஞ்சாவூர் காட்டுக்குப் பொழைக்கப்

போகுது. நடைதான். கிழடுகளுக்கு ஊரை விட்டுப் போக மனசில்லே. பிறந்த மண்ணு அன்னம், தண்ணி தராமல் விரட்டினாலும், இந்த மண்ணுக்குள்ளேதான் புதையணும். விதையா விழுந்து முளைச்சு... ஒட்டம் நீங்காத ரத்த உறவு இந்த மண்ணோடதான் நடக்கணும். பஞ்சம் விரட்டுது. என்ன செய்ய?

சின்னஞ் சிறுசுகள் தோளில் ஏறி உட்கார்ந்து கொண்டன. சமஞ்ச குமரிகள் முக்காடு போட்டு ஊடே வந்தார்கள். கிழடுகள் புழுதி கிண்டிப் பின்னே வந்தார்கள்.

வழியிலே செத்தது நிறைய சனம். பெழைக்கப்போகிற வழியிலே செத்தால்... பொணத்தை என்ன பண்ண?

வித்துச் செலவழிக்க தாலி, பாசிகூடக் கெடையாது. பொணத்தை நடுவிலே போட்டு, சுத்தி உக்காந்து அழுதுட்டு, கண்ணு காய்ஞ் சதும் பொணத்தைத் தூக்கி ரோட்டுக் கிடங்கு ஓரம் போட்டுட்டு மேற்கொண்டு நடக்கணும். உறவு சொல்லித் துக்கம் காக்க முடியலே. ஒரு பொணத்துக்காகச் சுணங்கினால் அங்கேயே அடுத்து பிணம் விழுகும். கிழடுகளும் சிறுபிள்ளைச் சாவும்தான் நிறைய.

ஆத்தாமாருக்கு அழுகக் கண்ணீர் கெடையாது.

அழுது என்ன ஆகப் போகுது? தஞ்சாவூர் கெடக்கு வெகுதூரம்.

கட்டக்குமார்த் தேவர் பிடிவாதமா 'வெளியேற மாட்டேன்' னுட்டார். ஆறு தம்பிமாரு. ஒரு தங்கச்சி. பேரு பேச்சியம்மா. அய்யா செத்த நாலாவது மாசம் பேச்சியம்மா பிறந்தாள்.

பேச்சியம்மா பிறந்த ஏழாவது நாளு ஆத்தா செத்தாள். அண்ணன்மார்தான் கழுவி, குளிப்பாட்டி, வளர்த்து மனுசியாக்கினாங்க.

ஒன்னுக்கு ஆறு ஆம்பளைக கூடப் பெறந்திருக்க... ஒத்த தங்கச்சிய தஞ்சாவூர் காட்டுப் பக்கம் கூட்டிப் போயி தட்டழிஞ்சு திரிய மனசில்லே. ஆறு வயிறு பட்டினி கிடந்து, ஒரு வயித்துக்குக் கஞ்சி ஊத்தவா முடியாது?

அண்ணன்மார், வரப்பு அடியை வெட்டி, மழை எறும்புப் புத்தரிசியை நோண்டி அள்ளி வருவாங்க. பேச்சியம்மா வறுத்துக் குடுப்பாள். தண்ணி, விறகு தேடி அலையிறது ஆம்பளைகதான். பேச்சியம்மாவை வெளியேற விடுறதில்லே.

ஒருத்தன் தண்ணிக்கும், ஒருத்தன் விறகுக்கும், ஒருத்தன் புத்தரிசிக்குமாக ஆறு அண்ணன்மாரும் வெளியே போனநேரம் பேச்சியம்மா மட்டும் ஒத்தையிலே வீட்டிலே இருந்தாள்.

ஊர் ஊராப் பாடி அலைஞ்சு அவ்வையார்க் கிழவி இங்கே வந்து சேர்ந்தாள். ஆப்பநாட்டுச் சீமை முழுசும் சுத்தி, ஒருவாய்க்

கஞ்சி கெடைக்கலே. கட்டக்குமார்த் தேவர் வீட்டு வாசல்லே வந்து நின்னாள். பேச்சியம்மா வீட்டுக்குள்ளே இருந்தாள்.

அவ்வையார்க் கிழவியைச் சுத்தி ‘வெள்ளை வெளேர்’ன்னு ஒளி அடிக்குது. பேச்சியம்மாவுக்குக் கண்ணு கூசுது. பதறிப் போனாள்.

“நான்தான் அவ்வையார்க் கிழவி. ஒரு வாய் கஞ்சி இருந்தா ஊத்து தாயீ..”

பேச்சியம்மா உள் வீட்டுக்குள் மறைந்து கொண்டாள். பிடி அரிசி கெடையாது. பொட்டுத் தண்ணி கிடையாது. அண்ணன்மார் வீடு திரும்பினால் புத்தரிசியாவது வறுத்துக் கொடுக்கலாம். எந்நேரம் வர்றாங்களோ.

அவ்வையார்க் கிழவி மறுபடியும் கூவினாள்.

“தாயீ... ஒரு மடக்குத் தண்ணியாவது ஊத்து.”

பேச்சியம்மாவுக்கு நெஞ்சுக்குழி கருக மாலை மாலையாகக் கண்ணீரு ஓடியது. கண்ணை இறுக மூடிக்கிட்டு மறைவிலேயே நின்றாள்.

பூமி கருகிக் கெடக்கு. காத்தும் வெளிச்சமும்தான் மிச்சம். காத்தும் நின்னு போச்சுன்னா நிம்மதியா போய்ச் சேரலாம்.

பேச்சியம்மா கண்ணைத் தெறந்து பார்த்தாள். அவ்வையார்க் கிழவி முன்னே நிற்கிறாள்.

பேச்சியம்மாவுக்கு தலையைச் சுழட்டுது. தரை நழுவுது. திரேகம் பதற, அவ்வையார்க் கிழவியின் காலில் விழுந்தாள். ஒன்னும் பேசலே. கண்ணீரு ஓடுது.

அவ்வையார்க் கிழவி, பேச்சியம்மாவின் தலையை கோதிக் கொடுத்தாள்.

“மகளே... உன் சஞ்சலம் எனக்குப் புரியுது. கலங்காதே. நான் சொல்றபடி என்னை வணங்கி வா.”

பேச்சியம்மா தலையை மட்டும் நிமிர்த்திப் பார்த்தாள்.

“வருசா வருசம் ஆடி, தை, மாசி மூணு மாதமும் வரக்கூடிய செவ்வாய்க்கிழமைதோறும் அரிசி மாவு இடிச்சு, இனிப்புச் சேராத வெள்ளைக் கொழுக்கட்டை அவிச்சு, விளக்கு ஏத்தி, தேங்காய் பழம் படைச்சு, உள் வீட்டுக்குள்ளே கிழக்கே பார்த்து என்னை வச்சுக் கும்பிடணும். மாதவிடாய் கண்டு வீட்டுக்குத் தூரமானாலோ, ஆண்களோடு சேர்க்கைக் கொண்டாலோ என்னைக் கும்பிடக் கூடாது. சுத்தம் ரொம்ப முக்கியம். நீ சாமி கும்பிடுறதை எந்த ஆம்பளையும் பார்க்கக் கூடாது. கொழுக்கட்டை, தேங்காய், பழமும் ஆம்பளைக கண்ணிலே படக்கூடாது. பார்த்தால், பார்த்தவன் சிறுபையனாக

இருந்தால்கூட கண்ணு அவிஞ்சுபோகும். இந்த ரகசியத்தை எந்த ஆம்பளையிடமும் சொல்லக்கூடாது. நான் சொன்னபடி நீ கும்பிட்டு வந்தால் நல்ல மழை பெய்து நாடு செழிக்கும். வெள்ளாமை பொங்கி வீடு நிறையும்."

சொல்லிவிட்டு அவ்வையார்க் கிழவி மறைஞ்சுட்டாள். அண்ணன்மார் வந்தாங்க. ஆம்பளைகளிடம் சொல்லக்கூடாதுன்னு அவ்வையார்க் கிழவி சொன்னது ஞாபகம் வந்தது.

புத்தரிசியிலே கொஞ்சம் எடுத்து ஒதுக்கி வைத்தாள். தேங்காய்க்குப் பதிலாகத் தேங்காய்க் குடுமிதான் கெடச்சது.

அண்ணன்மார் உறங்கிய பிறகு புத்தரிசியை உரலில் போட்டு இடித்து மாவாக்கினாள். கொழுக்கட்டை அவிக்கணும், விளக்கு ஏத்தணும். வீட்டிலே நெருப்பு கிடையாது.

வாசலில் நிற்கிற வேப்பமர உச்சிக்கு ஏறிப் பார்த்தாள். சுடுகாட்டில் பிணம் எரியும் தீ தெரிந்தது. இருட்டுக்குள்ளே நடந்தாள். சுடலைக்குப் பக்கத்திலே புலையன் இருந்தான்.

"நான் நெருப்பு தர்றேன். இந்தத் தீச்சட்டியையும் பாடைக் கம்பையும் என் ஞாபகமா உன் மனசிலே நினைக்கணும்."

சுடலையிலிருந்து தீக்கங்குகளை எடுத்துக்கொண்டு பேச்சியம்மா வீட்டுக்கு வந்து அவ்வையார்க் கிழவி சொன்னபடியே கும்பிட்டாள். புலையன் ஞாபகமா பாடைக்கம்பு மாதிரி நீள நீளமாகவும், தீச்சட்டி மாதிரி வட்ட வட்டமாகவும் கொழுக்கட்டை செய்து படைத்தாள். அதிலே இருந்து நல்ல மழை பெய்தது. நாடு செழித்தது. பெழைக்கப் போன சனமெல்லாம் ஊர் திரும்பியது.

கட்டக்குமார்த் தேவர் வீட்டிலே செல்வம் பொங்கியது. ஆறு அண்ணன்மார்களுக்கும் அடுத்தடுத்து கல்யாணம் முடிந்தது. வாக்கப்பட்டு வந்த மதினிமார் எல்லாருமே பெரிய பணக்கார வீட்டுப் பொண்ணுக. பாலிலே கைகழுவி, பன்னீரிலே வாய் கொப்பளிச்சாளுக.

பேச்சியம்மா தொடர்ந்து அவ்வையார்ச் சாமியைக் கும்பிட்டு வந்தாள்.

பக்கத்துச் சீமை ராஜா வந்து பேச்சியம்மாவை கல்யாணம் பண்ணிக் கொண்டான்.

புருசன் வீட்டுக்குப் போறதுக்கு முன்னே ஆறு மதினிமார்களிடமும் பேச்சியம்மா சொன்னாள்.

"அவ்வையார்ச் சாமியை தவறாமல் கும்பிடுங்க. உங்களுக்கு ஒரு குறையும் வராது."

பேச்சியம்மா போய்விட்டாள்.

மதினிமார் ஆறுபேருமே கொழுப்பேறியவளுகள். அவ்வையார்ச் சாமியை ஒருத்தியும் கும்பிடலே. வீட்டு லட்சுமி வெளியேறத் தொடங்கிட்டாள். அட்டத் தரித்திரம் அடுப்படியிலே வந்து உக்காந்திருச்சு.

அண்ணன்மார் மரம் வெட்டினாங்க. மதினிமார் வெறகு சுமந்து வெளியூர் கொண்டுபோய் வித்துக் கஞ்சி குடிச்சாங்க. வீட்டுச் செல்வம் வெளியேறிப் போன போக்குத் தெரியலே.

டியூப் லைட் வெளிச்சத்திலே தெரு, புழுதி புரண்டு கொண்டிருந்தது.

மாசி மாதம் மூணாவது செவ்வாய்க்கிழமை.

வீட்டுப் பொம்பளைகள் அவ்வையார்ச் சாமி கும்பிட்டால் சிறு பயலுகளுக்குத் தூக்கம் வராது. ராத்திரிபூராவும் விளையாட்டுத்தான்.

சடுகுடு விளையாண்டு காலு, கை அரைச்சு ரத்தம் ஓடவும் , கள்ளன் போலீஸ் விளையாடுவார்கள். அப்புறம் கிளித்தட்டு, குதிரைச்சில்லு எல்லாம் விளையாண்டு ஓய்ஞ்சு முளைக்கொட்டுத் திண்ணையிலே உட்கார்ந்து கதை சொல்லுவார்கள்.

விளையாடும்போது இருட்டு பயம் தெரியாது. உட்கார்ந்து கதை கேட்டால் பயமா இருக்கும். ஒருவரை ஒருவர் இடித்து உரசிக் கொண்டு இருப்பார்கள்.

முளைக்கொட்டுத் திண்ணைக்குப் பக்கத்திலேதான் கூனிக் கிழவி வீடு. அங்கேதான் அவ்வையார்ச் சாமி கும்பிடுறாங்க. ஆம்பளைப் பயலுக யாரும் கிட்டே போகக்கூடாது. முத்துச்சாமி, வழிவிட்டான். பாண்டி மூணுபேரும்தான் பயலுகளுக்குத் தலைமை, வயதிலேயும் மூப்பு. கள்ளாப்பருந்து சிரிக்கச் சிரிக்க கதை சொல்லுவான். கள்ளராமன் பயமுறுத்துவான். போஸூ, கிருஷ்ணன், கருப்பையா எல்லாரும் சிறுபயல்கள். எல்லாருடைய தாயாரு, அக்கா, தங்கச்சிமாரும் கூனிக்கிழவி வீட்டிலே அவ்வையார்ச் சாமி கும்பிடுறாங்க.

நாளை காலையிலே எல்லா ஆம்பிளைப் பயலுகளுக்கும் இட்டிலி கிடைக்கும். நாகலிங்கம்பிள்ளை பொண்டாட்டிக்கு இட்டிலி யாவாரமும் மும்முரமா இருக்கும்.

சாமி கும்பிட்ட கொழுக்கட்டையை வீட்டிலே எங்காவது ஒரு மூலையில் பொம்பளைக ஒளிச்சு வச்சுருவாங்க. அவங்களா, தெரியாம தெரியாம எடுத்துத் திம்பாங்க. ஆம்பளை கண்ணிலே பட்டால் கண்ணு அவிஞ்சுபோகும்.

ஒரு தடவை போஸூ எதையோ எடுக்கப் பாத்திரத்தை உருட்ட, உள்ளே இருந்த கொழுக்கட்டையைப் பார்த்துட்டான்.

கையை உதறிக் குதிச்சு, கண்ணை இறுக்கி மூடிக்கிட்டு ஒரே கத்து.

"அய்யய்யோ... அய்யய்யோ... கொழுக்கட்டையைப் பாத்துட்டேனே...! போச்சே.. போச்சே... கண்ணு போயிருமே.."

வீட்டுக்குள்ளேயே சுத்தி சுத்தி ஓடுறான். அக்காதான் அந்த இடத்திலே கொழுக்கட்டையை வச்சது. அம்மா, கரண்டியை எடுத்து அக்காவை ரெண்டு போடு போட்டாள்.

தட்டு நிறைய இட்டிலி வாங்கிக் குடுத்து போஸை சமாதானம் பண்ணினாள்.

முளைக்கொட்டுத் திண்ணைக்கு முன்னாலே வெளிச்சம். உள்ளே இருட்டு.

கள்ளன் போலீஸ் சடுகுடு, கிளித்தட்டு விளையாடி முடிஞ்சு, கதை பேசுற நேரம்.

சுற்றி இருந்த பையன்களிடம் பாண்டி கேட்டான்:

"பிள்ளை எப்படி பெறக்குதுன்னு தெரியுமா?"

"தொப்புள் வழியாகத்தான் பிள்ளை பெறக்கும்."

"போடா முண்டை. வயித்தைக் கீறி பிள்ளையை எடுத்துட்டு மறுபடியும் வயித்த மூடிருவாங்க."

கள்ளராமன் கேட்டான்:

"அவ்வையார்ச் சாமி கும்பிடுறபோது ஆம்பளைக ஏன் பார்க்கக் கூடாதுன்னு தெரியுமா?"

யாரும் பேசலே. எல்லாரும் சுற்றி இருந்த இருட்டை ஓரக்கண்ணால் பார்த்து நெருக்கியடித்து உட்கார்ந்தார்கள்.

கள்ளராமனே சொன்னான்:

"சாமி கும்பிடுறபோது எல்லாப் பொம்பளைகளும் உடம்பிலே துணியே இல்லாம... அம்மணமா இருப்பாங்க. அவ்வையார்ச் சாமிய அம்மணமாத்தான் கும்பிடணும். அதனாலேதான் ஆம்பளைக பார்க்கக்கூடாதுன்னு சொல்றது."

எல்லாப் பயலுகளையும் இருட்டு நெருக்கியது.

அவனவன் அம்மா, அக்கா, தங்கச்சிமார் சாமி கும்பிடுறாங்க. உடம்பிலே துணியே இல்லாமல் ஒருத்தர்முன் ஒருத்தர்... எப்படி?

போஸுக்கு நெஞ்செல்லாம் குமட்டியது.

கணுக்கால்கூட தெரியாமல் சேலையை இழுத்து மூடிப் படுக்கிற அக்கா...

பருத்திக் காட்டுக்குப் போயிட்டு அம்மாவும் போஸூம் திரும்பி வர்றபோது, ஒத்தப் பனைக்கு நேராக வந்த சூறாவளி, அம்மாவோட மாராப்பு முந்தியைச் சுண்டி இழுத்துருச்சு. தூக்கின சேலையைக் கெட்டியாய்ப் பிடிச்சு அமுக்கி, குத்துக்கல்லாக 'நச்'னு உக்காந்த அம்மா, சூறாவளி சுழிச்சு வெகுதூரம் போனபிறகுதான் எழுந்து நின்னது.

கள்ளராமன் சொல்லக் கேட்டவுடனேயே போஸூக்கு அம்மா மேலேயும், அக்கா மேலேயும் கோபமும் அருவருப்பும் தொற்றிக் கொண்டது.

பையன்கள் பேசிக்கொண்டே இருந்தார்கள்.

"டேய்... போஸூப் பயலை எங்கடா காணோம்?"

போஸூ நழுவி, கூனிக் கிழவி வீட்டுப்பக்கம் நடந்தான். கூனிக் கிழவி வீடு, கூரை வீடு. வெளித் தாழ்வாரத் திண்ணை தாண்டி நடுப்பத்தி. தென்மூலையிலே அடுப்படி. மேற்கே உள்வீடு. உள்வீட்டுக்குள்ளேதான் அவ்வையார்ச் சாமி இருக்குது.

கூனிக்கிழவி வீட்டுக்கு மேற்கே நொண்டி மகன் வீடு. ஓட்டு வீடு.

போஸூ ஓட்டு முகட்டில் தொற்றி ஏறினான். ஒரு காலை கூனிக் கிழவி வீட்டுக்கூரையில் பொறுப்பாய் ஊன்றி நின்றான். கூரையை மெல்ல மெல்லக் கிளறினான். உள்வீட்டு வெளிச்சம் தெரிந்தது. துவாரத்துக்கு நேராக அவ்வையார்ச் சாமி இருந்தது. பிடி மண் எடுத்து, மஞ்சள் பூசி, குங்குமம் வச்சிருந்தது. கதம்ப மாலை, தேங்காய், பழம், உள்ளுக்குள் பெண்களின் பேச்சு சத்தம் கேட்டது. ஆள் தெரியலே.

போஸூ கூரைத் தட்டைகளை உருவினான்.

அவ்வையார்ச் சாமிக்கு முன்னால் கொழுக்கட்டைப் படையல். பாடைக்கம்பு மாதிரி நீளநீளமான கொழுக்கட்டை, தீச்சட்டி மாதிரி வட்ட வட்டமான கொழுக்கட்டை. அதிலே எண்ணெய் ஊற்றி திரி வைத்து தீபம் எரிந்தது. எல்லாமே இனிப்பு சேராத வெள்ளைக் கொழுக்கட்டை. இன்னமும் ஆள் தெரியலே.

கள்ளராமனோடு சேர்ந்த பையன்கள் நொண்டி மகன் வீட்டுக்கு நேராக வந்து கொண்டிருந்தார்கள்.

போஸூ துவாரம் வழியாகக் குனிந்து பார்த்தான்.

கூனிக்கிழவி கதை சொல்ல ஆரம்பித்திருந்தாள்.

"ஆப்பநாடு இருண்டு போச்சு. குடி தண்ணீர் கிடையாமல் அலைஞ்சு, ஈரம் கண்ட இடத்தை நாக்கு நக்க ஆரம்பிக்குது.."

எல்லா பெண்களும் ஒரே குரலில், “சொல்லு தாயீ... சொல்லு தாயீ...” என்றார்கள்.

ஆள் முகம் தெரியலே.

போஸூ, கூரைத் தட்டைகளை கொத்தாக உருவினான். நெஞ்சு பதக்.. பதக்...னு அடித்தது.

கீழே தெருவில் இருந்து கள்ளப்பருந்து கத்தினான்.

“கூரை மேலே கள்ளன்...! கள்ளன்...!”

எல்லா பையன்களும் கத்தினார்கள்.

போஸூ கூரை வழுக்கி, ஓட்டு வீட்டுக்கும் கூரை வீட்டுக்கும் இடைச் சந்தில் விழுந்தான்.

“கள்ளன்...! கள்ளன்...! கள்ளன்...!”

போஸூ எழுந்து சந்துவழியாக வடக்கே ஓடினான். இருட்டுக்குள் கண்ணு தெரியலே.

கூனிக்கிழவி கதை சொல்லிக் கொண்டிருந்தாள்.

“தினமும் சுடலையிலே பிணம் எரியுது. புலையன், வீட்டுக்கு வர நேரம் கிடைக்காமல் சுடுகாட்டிலேயே கிடக்கிறான்...”

“சொல்லு தாயீ... சொல்லு தாயீ...”

●

32

மேகமே... ரதமாக

ஆழகு மீனாவின் காதுகளில் பலாச் சுளைபோல் தண்டட்டி தொங்கியது ஒரு காலம். இப்போது, சினை ஆட்டு மடுக்காம்புகளைப் போல் சிறுத்து இருந்தன.

அடுப்பு, பற்றி எரியாமல் புகை மண்டியது. கசப்பான மருந்தைக் குடிக்கும் குழந்தையைப் போல் கண்களை இறுக மூடிக் கொண்டு, காய்ந்த கறுத்த உதடுகளை அழுந்தக் குவித்து அடுப்பை ஊதினாள். வீட்டுக்குப் புதிதாய் வந்த விருந்தாளிபோல், சூடேறாத அடுப்பில் சொகுசாக உட்கார்ந்திருந்தது மண்பானை.

காலமெல்லாம் வானம் பார்க்கும் பூமி. சனங்கள் பிழைக்க ஒரு மில்லு, தொழிற்சாலை என்று திறந்தால் சர்க்காருக்கு வீண் செலவு, சிரமம். எங்கேயோ ஒரு சீமையில் இந்தக் கருவேல விதைகளைக் கண்டுபிடித்துக் கொண்டுவந்து, விமானத்திலிருந்து தூவி விட்டுப் போனார்கள். நஞ்சை, புஞ்சை எல்லாம் இந்தச் 'சீமை கருவல்'தான் விளைகிறது. ஆடைக்கும் கோடைக்கும் தளைத்துக்கொண்டே இருக்கும். அழிவே இல்லை. ஒரு குடும்பம் புத்திசாலித்தனமாக, பசியாமல் கஞ்சி குடிக்க, ஆண்கள் சாராயம்

காய்ச்ச வேண்டும்; பெண்கள் விறகுவெட்டி, தலைச் சுமையாகக் கொண்டுவந்து விளாத்திகுளம் சந்தையிலே விலையாக்க வேண்டும்.

ஒருவழியாய் அடுப்பு பற்றிக் கொண்டது. வெளித் திண்ணையில் முனியசாமி உட்கார்ந்திருந்தான். உடம்பு விபரங்கெட்டதனமாய் வளர்ந்து இருந்தது. பம்பை முடி, பரண் மீசை எந்நேரமும் அஞ்சு பத்து புழங்குகிற கை தான்! ரெண்டுநாளாக போலீஸ் ரைடு. சாராயம் விற்க முடியலே.

வீட்டுக்குள்ளே ஆந்திப் பார்த்து, 'ஏத்தோவ்...' ஆத்தா அழகு மீனாவைக் கூப்பிட்டான்.

அடுப்புப் புகையில் கலங்கிய கண்களைக் கசக்கி விட்டுக்கொண்டே "என்னடா?" என்றாள்.

"ஒரு அஞ்சு ரூவா குடு. நான் பெருநாழி போறேன்!"

கேட்டவளுக்குக் கண்ணைவிட, காது எரிந்தது.

"வெலக்கமாரு பிஞ்சுபோகும். நாலு ரூவாய்க்கு வெறகு வெட்டி சுமக்க முன்னே நாக்கு தள்ளிப்போகுது! அஞ்சு ஓவா... வேணுமாமில்லே... அஞ்சு ஓவா...!"

பெருநாழியில் மகள் முத்து மீனா வாழ்க்கைப்பட்டிருக்கிறாள்.

"ஆமா... பெருநாழியிலே என்ன ஜோலி? சம்பந்தக்கார வீட்டுலே போயி, சம்மணம் போட்டு உக்காந்து திங்கவா? ஒரு முழுத்த எளவட்டம்... ரெண்டு பாட்டில் சாராயம் வித்து நாலு காசு சம்பாரிக்கக் கெதி இல்லே... துப்புக்கெட்ட கழுதை... பெருநாழி போகுதாம்... பெருநாழி... இம்புட்டுப் பெரிய மீசையோட...!"

இளவட்டம் என்றுகூட மரியாதை இல்லை. என்ன செய்ய? ஊருக்குள்ளே இருந்தால் போலீஸ் பிடிக்கும்.

"மூணு ரூவாயாவது குடுத்தா... காருச் செலவுக்கு"

இடுப்பில் செருகி இருந்த சுருக்குப் பையை உருவிப் பிரித்து, "ரெண்டு ரூவாதான் இருக்கு. அதையும் உனக்கு எளவு கூட்டிட்டு... நான் என்ன பண்ண?" ரெண்டு ரூபாய்த் தாளை எடுத்து முற்றத்தில் வீசினாள்.

லேசான காற்று, ரூபாய் நோட்டைப் புரட்டிப் போட்டது. குளத்தில் தூவும் அரிசிப் பொரியை மீன் கவ்வுவதுபோல், 'வெடுக்' கென எழுந்து தாவி, ரூபாயை எடுத்து விரித்துப் பார்த்தான். காருக்கு ஒன்னு எழுபது போக, மீதி முப்பது பைசா. ஒரு டீ கூடக் குடிக்க முடியாது. பரவாயில்லை. வெள்ளை வேட்டி சட்டையோடு காரேறி விட்டான்.

பெருநாழி வரை எச்சிலை விழுங்கிக்கொண்டே வந்தான். தங்கச்சியை கட்டிக் கொடுத்திருக்கும் ஊர். சம்பந்தக்கார ஊருக்குள்ளே நிமிர்ந்து நடந்தால்தான் மதிப்பு. பசி, காதை அடைத்தது. கண்களைப் பிரகாசமாக வைத்துக் கொண்டான். பஸ் நிலையத்தை விட்டு வெளியே வந்தான்.

"கும்பிடுறேன் மச்சான்" எதிர்பார்த்தபடியே பெட்டிக் கடையில், தங்கச்சி மாப்பிள்ளை வெள்ளையன். கழுதை கெட்டால் குட்டிச் சுவரு!

"மகராசனா இருங்கய்யா!" முனியசாமி கம்பீரமாய்க் கும்பிட்டான்.

வெள்ளைக் கொக்கு நிறத்தில் வேட்டி சட்டையோடு, கையில் கடிகாரம் கட்டி வந்திருக்கும் மச்சானப் பார்க்க, வெள்ளையனுக்கு ஏகச் சந்தோசம்!

"ஊரிலே ஒன்னும் சண்டை சத்தம் இல்லையே?"

உடல்நலம்பற்றியோ, ஊரில் மழை, தண்ணீர்பற்றியோ விசாரிக்கவில்லை. முதல் விசாரணையே இதுதான்.

"அதெல்லாம் ஒன்னுமில்லே!" கையில் கிடந்த கடிகாரத்தை ஒரு குலுக்கு குலுக்கிவிட்டான் முனியசாமி.

"டேய் முருகா... மச்சானுக்கு ஒரு சர்பத் போடு."

"சர்பத் எதுக்கு? இப்பத்தான் சாப்பிட்டு வர்றேன்." பசி கண்ணை இருட்டியது.

கடைக்குள், பலகையில் உட்கார்ந்திருந்த சோலையப்பன், "வாப்பா முனியசாமி" வாஞ்சையோடு வரவேற்றார்.

"கும்பிடுறேன் சின்னையா." கடிகாரக் கையோடு கும்பிடு போடவும் சோலையப்பனுக்குப் பொறுக்கவில்லை.

"ஏய் முருகா... முனியசாமிக்கு ஒரு பாக்கெட் கத்திரி சிகரெட் குடு!"

கடைக்கார முருகனுக்கு முனியசாமி, மச்சான் முறை.

"ஏன் மச்சான் வெயில்லே நிற்கிறீங்க? இப்படி உள்ளே வந்து உட்காருங்க. ரெண்டு பழத்தைப் பிச்சுப்போட்டு சர்பத்தைக் குடிங்க. இந்தாங்க." ரெண்டு வாழைப் பழத்தோடு சர்பத், சிகரெட், தீப்பெட்டியை முருகன் நீட்டினான்.

மச்சான் முனியசாமிக்குக் கிடைக்கிற மரியாதையைக் கண்டு வெள்ளையனுக்குப் பெருமை பிடிபடலே! பத்துப்பேர் மத்தியில் எடுத்துவிட ஆரம்பித்தான்.

வேல ராமமூர்த்தி | 225

"விளாத்திகுளத்திலே என் மச்சான் வச்சதுதான் சட்டம். போலீசாரு, இவரைக் கண்டா அரளுவான்! சுத்தி பதினெட்டுப்பட்டிப் பஞ் சாயத்தும் இவருக்குக் கட்டுப்படும்!"

கடிகாரக் கையால், வலது கை புஜத்தில் சட்டை மடிப்பைத் திரட்டிவிட்டுக் கொண்டான் முனியசாமி. கால்மேல் கால் போட்டு, அத்தம் பெரிய மீசையோடு, மச்சான் சிகரெட் புகையை இழுத்து ஊதி விடுகின்ற தோரணையைப் பார்த்த வெள்ளையனுக்கு, 'நம்மளும் சரியான எடத்திலேதான் சம்பந்தம் பண்ணி இருக்கிறோம்' என்று உள்ளூறப் பெருமை! மனைவி முத்துமீனாமீது திடீரென ஒரு தனிப்பிரியம், படர்ந்தது வீட்டுக்கு உடனே போய் அவளைப் பார்க்கவேண்டும்போல் இருந்தது.

"வீட்டுக்குப் போவோமா மச்சான்?" வெள்ளையன் எழுந்தான்.

"முனியசாமி...! இன்னிக்குச் சாயங்காலம் ஒரு பஞ்சாயத்து. நீ வந்ததோட பேசி முடிச்சிறணும்." சோலையப்பன், முனியசாமியின் கையைச் சுரண்டினார். "உன்னை மாதிரி, தரமான ஆள் இருந்துதான் பேசணும்!"

"முடிச்சிறுவோம்!" மீசையில் கை போட்டான் முனியசாமி. கேணப்பயல் ஊரிலே கிறுக்குப்பயல் நாட்டாண்மை!

தெரு நெடுக முனியசாமிக்கு ஏகப்பட்ட கும்பிடு, மரியாதை! வெள்ளையன், மச்சானை முன்னே விட்டு நிமிர்ந்தவாக்கில் நடந்து போனான்.

'நானும் லேசான வீட்டிலே சம்பந்தம் பண்ணலே' என்கிற மாதிரி.

அண்ணனைக் கண்டதும், முத்துமீனாவுக்குக் காலும் ஓடலே! கையும் ஓடலே! "கும்பிடுறேன் அண்ணேன்!"

"மகராசியா இருத்தா..." கடிகாரம் மினுமினுக்கக் கும்பிட்டான்.

வெள்ளையும் சொள்ளையுமாக வந்திருக்கும் அண்ணனைப் பார்க்கவும், 'எங்கண்ணனை மாதிரி 'ஈடு, தாடா' இந்த நாட்டிலே எவன் இருக்கான்?' என்று பூரித்துப் போனாள்.

"என்ன முத்துமீனா... நிக்கிறே? ஒரு கோழியைப் பிடிச்சு அறுத்துச் சாறு வையி! வேறென்ன வேணும்? முட்டை இருக்கா? வாங்கிட்டு வரட்டுமா?" மனைவியை வேகம் பண்ணினான் வெள்ளையன்.

"முட்டை வாங்கிக்கோங்க... இலை, அப்பளம், கொஞ்சம் பக்கோடா... அப்புறம்... தயிருன்னா எங்கண்ணன் நல்லா சாப்பிடும்..." கோழியை விரட்டிப் பிடிக்க கிளம்பியவள் திரும்பி, "நாளை மீன் எடுத்துக்கிருவோம்... சீக்கிரம் வாங்க..." என்றாள். 'நாளை மறுநாள் ஆட்டுக்கறி' என்ற உள்கணக்கு வேறு.

கையில் துணிப்பையோடு கிளம்பிய வெள்ளையன், மச்சானின் காதோடு, "மச்சான்...! உட்காந்திருங்க. பட்டை ஒரு பாட்டில் கொண்டாறேன்!" கிசுகிசுத்துவிட்டுப் புறப்பட்டான்.

முனியசாமியின் அடிநாக்கில் எச்சில் ஊறியது. தரையில் உட்காரப்போனவனை, "நில்லுங்க... நில்லுங்க! வெள்ளை வேட்டியோட தரையில் உட்காரப் போறீங்க!" ஒரு கோரைப்பாயை எடுத்து விரித்துவிட்டு, "அடலேய்... பாண்டி... இந்த விசிறியை வச்சு, மாமாவுக்கு வீசு... எங்கண்ணன் வேர்த்துப்போயி வந்திருக்கு..." மகனை அழைத்து, கையில் ஒரு விசிறி மட்டையைக் கொடுத்து விட்டு, கோழி பிடிக்க ஓடினாள்.

காருக்குப் போக, மிச்சமிருந்த முப்பது பைசாவில் ஒரு பத்துப் பைசாவை எடுத்து, மருமகன் பாண்டியின் கையில் கொடுக்கவும் மாமனாருக்கு ஓங்கி ஓங்கி விசிறினான்.

"எங்கண்ணனுக்கு தூத்துக்குடியிலே... எவனோ பணம் தரணுமாம்! வாங்கிட்டுப் போற வழியிலே இங்கே எறங்கி இருக்கு. வந்த காலோட ஊருக்கு கிளம்பணும்னுதான் சொல்லிச்சு. எங்க வீட்டுக்காரருதான், ஒரு பத்து நாளைக்கு இருந்துட்டுப் போகச் சொன்னாரு," என்று வெளியே, பக்கத்து வீட்டுக்காரியிடம் முத்துமீனா சொல்லிக் கொண்டிருப்பது முனியசாமியின் காதில் விழுந்தது.

பத்து நாள்!

தான் உட்கார்ந்திருப்பது ஒரு கட்டில், மெத்தையாக இருக்குமானால்... ஒரு துள்ளிக் குதித்திருப்பான். இந்த ஓட்டு வீடே... ஒரு ராஜ மாளிகைபோல் தெரிந்தது! சுற்றி... நந்தவனங்கள்; கால் பிடித்துவிட சேடிப் பெண்கள்; ஏவலுக்கு நாலு திக்கும் பணியாட்கள்; மலர்க் குவியலில் உருண்டு; புரண்டு... நிலவுத் தட்டில் சாப்பிட்டு... மேகமே ரதமாய்... சூரியக் குதிரைகள் பூட்டி...

எதிரே சுவரோடு இழுத்துக்கட்டிய கயிற்றுக்கொடியில், ஒரு சேலை தொங்கியது. தங்கச்சி முத்துமீனாவுக்கு, தாயார் அழகுமீனா கொடுத்த சேலை. 'ஆத்தா அழகுமீனா காலையிலே போட்ட போடு இருக்கே...!'

'வெலக்குமாரு பிஞ்சுபோகும்.'

'ஆமா... பெருநாழிலே என்ன ஜோலி? சம்பந்தக்கார வீட்டிலே போயி... சம்மணம் போட்டுத் திங்கவா! ரெண்டு பாட்டில் சாராயம் வித்து, நாலு காசு சம்பாரிக்கக் கெதி இல்லே... துப்புக் கெட்ட கழுதை.... பெருநாழி போகுதாம்... பெருநாழி... இம்புட்டுப் பெரிய மீசையோட.....!'

துடைப்பக் கட்டையோடு ஆத்தா அழகுமீனா, தன் எதிரே நிற்பதுபோல இருந்தது.

'வெளியே வெள்ளை வேட்டி... வீட்டுக்குள்ளே மொள்ளமாரி.. தூ...!'

முகத்தைத் துடைத்துக் கொண்டு மறுபுறம் திரும்பி, முழங்கையை தலைக்கு வைத்து, சுவரோடு ஒட்டிப் படுத்துக்கொண்டான் முனியசாமி.

●

33

கூரை

ஊருக்கு வருகிற ஆபத்து, உமையனன் பகடைக்குத் தெரியாமல் வராது, முழுபோதையில் இருந்தாலும் மூக்கு வியர்த்துப்போகும். நாய் மோப்பக்காரன்.

அடி பெருத்த வேப்பமரங்கள் சுழித்துச் சுழித்து பேயாட்டம் போட்டன. ஒற்றைப் புங்கைமரம் குதூகலித்துச் சாமரம் ஆனது. தரையோடு முளைத்த பத்ரகாளியம்மனின் சூலாயுதத்தில் சுற்றிக் கிடந்த பூச்சருகு குறுகுறுவென வேடிக்கை பார்த்தது.

தலைவிரி கோலத்தோடு வரும் கரும்பிசாசுபோல் திகுதிகுவென அவிழ்த்துவிடப்பட்ட கூந்தலாக மண் புழுதி கிளப்பி, மேற்கே இருந்து ஊருக்குள் ராணுவ லாரி நுழைவதை முதலில் கண்டவன் உமையனன் பகடைதான். காலில் இடறிய வேட்டியை உருவிச் சுருட்டிக் கக்கத்தில் இடுக்கியவன், தெருவழியே கத்திக்கொண்டே ஓடினான்.

“ஊர் எளவட்டங்கள் எல்லாம் வெளியேறி ஓடுங்க சாமியோவ்...”

பெரிய ஆட்கள் கைநீட்டி மறித்தும் நில்லாமல் ஓடியவன் போட்ட கூச்சலில் பெண்கள் குலை பதறி விவரம் அறியக் கூடினர்.

“பட்டாளத்துக்கு ஆள்பிடிக்க வெள்ளைக்காரன் வந்துட்டான். எல்லா எளவட்டங்களும் வெளியேறி ஓடுங்க சாமியோவ்…!”

முளைக்கொட்டுத் திண்ணையில் சீட்டாட்டம், தாயக்கட்டம் ஆடிக் கொண்டிருந்த இளவட்டங்களுக்கு நெஞ்சுக் குழிக்குள் ‘கெதக்’ என்றது. திண்ணையிலிருந்து ‘தங்… தங்…’ எனக் கீழே குதித்தார்கள்.

ராணுவ லாரி, முருகன் கோயிலைத் தாண்டி வந்து கொண்டிருந்தது. பெரிய ஆம்பளைகளுக்கு நிலைகொள்ளவில்லை. ஊரை ஒரு சுற்றுச் சுற்றி வந்த உமையனனுக்குப் போதை இறங்கிப் போச்சு. லாரி ஊரை அலசி வந்தது. ஊர் நாய்கள், லாரியை நெருங்கிக் குரைக்கவும் விலகவுமாய் வந்தன. உழவு மாடுகள் கட்டுத் தறிகளை அறுத்துக்கொண்டு ஓட்டமெடுத்தன. பாம்பு, பல்லி, சிறு பூச்சிகளெல்லாம் மாரித்தேவர் வீட்டு இடிபாடுகளுக்குள் பதுங்கின.

ஊருக்குள் லாரியைக் கண்ட சிறுபிள்ளைகள், இடுப்புத் துணியை இறுக்கிப் பிடித்துக்கொண்டு பின்னாலே ஓடினார்கள். எல்லா இளவட்டங்களும் வடக்கே, கோட்டைக் கிணறு தாண்டிக் கண்மாய்க்குள் விழுந்து காட்டுவாக்கில் ஓடினார்கள். குறுகலான தெருக்களில் நுழைந்த லாரி, வீடுகளின் ஓரங்களை உரசி, தாழ்வாரங்களைச் சரித்து நொறுக்கி அட்டூழியம் பண்ணிவிட்டுக் கண்மாய்க் கரைமேல் வந்து நின்றது. ஊர்ச்சனமெல்லாம் லாரிக்குப் பின்னால் ஓடிவந்து கரை நெடுக நின்று வேடிக்கை பார்த்தது.

பகலில் படிவாசல் மிதிக்காத சமஞ்ச குமரிகளுக்கு ஊருக்குள் இளவட்டங்கள் இல்லாத தெம்பு. முகத்தில் வெயில் அடிக்க சுயராஜ் யமாகத் தெருவில் இறங்கி, அக்கம்பக்கத்து வீட்டுக் குமரிகளை துணைக்கு அழைத்துக் கொண்டு கண்மாய்க்கரைக்கு ஓடி வந்தார்கள்.

வெள்ளைக்காரன் விடுவதாக இல்லை. துப்பாக்கிகளோடு லாரிகளில் இருந்து குதித்து, இளவட்டங்களை விரட்டிப் போனார்கள்.

சப்பாணி காற்றாகப் பறந்தான். கள்ளராமன் ஓடுவதுபோல் போக்குக் காட்டிவிட்டு, துப்பாக்கி ரவை புகமுடியாத உடைமரக் கிளைகளுக்குள் புகுந்துகொண்டான். தன்னைக் கடந்து ஓடும் வெள்ளைக்காரன்மேல், மரக்கிளையில் சுருண்டு கிடந்த ஓலைப் பாம்பை எடுத்து விட்டெறிந்தான்.

அபூபக்கர், முறிந்து கிடந்த நிறைகுளவள்ளி அம்மன் கோயில் ஆலமரப் பொந்துக்குள் பதுங்கினான். வட்டம்போட்டு படுத்துக் கிடந்த கருநாகம் ‘சீத்த்…!’ என்றது. வெளியேறி ஓடியவன், கோட்டைக்

கிணற்றுக்குள் குதித்தான். உள்ளே ஏழு மைல் தூரம் நீண்ட சுரங்கப் பாதை வழியே நாயக்கர் சீமையில் கரையேறித் தப்பினான்.

துப்பாக்கியால் குறி பார்த்துக் கொண்டிருந்த வெள்ளைக்காரனுக்குப் பின்னால்கூடிவந்த நரிவேலு, செந்தட்டிச் செடியை கழுத்தில் தேய்த்துவிட்டான். அரிப்புத் தாளாத வெள்ளைக்காரன், கூப்பாடு போட்டுக் குதித்தான். மதினிமார்களும் கொளுந்தியாள்களும் விழுந்து விழுந்து சிரித்தார்கள். அதிலும் புளி மூட்டையும் கள்ளப்பருந்தும் கெலித்துக் கெலித்து ஓடுவதைக் கண்டு சிரித்து அடிவயிறு புண்ணாய்ப் போனது.

இருளாண்டி விவரங்கெட்டத்தனமாய் வண்டிப் பாதை விலகாமல் ஓடிக் கொண்டிருந்தான். இத்தனை இளவட்டங்களில் அவன் மட்டும் தான் பிடிபடுவான்போல் தெரிகிறது.

சனங்கள் சந்தோஷமாய் வேடிக்கை பார்த்தாலும் உள்ளூர் நாய்களுக்குக் கோபம். வெள்ளைக்காரனோடு வாக்குவாதம் பண்ணின. தமக்குப் புரியாத பாஷை தம் ஊர் நாய்களுக்குப் புரிந்துபோனதில் ஒரு சந்தோஷம். வெள்ளைக்காரனை நாய்கள் விரட்டி விரட்டிக் கவ்வின. குண்டடிபட்டு ரெண்டு நாய்கள் செத்து விழுந்தன. சனங்களுக்கு நறுக்கென்றது.

"ஆஹா... நாய்களைச் சுட்டதுமாதிரி நம்ம பயலுகளையும் சுடுவான் போலிருக்கே!" எனப் பதறினார்கள்.

கூறுகெட்ட இருளாண்டி பிடிபட்டுப் போனான். பிடிபட்டவன் திமிறவில்லை. திடுக்கிடவில்லை. ஆனாலும் வெள்ளைக்காரன் துப்பாக்கியைத் திருப்பி ஓங்கி ஒரு போடு போட்டான். கரையில் நின்ற தூண்டாமணி சுதாரித்துக் கத்தினார்

"அடேய்... வெள்ளைக்காரனை விடாதீங்க... ஊர் எல்லையைத் தாண்ட அவனுக்கு உயிர் இருக்கக்கூடாது. எல்லோரும் எடுங்கடா கம்புகளை..." தோளில் கிடந்த துண்டை எடுத்துத் தலையில் வரிந்து கட்டினார்.

வேறு எவன் பிடிபட்டிருந்தாலும் ஊர்ச் சனத்துக்கு இவ்வளவு கோபம் வந்திருக்காது. இருளாண்டி ஒரு அப்பாவிப் பயல்.

ஊருக்குள் ஓடி, அரிவாள், வேல்கம்புகளோடு திரும்புவதற்குள் லாரி, முருகன் கோயில் வாசலுக்கு வந்துவிட்டது. ஆண், பெண் அத்தனைபேரும் திரண்டு வந்து லாரியை மறித்தார்கள்.

"இருளாண்டியை இறக்கி விடு. இல்லேன்னா, கொலை விழுகும்...!"

அரிவாளையும் வேல்கம்புகளையும் உயர்த்தினார்கள். வெள்ளைக்காரன் துப்பாக்கிகளைத் தூக்கினான். 'டப்...டப்' என

வேல ராமமூர்த்தி

நாலு தடவை சுட்டான். சனம் கந்தல் கந்தலாய்க் கிழிந்தது. ஓடிய கால்களுக்குள் தூண்டாமணி, மாடன் ஏகாளி, கறிக்கடை அஹமது மூணுபேரும் குண்டடிபட்டுச் செத்துக் கிடந்தார்கள்.

இருளாண்டியை இறக்கிவிட்டு ராணுவ லாரி புழுதி கிளப்பி, மேற்கே போய் மறைந்தது.

காலம் உருண்டோடிப் போயிருச்சு.

பூமி வறண்டு கிடக்கு. சனமெல்லாம் வெளியேறி மதுரை, தஞ் சாவூர்ப் பக்கம் பஞ்சம் பிழைக்கப் போகுது, வருது.

இருளாண்டி மட்டும் இந்த மண்ணைவிட்டு வெளியேற நெனைக்கலே.

தனக்காக குண்டடிப்பட்டு மூணுபேர் செத்து விழுந்த இடத்திலே ஒரு டீக்கடை போட்டு உட்கார்ந்தான். அந்த இடத்தையே செத்தவர்களின் நினைவிடமாக நினைத்தான்.

பொழுது விடிந்தால் அத்தனை ஆம்பளைகளும் அங்குதான் வரணும். கம்பந்தட்டையால் வேய்ந்து, தென்புறம் கவிந்திருக்கும் கூரை. வளர்ந்த ஆள் நுழைந்தால் தலை இடிக்கும். உட்காரக் கிடக்கும் ஒரே பெஞ்சு பலகைக்கும் ஒரு பக்க கால் கிடையாது. முருகன் கோயில் இடி கிணற்றுச் சுவரில் முட்டுக் கொடுத்து நிற்கும். சுள்ளி விறகு அடுப்பில் புகை மண்டும். கடையைச் சுற்றிப் படுத்திருக்கும் வெள்ளாடுகளில் கறந்து, சூடு ஆறாத வெதுவெதுப்பான ஆட்டுப் பால் 'டீ' உதடுகளில் 'பிசுக்...பிசுக்' கென ஒட்டும்.

கடைக்கு வருகிற பயலுகள் எல்லாம் கடன்காரப் பயலுகள். நக்கலும் கேலியுமாகப் பேசுவார்கள். எல்லாவற்றுக்கும் இருளாண்டி ஒரு சிரிப்பு சிரிப்பான். கடுஞ்சொல் பேசமாட்டான். ஓங்குதாங்கான ஆளு... ஊரிலேயே பெரிய காலு. மாட்டி நடக்கச் செருப்பு கிடைக்காது.

"அய்யாவுக்கு இல்லாத செருப்பா...! தச்சுக் கொடுக்குறேன்..." என்று சொல்லிக்கொண்டே உமையனன் பகடை ஒரு வருஷம் ஓசி டீ குடிப்பான்.

காலம்போன காலத்தில் மாமன் மகள் பேச்சியை இருளாண்டி கல்யாணம் பண்ணினான். வயதுக்குப் பொருந்தாத கல்யாணம். பிறந்தது மூணும் பெண் குழந்தைகள். மூணும் வயசுக்கு வந்திருச்சு. கடைக்கு வரும் இளவட்டங்கள், பொண்ணுங்களை கேலி செய்வார்கள். அதற்கும் இருளாண்டி சிரித்துக்கொண்டே, "அடேய் சும்மா இருங்களேண்டா..." என்பான்.

எல்லாச் சாதிக்காரனுக்கும் இருளாண்டி குடும்பத்து மேல ஒரு பிரியம். பொண்ணுகளை கரையேத்தத்தான் வழி தெரியலே.

நெஞ்சுக்குள்ளே இருமல் வதைக்குது. அதோடு, கொஞ்சநாளா ஒரு கவலை இருளாண்டியைக் கருக்குது. என்னவென்று புடிபடலே.

டீக்கடை இருக்கிற இடம் முருகன் கோயில் மகமைக்குச் சொந்தமானது. வாடகை ரசீது கிழிக்க வந்த சிதம்பரம், "ஏப்பா இருளாண்டி... ஊர் நெலவரம் முன்னேமாதிரி இல்லை. இளவட்டப் பயலுக பல ஊர், தேசத்துக்குப் போயிட்டு வர்றான்ங்க. வந்தவன்... சாதி சாதியா பிரிஞ்சு கூடிப் பேசுறான்ங்க. பேதம் பாக்குறான்ங்க..."

இருளாண்டியின் காதோரம் சிதம்பரம் கிசுகிசுத்தார்.

"சாதிப் பிரச்சனை உன் டீக்கடையிலிருந்தே ஆரம்பிக்கும் போலிருக்கு..."

இருளாண்டிக்கு நெஞ்சிலடித்தது போலிருந்தது.

"என்னப்பா சொல்லுறே சிதம்பரம்...!"

"டீ குடிக்கத் தனி கிளாசு போடச் சொல்லுறேன். எங்களை மாதிரி ஆளுகளுக்கு ஒரு கிளாசு... எளிய சாதிக்குத் தனி கிளாசு..."

இருளாண்டிக்கு நெஞ்சு பொறுக்காத இருமல் கிளம்பியது. வாய் திறக்க முடியலே. கையைக் கையை ஆட்டுறான். சிதம்பரத்துக்குப் புரிஞ்சுபோச்சு.

"அதுக்கு மேல உன் பிரியம். நாங்க டீ குடிக்க வரமாட்டோம்..." என்றபடி நடந்தார். விழி தெறித்து விழும்படி இருமியவன், நெஞ்சைப் பிடித்துக் கொண்டு அடுப்போரத்தில் உட்கார்ந்துவிட்டான்.

டீக்கடைக்கு ஆள்வரத்து குறைஞ்சு போச்சு. என்றைக்கும்போல உமையனன் பகடையும் சுண்டு ஏகாளியும் வந்து போனார்கள்.

கடையில் ஒரே கிளாசுதான். ரெட்டை கிளாசு கிடையாது. அதிலே இருளாண்டி பின்வாங்கலை.

சாதிபேதம் பாராமல் தனக்காக மூணுபேர் துப்பாக்கிச் சூடுபட்டுச் செத்த இடத்தை, கடையில் இருந்தபடியே பார்த்துக் கொண்டிருப்பான்.

'எல்லோரையும் இந்த மண்ணுதான் பெத்துச்சு... எல்லோருடைய தாகத்துக்கும் தண்ணி கொடுத்துச்சு. பசிக்குச் சோறு போட்டுச்சு. பெத்த தாய்க்கு ஏதுடா பிள்ளைபேதம்...? சாதி எங்கிருந்து வந்தது சாதி...?'

இருளாண்டி கண்ணிலே நீர் ஓடும்.

நாளுக்கு நாள் இருமல் முற்றி, ஒரு நாள் இருளாண்டி செத்துப் போனான். பேச்சியும் மூணு குமரிகளும் கதறி உருண்டார்கள். சனமெல்லாம் பொங்கிப் பொங்கி அழுதது.

இருளாண்டியோடு ஊரின் அடையாளமே அழிந்துபோனது மாதிரி எல்லோர் நெஞ்சிலும் ஒரு கலக்கம். அத்தனை சாதி சனமும் பேச்சிக்கு ஆறுதல் சொன்னது. கல்யாணத்துக்கு நிற்கும் மூன்று குமரிகளைப் பார்த்துதான் சனங்களுக்கு மனசு ஆறலே.

இருளாண்டி செத்து மூணாவது நாள் காரியம்கூட முடியவில்லை. சிதம்பரம் வந்தார்.

"பேச்சி... முருகன் கோயிலைச் சுத்தி காம்பௌண்டு சுவர் கட்டணும்னு மகமையிலே முடிவு பண்ணியிருக்கு. டீக்கடையை எப்போ காலி பண்ணுறே...?"

பேச்சி திகைத்துப் போனாள். பேச வாய் வரவில்லை.

"என் புருஷன் மூணு குமரிகளையும் நடுத்தெருவுல நிறுத்திட்டுப் போயிட்டாரு. நாங்க திக்கும் தெரியாம... திசையும் தெரியாம நிக்குறோம். ரெண்டு வருஷம் இந்தக் கடையை நான் நடத்தி, பொண்ணுகளை எவன் கையிலேயாவது பிடுச்சுக் கொடுத்துட்டு கடையைக் காலி பண்ணிக்கிறேன்..."

"மகமை கூடி எடுத்த முடிவும்மா... ஒன்னும் பண்ணமுடியாது..."

"சாகப்போற காலத்திலே ஏதோ காரணத்துக்காக என் புருஷனை எதிரியா நெனச்சுட்டீங்க. அவரை விடுங்க.. இந்த சமஞ்ச குமரிகளைப் பார்த்தாவது இரக்கப்படுங்கண்ணேன்..."

பதிலேதும் பேசாமல் சிதம்பரம் போய்விட்டார்.

இருளாண்டியின் புதைகுழி ஈரம் இன்னும் காயவில்லை.

அடைத்துக்கிடந்த டீக்கடையைச் சுற்றி மகமைக் கூட்டம் நின்றது.

"ஏய் பேச்சி... கடையைப் பிரிக்கப்போறியா, இல்லையா...?"

பேச்சியும் பொண்ணுகளும் கடைவாசலுக்கு ஓடிவந்தார்கள்.

"அண்ணே... அண்ணே... உங்க காலைப் பிடிக்குறேன். ரெண்டே ரெண்டு வருஷம் பொறுங்க. ஒரு பொண்ணையாவது கரையேத்திட்டு, இடத்தைக் காலி பண்ணிடறேன்..." பேச்சி ஒவ்வொருவராய் மறுகினாள்.

மூன்று குமரிகளும் கையெடுத்துக் கும்பிட்டபடி கண்ணீர் ஓட நின்றார்கள்.

"ஏய்... பொம்பளைக்கிட்டே என்னடா பேச்சு...? கூரையைப் பிரிங்கடா..."

பேச்சி ஓடிப்போய் குறுக்கே விழுந்தாள்.

"அடேய்... தம்பி... ராசா... கொஞ்சம் பொறுப்பா..." காலைப் பிடித்துக் கொண்டாள். காலை உதறிவிட்டு ஓடிப் போய் கூரையைக் கொத்தாகப் பிரித்து எறிந்தவன் இருளாண்டிக்காகக் குண்டடிபட்டு இதே இடத்தில் செத்த தூண்டாமணியின் பேரன் சண்முகம்.

குமரிகளில் மூத்தவள் ஓடிப்போய், "அண்ணே... சண்முகண்ணே..." கையைப் பிடித்தாள். கைவாக்கில் கீழே தள்ளிவிட்டான்.

இளவட்டங்கள் கூரையைப் பிய்த்து எறிந்து வெறியாட்டம் ஆடினார்கள். வெள்ளாடுகள் மறுகி மறுகிக் கத்தின. ஒருவன் டீ அடுப்பைக் கீழே தள்ளிவிட்டு நொறுக்கினான். ஒற்றைக்கால் பெஞ்சுப் பலகையின்மீது ஏறிக் குதித்து உடைத்தான். கடை 'மொட்டை' ஆனது.

எட்ட நின்று பார்த்துக்கொண்டிருந்த உமையனன் பகடையும் சுண்டு ஏகாளியும் கண்ணீர் விட்டபடி திரும்பி நடந்தார்கள்.

முப்பது வருஷத்துக்கு முன்னால், தூண்டாமணியும் மாடன் ஏகாளியும் கறிக்கடை அஹமதுவும் 'ஒன்னும்மண்ணுமாய்'க் குண்டடிபட்டு செத்துக்கிடந்த இடத்தை... பிய்த்து எறியப்பட்ட இருளாண்டியின் டீக்கடைக் கூரை தடந்தெரியாமல் மூடிக் கிடந்தது.

●

34 இடைவெளி தேடும் காற்று

அன்னமயில், மதியம் மூன்று மணிவாக்கில் புஷ்பவதியாகி இருக்கிறாள். ஆனால், தாயார் மீனாவின் கண்ணில் தட்டுப்பட்டது ஐந்தரை மணிக்குத்தான்.

"ஏன்டீ... அதை நீ எப்போ கண்டே?" மகளிடம் அணைவாய்க் கேட்டாள்.

அன்னமயிலுக்கு நா எழவில்லை. தன் மேலேயே ஒரு அருவருப்பு. நடுத்தெருவில் நிர்வாணமானதுபோல் உணர்ந்தாள். கேட்பவள் தாயார்தான்; பெண்தான். ஆனாலும் நிமிர்ந்து முகத்தைப் பார்க்க முடியவில்லை.

"சொல்லுடீ..." தோளைத்தொட்டு லேசாய்க் குலுக்கினாள்.

"மூணு மணி இருக்கும்" குனிந்தபடி பேசி விட்டாள்.

இவ்வளவு வெட்கம், அருவருப்புக்கு ஊடாக வெள்ளிக் கம்பியாய் ஒரு சந்தோசம்.

'நான் பெரியமனுஷியாகிட்டேன்!'

ஆள் அரவமற்ற பூவனத்துக்குள், கால் பாவாமல் மிதக்கும் பரவசம். மலைமுகட்டில்

கால் இடறி, மெதுமெதுவாய்க் கீழிறங்கி 'தொப்'பெனத் தண்ணீரில் விழும் ஆனந்தம். மேக ஒத்தடங்கள். பறவைகளோடு சம்பாஷணை. இவளின் சுவாசத்துக்காகவே அசையும் பூ மரங்கள். நிலவொளியில், நதியின் போக்கிலேயே மல்லார்ந்தபடி இரவு முழுக்கப் பயணம்.

"இந்தப் பாவாடையை அவுத்துப் போட்டுட்டு, வேற பாவாடையைக் கட்டு." துணிப் பொட்டலத்தை அவிழ்த்து, மகளுக்காக வேறொரு பாவாடையைத் தேடி எடுத்தாள்.

அன்னமயில், இரண்டாவது பெண். மூத்தவள் சோலையம்மாளுக்கு அந்நியச் சம்பந்தம். மீனா எவ்வளவோ தடுத்துப் பார்த்தாள். கட்டிக் கொடுத்த நாளிலிருந்து கண்ணீர் நின்றபாடில்லை. நித்தம் அடி! நித்தம் உதை!

"தாயீ... அன்னமயிலூ...!" மகளை நெஞ்சு கசிய அழைத்தாள்.

"பாவாடையை மாத்திட்டியா? இங்கிட்டு வந்து உட்காரு. வா... வாடீ" கையைப் பிடித்து இழுத்து வந்து மூலையில் உட்கார வைத்தாள்.

ரப்பர் மரத்தில் பால் பிதுங்குவதுபோல், மெதுவாய் நிமிர்ந்து தாயாரைப் பார்த்தாள். வைரம் பாய்ந்த கருவேல மரத்தில் செதுக்கிய ஏர்க் கலப்பைபோல் முகக் களை. மீனா அழுத்தமாய்ப் பார்த்தாள். படீரெனச் சுதாரித்து 'தூ... தூ... தூ...' என உள்ளங்கைக்குள் மூன்று தடவை நுனி நாக்கால் துப்பி, அன்னமயிலின் தலையைச் சுற்றி திருஷ்டி கழித்தாள்.

'என் அண்ணன் மகன் சேகருக்குத்தான் இந்தப் பொண்ணு.'

'வீட்டுக்கார ஆம்பளை என்ன சொன்னாலும் சரி... நான் விடப் போறதில்லே!'

தெருக்கதவை ஒருக்களித்துச் சாத்திவிட்டு தெருவுக்குள் ஓடினாள்.

'எம் மகள் உக்காந்துவிட்டாள்', என்று சாதி சனங்களுக்குச் சொல்லணுமில்லே?

மூத்தவள் சோலையம்மாள், ஓட்டமும் நடையுமாக வந்தாள். பாதி திறந்திருந்த கதவை முழுதாய்த் திறந்தாள்.

வளர்ந்த முளைப்பாரி போல், மூலையில் அன்னமயில். நிமிர்ந்து அக்காவைப் பார்த்ததும் கவிழ்ந்து கொண்டாள்.

சோலையம்மாள். 'திடுதிடு'வென ஓடிப்போய்த் தங்கச்சியை மார்போடு கட்டிக்கொண்டு 'ஓ'வெனக் கதறினாள். பொங்கிப் பொங்கி அழுதாள். இடையில் ஒரு வார்த்தைகூடப் பேசாமல் நீண்ட அழுகை. தங்கச்சியின் கன்னங்களை உள்ளங்கைகளால் போர்த்தி, தலையில் தன் முகம் புதைத்து கேவிக்கேவி அழுதாள்.

தங்கச்சி அன்னமயில், மானாக துள்ளித் திரிந்தவள். எருதுகட்டுக் காளையின் ரோஷம். யாருக்காகவும் அடங்காத சிரிப்பு. சீண்டினால், நாகக் குணம். வம்புக்கு இழுக்கும் மச்சான்மார்களை 'சீ...போடா...' என்கிற சுளீர் நாக்கு.

இனி?

தகப்பனுக்குக் கூட முகம் காட்டாமல் பெண்மை காத்து, இரவில் நடந்து, பகலில் அடைந்து, ஒரு நாள் திடுதிப்பென ஊரறிய ஒருவனுக்கு உடமையாகி, மடி விரித்து, கண்ணிலும் கையிலும் பாரம் சுமந்து, கொண்டவன் கொல்ல வந்தாலும் கூச்சலிடாமல் மானம் காத்து, சுமங்கலியாய் மூச்சு அடையத் தவமிருந்து...

சோலையம்மாள், அன்னமயிலை கட்டிப்பிடித்துக் குலுங்கிக் குலுங்கி அழுதாள்.

"என் செல்லம்...! நாமெல்லாம் ஏன் பொண்ணாப் பொறந்தோம்?"

"என்ன ராமையா... பேரன் பெறந்து இருக்கானாமில்லே?" தெரு நெடுக கூவிக்கொண்டே வந்தார் துரைச்சாமி.

"ஆமா... சின்னப்பிள்ளை வயசுக்கு வந்திருக்கு." என்றபடி வந்தவர் உட்கார திண்ணைத்தூசியை வெறுங்கையால் தட்டி விட்டார்.

"எந்நேரம்?"

"நேத்து... பொழுசாய...?"

"என்ன... இந்தப் பெண்ணையாவது உன் மச்சான் மகன் சேகருக்குத் தருவியா...? இல்லே..." துரைச்சாமி ஓரக்கண்ணால் இழுத்தார்.

ராமையா, தெருவைப் பார்த்தார்.

"அட சரிதான் ராமையா. பழைய பகையை மறந்துறணும். ஒரு காலம் இல்லாட்டி ஒரு காலம்னாலும் சனம், இனம்னு ஒன்னு கூடணும். ஒரு மனுசனுக்கு 'பணக்கட்டு' வேணும்"

ராமையா திரும்பி, துரைச்சாமியை ஆதரவாய்ப் பார்த்தார்.

"மூத்த பிள்ளை சோலையம்மாவைத்தான் வீம்புக்குக் கொண்டுபோயி அந்நியத்திலே தள்ளுனே. இப்போ சீரழியறே. இந்தச் சம்மந்தத்தை யோசிச்சு செய்யி" துரைச்சாமி எழுந்தார்.

இன்னும் கொஞ்சம் பேசிக்கொண்டு இருந்தால் ராமையாவுக்கு ஆறுதலாய் இருக்கும்போல் பட்டது.

"என்ன கௌம்பீட்டீங்க?"

"ஆமா... வயலுக்கு ஆள் போயிருக்கு"

“கருது அறுப்பா நடக்குது?”

“அட நீ ஒரு திக்கம்! இந்த வருசம் வெள்ளாமை ஏது? விதை முதலுகூட தேறலே! சாவி அறுக்கிறோம். மாடு கன்னுக்குக் கூளம் வேணுமில்லே?”

“இந்த வருசம், வெள்ளாமை இப்படி மோசம் பண்ணிருச்சே!”

“அது நல்லதுக்குத்தான். வருசம் தவறாமல் வெளஞ்சா. நம்ம காட்டுப்பயலுக, மாசம் ஒரு கொலை பண்ணுவான்ங்க. நாலு வருசத்துக்கு ஒரு தடவை வெளஞ்சு... ரத்தம் சுண்டுனால்தான் அடங்குவான்ங்க.” கெக்கலி போட்டுக் கனைத்தபடி நடந்தார் துரைச்சாமி. ராமையா, துரைச்சாமியையே பார்த்துக் கொண்டிருந்தார்.

காடுகரை விளையலே. கடுமையான பஞ்சம். மூத்த மகள் சோலையம்மாளை கட்டிக் கொடுக்கும்போது தெம்பிருந்தது. வீம்பு பண்ணி வெளியிலே மாப்பிள்ளை பார்த்தேன். சீர், செனத்தி செய்தேன். ஆனால் இப்போ... முக்கால் துட்டுப் புரளாது. மரியாதையா, வறட்டுக் கௌரவத்தை விட்டுட்டு, மீனாவோட அண்ணன் மகன் சேகருக்கு அன்னமயிலைக் கொடுத்துற வேண்டியதுதான்! தீர்மானத்தோடு எழுந்து வீட்டுக்குள் போனார்.

சேதுவுக்குக் குதூகலமாய் இருந்தது.

வீட்டுக்குள் கூடி இருந்த பெண்களுக்கு ஊடே, மடை ஓரத்து வாய்க்கால் நீரைப்போல் குதிபோட்டுத் திரிந்தான். தன் கூட்டாளிகளிடம். ‘எங்க அன்னமயிலு அக்கா சமஞ்சிருச்சு’ என்றான்.

அன்னமயிலுக்கு, தம்பி சேது என்றால் உயிர். வீட்டில் ஒரே ஆண் குழந்தை.

‘அக்கா’ ‘அக்கா’ என்று ஒரு நாளைக்கு ஆயிரம் தடவை கூப்பிடுவான். நேற்று, சமஞ்சதிலே இருந்து ஒரு வார்த்தை பேசவில்லை!

காலையிலிருந்து சொந்தம் சுருத்துகள், தட்டுத் தட்டாய் இட்டிலி, தோசை, உளுந்தங்களி, கொழுக்கட்டை என்று வரிசையாய்க் கொண்டுவந்து வைத்திருந்தார்கள். சேதுவின் குதூகலத்துக்கு இதுதான் காரணம். கையில் ஒரு கொழுக்கட்டையை எடுத்துக் கொண்டு வெளியில் ஓடுவான். கொஞ்ச நேரத்தில் திரும்பி வந்து, ஒரு இட்டிலியைப் பிட்டு, சட்டினியில் தொட்டு வாயில் போட்டபடி தெருவுக்கு ஓடுவான்.

பெண்கள், கோழி முட்டையை உடைத்து, அன்னமயிலுவிடம் கொடுத்து, அப்படியே ‘பச்சயாய்’ வாயில் கொட்டி விழுங்கச் சொன்னார்கள். முட்டையைக் குடித்ததும் முட்டைக் கூடு நிறைய நல்லெண்ணையை ஊற்றிக் கொடுத்து குடிக்கச் சொன்னார்கள்.

இதெல்லாம் புஷ்பவதியான பெண்களுக்கு சத்தான உணவும் மருந்தும்போல என்பார்கள். ரத்தப்போக்கை கண்டிக்குமாம். இட்டிலி, கொழுக்கட்டையைத் தின்று, தின்று சேதுவுக்கு அலுத்துப் போய்விட்டது.

கூட்டம் மெதுவாகக் கலைந்துவிட்டது.

தாயார் மீனா அடுப்படியிலிருந்தாள். தகப்பனார் வெளித் திண்ணையில் இருந்தார். மூலையில் அமர்ந்திருந்த அன்னமயிலுக்கு எதிரே, நடுப்பகுதியில் சேது, அரைத் தூக்கத்தில் இருந்தான். உண்ட மயக்கம்.

மெதுவாய், "சேதூ..." என்றாள்.

அவளுடைய பேச்சுக்கு இடப்பட்ட விலங்கு முதல்முதலாய் உறுத்தியது.

"ஸ்...ஸ்... சேதூ..."

சேது பார்த்தான். வாயோரம் பால் வடியும் குழந்தைத்தனம்.

"இங்கே வாயேன்" கண்களை அசைத்தாள்.

"வந்தால், எனக்கு ஒரு முட்டை தருவியா?" இட்லி, தோசை, கொழுக்கட்டை, உளுந்தங்களி எல்லாம் தின்றவனுக்கு முட்டை மட்டும் கிடைத்திருக்கவில்லை.

"ம்..." என்றாள்.

அருகில் போனான். "முட்டை?" கையை ஏந்தினான்.

தம்பியின் கையைப் பிடித்தாள்.

"என்னோட ஏன் பேச மாட்டேன்ங்கிறே சேதூ...?"

விழித்துக்கொண்டு நின்றான்.

சேதுவை அணைத்து நெற்றியில் முத்தமிட்டாள், அன்னமயில்.

"சேது, என்னை இப்படி வீட்டுக்குள்ளே அடைச்சுவைக்கிறது, கொஞ்சம்கூடப் பிடிக்கலே."

வானம் தெரியத் திறந்துகிடந்த வீட்டுவாசலை, அன்னமயிலும் சேதுவும் குறுகுறுவெனப் பார்த்தார்கள்.

●

35

ஜீவித நிர்பந்தம்

மனிதர்களுக்கு வெறிபிடித்து, நாய்களை தெருத் தெருவாக விரட்டிக் கொண்டிருந்தார்கள்.

ஒரு நாயை அடித்தால் பத்து ரூபாய். ஊருக்குள் எப்படியும் முப்பது, நாற்பது நாய்கள் தேறும். நாயை அடித்துக் கொன்று, குழி தோண்டிப் புதைத்து, அதன்மேல் தென்னங்கன்றுகளை நட்டால் குதிரைமாதிரி வளருமாம்.

பிரசிடென்ட், வீட்டுத் தோட்டத்தைச் சுற்றி தென்னை வைக்கப் போகிறாராம். நேற்று ராத்திரி போகிறபோக்கில் முனியசாமி டீக்கடையில் பிரசிடென்ட்தான் சொல்லிவிட்டுப் போனார்.

'ஒரு நாய்க்குப் பத்து ரூபாய். அடிச்சுக் கொண்டுவந்து தோட்டத்திலே போட்டுறனும்.'

ஊரிலேயே பிரசிடென்ட் தோட்டம்தான் 'ஆடைக்கும் கோடைக்கும்' பச்சைப் பசேல்'னு இருக்கும். கரண்ட் மோட்டார் போட்டு, பெரிய சுத்துக்கட்டுக் கிணறு. நல்ல ஊத்து.

ஊர்ச்சனங்கள் கோட்டேரு போட்டு, காடுகளை உழுகப் போயி ரெண்டு

வருசமிருக்கும். மழை, தண்ணி இல்லே. நாத்துக் கூளம் இல்லாததால் மாடு கன்றுகளை வித்துட்டாங்க. அதிலேயும் ரெண்டு ஒருத்தர், உழவுமாடு சீதேவிமாதிரி, என்னதான் பஞ்சம்னாலும், உழவு மாட்டை விற்கிறவன் சம்சாரி இல்லைடா. சம்மந்தக்காரன் மதிப்பானா? என்ற வைராக்கியத்தோடு மாடுகளோடு அரைப் பட்டினி கிடந்தார்கள்.

பிரசிடென்ட் சொன்னது, கார்த்திகைக் கடையிலே பெய்த மழை மாதிரி இருந்தது. புண்ணியவானுக்குத் தாராள மனசு, ஓட்டு வாங்க வர்றபோதே சொன்னாரு.

'சனங்களுக்கு என்னாலே முடிஞ்சதைச் செய்வேன்'ன்னு, பாவம்... இதுக்கு மேலே அவராலே என்ன முடியும்? நாய்களுக்கு ஓட்டு இருந்திருந்தால் இதுவும் முடிஞ்சிருக்காது.

விடியுமுன்பே கையில் விறகுக் கம்பு, இரும்புக் கம்பி, வேல் கம்புகளோடு கிளம்பிவிட்டார்கள். கொஞ்சம் அசந்து மசந்து படுத்துக்கிடந்த இளவட்டங்களின் மூஞ்சியில் வீட்டுப் பெண்கள் தண்ணியைத் தெளித்து எழுப்பி, கையில் வேல்கம்பைக் கொடுத்து விரட்டிவிட்டார்கள்.

நாய்களை, அது அது ஒண்டிப் படுத்துக்கிடக்கும் இடத்திலே போய், வளைத்து அடித்தால்தான், ஓடக் கிளம்பிவிட்டால்... அப்புறம் சிரமம்.

கிழடுகள், முளைக்கொட்டுத் திண்ணையில் காத்துக் கிடந்தார்கள். 'நம்ம வீட்டுப் பயல் போயிருக்கிறான். எத்தனை நாயை அடிக்கிறான்னு தெரியலே!'

முதல்லே போயி நாயை அடிச்சவன் காந்திதான். எதிலேயும் சுதாரிப்பான ஆளு. சாமியார் பருத்திக்கடைப் பலகைக்கு அடியிலே சுருட்டிப் படுத்திருந்த ஒரு நாயை, மெதுவாப் போயி, விறகுக் கம்பாலே ஒரே போடு. அடிபட்ட தலையைத் தரையோடு சேர்த்து உரசியபடி, நாலு சுற்றுச் சுற்றி, 'வாவ்...வ்...வ்... ஊவ்...வ்...ஊ...' மண்டையைப் போட்டுவிட்டது. பத்து ரூபா செத்துச்சு.

பின்னங்கால்களில் ஒன்றைப் பிடித்து இழுத்து, தெருவுக்குக் கொண்டுவந்து "டேய்... போஸூ இந்தா..." என்றான். தம்பி போஸ் தயாராய் நின்றான்.

நாயின் சத்தம் நாய் அறியும்போலிருக்கிறது. ஊர் நாய்கள் எல்லாம் சுதாரித்து, ஊளையிட்டுக்கொண்டு தெருத்தெருவாய், சந்து சந்தாய் ஓடக் கிளம்பிவிட்டன.

கருப்பையாவுக்கு இடுப்பு நிமிரமுடியாது. வயசாகிவிட்டது. வீட்டிலே ஒரே இளவட்டம் பாண்டிதான். சின்ன வயசுலேயே இளம்பிள்ளை வாதம். வலது கை, வலது கால் சூம்பிக் கிடந்தன.

நாயை அடிக்க, பொம்பளையாளை அனுப்ப முடியாது. நாய் அடித்து ஊரே சம்பாதித்துக் கொண்டிருக்கிறது. மனசாரப் பார்த்துக்கொண்டு எப்படி சும்மா இருக்கிறது? நாலு நாய் அடித்தால் நாற்பது ரூபாய்! நாலஞ்சு நாளைக்கு நெல்லுப் பருக்கை திங்கலாம்.

"ஏப்பா பாண்டி....! இந்தக் கம்பை எடுத்துக்கிட்டு நீயும் போயேன்... நாய்க்குப் பத்து ரூபாய்டா...!"

பாண்டிக்கும் ஆசைதான். ஆனால் நாயை விரட்டி ஓடணுமே? தாயார் செல்லம்மாள் முற்றம் தெளித்துக் கொண்டிருந்தாள். "என்னோடு எவளாவது ஒருத்தி சேர்ந்து வந்தாள்'னா... நான் அடிப்பேனே நாற்பது நாயி...! நாயிக்குப் பத்து ரூபாய்லே! வீட்டிலே இருக்கிற ஆம்பளை ரெண்டும் நட்ட கல்லுக்குச் சமானம்."

"டீயே... சும்மா நீட்டாதே... வாயைப் பொத்து. முதல்லே மணியை வீட்டுக்குள்ளே கட்டிப் போடு. தெருவுக்குப் போச்சுன்னா எவனாவது பொட்டு'ன்னு மண்டையிலே தட்டி இழுத்துட்டுப் போயி, பத்து ரூபாயை வாங்கிட்டுப் போயிருவான்" என்றார் கருப்பையா.

"நல்லவேளை ஞாபகப்படுத்துனீங்க. 'நாயி'...'நாயி'ன்னு ஊரே வெறிகொண்டு திரியுது. நம்ம நாயி வெளியிலே போச்சுன்னா அம்புட்டுத்தான்..." சாணி தெளித்த கையோடு மணியைப் பிடித்து இழுத்து, தூணோடு சேர்த்து நாய்ச்சங்கிலியால் கட்டிப் போட்டாள்.

மணி வாலைக் குழைத்தது. பட்டினியாய்க் கிடந்தாலும் வீட்டைத்தான் சுற்றும். மணி மேலே வீட்டோடு எல்லோருக்கும் ரொம்பப் பிரியம்.

ஒரு தடவை, கோட்டைச்சாமி வீட்டுப் பன்றியை மணி கடிச்சிருச்சு. உடனே கோட்டைச்சாமி, ஒரு கல்லெடுத்து எறிஞ்சு, மணிக்குப் பலமான காயம். கருப்பையாவுக்கு வந்ததே பார்க்கணும் கோவம்!

"எங்கிட்டே சொல்லவேண்டியதுதானடா... வாய் இல்லாத சீவனை கல்லெடுத்து எறியிறதுன்னா என்னடா அர்த்தம்?" அப்படீன்னு பெரிய கலகம் வரப் பார்த்துச்சு.

மணியை கட்டிப் போட்டுவிட்டு நிமிர்ந்த செல்லம்மாளுக்குக் கோபம் பொத்துக்கொண்டு வந்தது.

"அழிகாட்டுப் பருத்தியை அள்ளுறமாதிரி, ஊரு சனமெல்லாம் தெருத் தெருவா... சந்து சந்தாய் ஓடி ஓடிச் சம்பாரிக்குது. வீட்டிலே ரெண்டு ஆம்பிளை'ன்னுதான் பேரு. ஒரு நாயை அடிக்கக் கெதியில்லே" வயிறு எரிந்தது.

இளவட்டம் என்பதால் பாண்டிக்கு உரைத்தது.

"அந்தக் கம்பை எடுத்தா..." எழுந்தான்.

கருப்பையாவுக்குச் சந்தோசம். "போறயாப்பா?"

"இந்தா பிடி..." வேல்கம்பை மகனிடம் கொடுத்துவிட்டு "பாண்டி நாயை... வசம் பார்த்து ஒரே குத்து..." செல்லம்மாள் வெறுங்கைகளை ஓங்கி குத்திக் காண்பித்தாள்.

இடதுகையிலே வேல்கம்போடு கிளம்பிவிட்டான். வலது காலைச் சுழற்றி சுழற்றிப் போட்டு நடந்தான்.

"எக்குத்தப்பா ஒரு நாயிகூடவா சிக்காமல் போயிடும்?"

தெருவுக்குள் போனபிறகுதான் தெரியுது... அவனவன் ஓடுற ஓட்டம். சரியான இளவட்டங்கள்கூட நாய் பட்டபாடு பட்டுக் கொண்டிருந்தார்கள்!

ஒரு நாயைக் குறிவைத்து ஓடினால், 'முள்ளு, மொடி'ன்னு பார்க்காமல் நாய் தன்னாலே பறக்குது! தப்பிக்க முடியாமல் 'எசகு பிசகா' மாட்டிக்கிட்டால் 'லொப்புன்னு மேலே விழுந்து கடிக்க வருது.

இப்போது இந்த ஊர் நாய்களுக்கு எல்லா மனிதர்களுமே எதிரிகளாகிவிட்டார்கள். எதிர்ப்படுகின்ற யாரையும் நம்ப முடியவில்லை.

அடடா.... இந்த ஊரை, இரவும் பகலும் இந்த நாய்கள் காத்த காவல்! ஊர் எல்லைக்குள் ஒரு அன்னியன் நுழைய முடியுமா? எத்தனை திருடர்களைக் காட்டிக் கொடுத்த நாய்கள்! இனி வால் தேவையில்லை.

இந்த ஊரிலேயே பிறந்து வளர்ந்து, இந்த மனிதர்களையே பழகி விட்டதால், விரட்டி விரட்டிக் கொன்றாலும் ஊர் எல்லையைத் தாண்டி ஓடி எங்காவது போய்ப் பிழைத்துக் கொள்ளாமல், இந்தத் தெருக்களையே சுற்றிச் சுற்றி வந்தன.

மகன் பாண்டி, எப்படியும் பத்து ரூபாயாவது கொண்டுவருவான் என்ற நம்பிக்கையில் அடுப்பெரிக்க காய்ந்த சருகுகளை அள்ளப் போனாள் செல்லம்மாள்.

●

36 மாயழகி

கிழக்கே சாய்ந்த நிலா, கண்மாய்த் தண்ணீரை மினுக்காட்டியது.

புளியமரத்துப் பாதைக்கு நேராக, முழங்கால் அளவு தண்ணீரில் கருப்பையாவும், பாண்டியும் காத்துக் கிடந்தார்கள்.

தண்ணீருக்குள் பதிந்து கிடக்கும் கருவேல முள் 'வதக்' எனக் காலில் ஏறியது.

பொந்துகளில் நீர் ஏறிவிட, சாரைப் பாம்புகளும், நல்ல பூச்சிகளும் கால்களுக்குள் அலைந்தன. வண்டித் தடம் மூழ்கிப் போய்விட்டது.

நேற்றுக்கு முந்தின நாள், கையில் அரிவாளோடு கண்மாய்க்குள் இறங்கியபோது, ரத்தத்தைக் கழுவக்கூட ஒரு சொட்டுத் தண்ணீர் கிடையாது. அன்று இரவு பெய்த மழையில் நெஞ்சளவுக்குப் பெருகிப் போனது.

தொடைக்கு நேராகச் சுழித்து வந்த நீர்ப்பாம்பை, பாண்டி, பிடித்துத் தூக்கி விட்டெறிந்தான்.

"சோலை செத்திருப்பானோ?" கருப்பையா கேட்டான்.

“தெரியலையே?”

“செத்தால் கொலைக் கேஸுதான். கொலைக் கைதியை போலீசு அடிக்காது. இப்பிடி சேறு சகதியிலே, முள்ளு மொடியிலே, பாம்பு பல்லிகளோடட சீரழியறதுக்கு.... ஜெயில்லே நிம்மதியா தூங்கலாம்.”

நாய்களின் ஊளைச்சத்தம் வளைத்து வளைத்துக் கேட்டது. கலகம் நடந்த இரவுகளில் ஊளைச் சத்தம் மிரட்டும்.

தெற்கே கரைமீது, தூர் பெருத்த புளியமரம் கரும்பசப்புக் காட்டி ‘ஆவ்...வ்...’ என நின்றது. கரை இறக்கத்தில் நல்ல தண்ணீர்க் கிணறு தாண்டி ஊர் அடையாளங்கள்.

ஊருக்குக் கிழக்கேகூடி கரை ஏற வந்தால் கையில் அரிவாளோடு நிற்கும் இருளப்பசாமிதான் குலதெய்வம்.

ஒரே வெட்டில் தலை துண்டாக ஓடும் ஆட்டுப்பலி, சிறு பிள்ளைகளுக்குச் சந்தோஷம் தரும்.

கண்மாய்த் தண்ணீருக்குள் நிறைகுலவள்ளியம்மன் கோயில் ஆலமரம். நிலா வெளிச்சத்தில் வானத்திற்கும் பூமிக்குமாய் நின்றது.

இரண்டு நாட்களாக கருப்பையாவுக்கும் பாண்டிக்கும் கண்மாய்க் காட்டுக்குள்தான் இருப்பு. கால் வைக்கும் இடமெல்லாம் செந்தட்டிச் செடி, உடம்பில் உரசியதும் அரிப்புப் புடுங்குது. சொரிந்து மாளவில்லை.

கண்மாய் பெருகியதும், ஒருவகையில் நல்லதாய்ப் போயிற்று. போலீஸ், உள்ளே இறங்கி வராது. திம்மநாதபுரம், வீரமச்சான்பட்டி சுற்றித்தான் வர வேண்டும்.

இரண்டு நாட்களாக வரக் காணோம். வந்தாலும் இந்த முள்ளுப் புதருக்குள் ஓடிப் பிடிக்க முடியாது.

கருப்பையாவும் பாண்டியும் மூட்டுப் பெருத்த இளவட்டங்கள். உத்திக்கு உத்தி வந்தால், எவ்வளவு பெரிய போலீசையும் தலைகீழாகத் தூக்கி அடிக்கிற தாட்டியன்கள். தலை தெறிச்சுப்போகும். துப்பாக்கியாலே சுட்டுத்தான் ரெண்டுபேரையும் பிடிக்கலாம்.

கல்யாணச் சபை கூடிக் கிடந்தது.

பெண்கள், அள்ளிமுடிந்த கோடாலிக் கொண்டையோடு, மச்சான்மார், கொழுந்தன்மார்களை ஜாடைமாடையாகப் பார்த்து, தோளுக்குத் தொங்கும் காதுத் தண்டட்டி குலுங்க சிரித்துத் திரிந்தார்கள்.

சோள நாத்துப் படப்பு ஓரம், கேன் சாராயம் அழிந்து கொண்டிருந்தது. எளவட்டங்கள், படப்படிக்கு மாறி மாறிப் போய் வந்தார்கள்.

தென்னந்தட்டிப் பந்தல், வாசலில் ரெண்டு வாழை. மேலக் கடைசியில் ஒரு பெஞ்சுப் பலகை. ஜமுக்காள விரிப்பு.

பட்டு வேட்டி, பட்டுச் சட்டை, கழுத்திலே செவ்வந்திப்பூ மாலையோடு கிழக்கே பார்த்து கருப்பையா உட்கார்ந்திருந்தான்.

பட்டுக்கட்டி, முகச்சவரம் பண்ணி, மீசை ஒதுக்கி 'திடீர்' அழகோடு இருந்தான். ஆளு கருப்புதான். கழுத்திலே வடத்தோடு சிலுப்பிக்கொண்டு நிற்கும் எருதுகட்டுக் காளையின் ஜாடை.

தங்கச்சி மாயழகியை, கருப்பையாவுக்குத்தான் கொடுக்க வேண்டும் என ஒத்தக்காலில் நின்றவன் பாண்டிதான். ஒரே தங்கச்சி.

மாயழகியை அழைத்துக் கொண்டு வந்து கருப்பையாவுக்கு வலது பக்கம் உட்காரவைத்தார்கள். வெள்ளரிப் பிஞ்சுபோல் முறுக்கி விட்ட மேனிக்கட்டு, உளி உளியாய் மூக்கும் முழியும்.

குடிமகன் சங்கு ஊதினான். பெண்கள் குலவை போட்டார்கள். எளவட்டங்கள் கை தட்டினார்கள். கருப்பையா தாலி கட்டினான்.

தாலிக்கு கழுத்தைக் கொடுத்தபோது, ஆல விழுது ஊஞ்சலில் ஏறி ஆடும் பரவசம்.

சித்திரை வருடப் பிறப்பன்று மச்சான்மார், கொழுந்தன்மாருக்கு ஆரத்தி எடுக்க, குமரிப் பெண்கள் தெருத்தெருவாய் விரட்டித் திரிந்தார்கள். கெலித்துக் கெலித்து ஓடிய கருப்பையா, மாயழகிக்கு முன்னால் குனிந்து ஆரத்தியை நெற்றியில் வாங்கினான். சாராயம் குடிக்க வைத்திருந்த சில்லறையை எல்லாம் ஆரத்தித் தட்டில் அள்ளிப் போட்டான். மாயழகி, நிமிர்ந்து பார்த்து, உதட்டோரம் சிரித்து, தெரு நெடுக ஓட்டமெடுத்தாள். 'குப்' எனத் தூக்கிய பாவாடை நிறைய தெருப்புழுதி அடைந்தது.

இருளாண்டித் தேவர், "பொண்ணு மாப்பிள்ளையை வீட்டுக்குள்ளே கூட்டிட்டுப் போயி பாலு பழம் கொடுங்கம்மா" பெண்களைத் தூண்டினார்.

மாலைக் கழுத்தோடு எழுந்த பொண்ணு மாப்பிள்ளையை அணைந்து ஏழெட்டு எளவட்டங்கள் வந்தார்கள். பெண்களின் குலவைச் சத்தத்தோடு மாயழகியும் கருப்பையாவும் குனிந்து தலை வாசலில் நுழைந்ததும், கருப்பையாவின் முதுகில் 'மொத்...மொத்' என அடி விழுந்தது.

புது மாப்பிள்ளையின் மைத்துனன்மார் அடிக்கிற 'நலுங்கடி'.

நக்கலும் கேலியுமாய்ச் சிரித்தார்கள்.

கருப்பையா சிரித்துக்கொண்டே அடி வாங்கினான். ஒரு அடி மட்டும். பின் கழுத்தில் 'ஓங்கி' விழுந்தது.

திரும்பவும் 'மொத்...மொத்' என அடி விழுந்தது. எல்லோரும் சிரித்தார்கள்.

கொண்டை நரம்பு தெறிச்சுபோகிறமாதிரி, பிடறியில் ஓங்கி 'அந்தக்' குத்து விழுந்தது.

தலையைச் சிலுப்பித் திரும்பினான்.

சோலை, பல்லை இளித்தான். சோலை, கருப்பையாவுக்குத் தம்பி முறை. மச்சினன்மார்தான் 'நலுங்கடி' அடிப்பார்கள். இவன் ஏன் குத்துறான்?

சோலைக்கும், மாயழகி 'முறைப்பொண்ணு'.

மாயழகி களை எடுக்கிற வயற்காடு, குளிக்கிற ஊரணிக்கரையெல்லாம் நாக்குத் தொங்க சோலை அலைவது பாண்டிக்குத் தெரியும்.

"பங்காளியை அடிக்கிறியேடா... முறைகெட்ட தாயோளி"

பாண்டி, ஓடிவந்து சோலையின் மூக்கில் குத்தி விழுத்தாட்டினான்.

அடுத்த வீடு, சோலையின் வீடு. எழுந்து ஓடிப்போய் வேல்கம்பைத் தூக்கிக்கொண்டு ஓடி வந்தான். இடுப்பிலே வேட்டி இல்லை.

மூக்குத் துவாரத்தில் ரத்தம் இறங்கியது.

"கலகத்தை இழுத்துட்டான்ங்களே... குடிகாரப் பயலுக!"

ஆணும் பொண்ணும் ஊடே விழுந்து மறித்தது.

சோலை கத்தினான், "டேய்...! கூடப் பொறந்தவளை கூட்டிக் கொடுத்த தாயோளி...!"

மாயழகி மலங்க மலங்க முழித்தாள்.

கருப்பையா, தாழ்வாரத்தில் சொருகி இருந்த அரிவாளை எடுத்தான். கூட்டத்தை விலக்கி ஓடி, சோலையின் கழுத்தில் வெட்டினான்.

மறுவெட்டு வெட்ட சனம் விடவில்லை.

சோலையின் தகப்பனார் வேட்டியைத் தார்பாய்ச்சிக் கட்டிக்கொண்டு வேல்கம்போடு குதித்தார்.

இருளாண்டித் தேவர் ஊடே விழுந்து விலக்கித் தள்ளினார்.

"யாருக்கு யாருடா கோட்டிப் பயலுகளா? ஒன்னுக்குள்ளே ஒன்னு... ஒரே கொடிவழி..."

சோலை விழுந்துகிடந்தான். ரத்தம் வெளியேறிக் கொண்டிருந்தது. வண்டியைப் பூட்டி, ஆஸ்பத்திரிக்குத் தூக்கினார்கள்.

கையில் அரிவாளோடு கருப்பையாவும், பாண்டியும் கண்மாய்க்குள் இறங்கினார்கள்.

ரெண்டு ராத்திரி, ஒரு பகல் பொழுதுக்கும் இரை கிடையாது. பட்டினி கிடந்தார்கள்.

இன்று காலையிலே ஒரு யோசனை தட்டுப்பட்டது. வடக்கே, காலாங்கரை தாண்டி நடந்தால் வாழவந்தாள்புரம். மீனா அத்தை இருக்கு. பாசக்காரப் பொம்பளை.

கருப்பையாவையும், பாண்டியையும் பார்த்துவிட்டு மீனா அத்தைக்குக் காலும் ஓடலே... கையும் ஓடலே. கோழி அடிச்சு சோறு போட்டது. சாப்பிட்டு முடித்ததும் கருப்பையாவின் கழுத்தைக் கட்டிப்பிடித்து ஒப்பாரி வைத்தது.

'வண்டாடும் பூ தவிக்க

வனவாசம் போனவனே...!

பொண்டாட்டி முகத்தை ஒரு

பொழுதிருந்து பாக்கலையே...!'

மூக்கைச் சிந்தி சேலையில் துடைத்தது. பாண்டிக்கு 'சுருக்' என்றது.

'தங்கச்சி மாயழகி, சின்னப்பொண்ணு, தாலிகட்டு முடிந்து, சாதி வழக்கப்படி பொண்ணும் மாப்பிள்ளையும் வீட்டுக்குள்ளே போயிப் பாலு பழம்கூடத் திங்கலே. அன்னம், தண்ணி இல்லாமல்...நாவுக்கு ருசியா நல்லது கெட்டது அறியாமல்... ஒரு புது மாப்பிள்ளை இப்பிடிக் கெடக்குறானே!'

"அய்த்தே...! நாங்க ரெண்டுபேரும் பெருநாழி கம்மாக் காட்டுக்குள்ளதான் ஒளிஞ்சு கெடக்கோம். நீங்க ஊருக்குப் போயி... எங்க ஆத்தாகிட்டே சொல்லுங்க... இன்னிக்கு ராத்திரி சோறு குழம்பு ஆக்கி எடுத்துக்கிட்டு, புளியமரத்துப் பாதைக்கு நேரா எறங்கி வரச் சொல்லுங்க."

"சொல்றேன்ப்பூ... கட்டாயம் வரச்சொல்றேன்"

நிலா உச்சிக்கு நகர்ந்துகொண்டிருந்தது.

புளியமரத்துப் பாதைக்கு நேராக கண்மாய்த் தண்ணீருக்குள் ஆள் இறங்கியது. ரெண்டு பொம்பளை. ஒரு ஆம்பளை.

துணிமணி நனைய, கழுத்துத் தண்ணீருக்குள் இறங்கி வந்தார்கள். தலையில் சோத்துச் சட்டி. நெருங்க நெருங்க ஆள் அடையாளம்

தெரிந்தது. மீனா அத்தை, பாண்டியின் தகப்பனார் வெள்ளையத்தேவன், மாயழகி. முழுக்க நனைந்திருந்தார்கள்.

மேட்டுப் புஞ்சையில் ஈரம் காய்ந்திருந்தது.

மாயழகியும் மீனா அத்தையும் சோறு, குழம்பை இறக்கினார்கள்.

வெள்ளையத்தேவன் கட்கத்தில் இடுக்கியிருந்த புது ஜமுக்காளம், புது தலையணையை பருத்திச் செடிகளை விலக்கி கீழே வைத்தார்.

தூக்குச் சட்டியில் கோழிக் குழம்பு, அவிச்ச முட்டை.

"சோலைக்குக் காயம் எப்பிடி இருக்கு?"

"இன்னைக்கு மத்தியானம் செத்துப்போனான். பொணம் ஊருக்கு வந்திருச்சு." வெள்ளையத்தேவன் தோளில்கிடந்த துண்டால் வாயைப் பொத்திக்கொண்டார்.

மாயழகி குத்துக்கால் வைத்து அழுதாள்.

மீனா அத்தைக்கு மாலை மாலையாய்க் கண்ணீர் ஓடியது.

பாண்டி, கருப்பையாவின் இடதுதோளை இறுகப் பற்றினான்.

கருப்பையா, உச்சி நிலாவைப் பார்த்தான். மாயழகியின் தலை நிறைய மல்லிகைப் பூ. பூவாசம், முட்டைகளை அடைகாக்கும் நல்ல பாம்பின் ஞாபகம் தந்தது.

ஆலமரத்துப் பறவைகளின் சத்தம் அடங்கிக் கொண்டிருந்தது. நாயின் ஊளை நின்றுபோனது.

மீனா அத்தை, ஜமுக்காளம், தலையணையை இடுக்கிக்கொண்டு கட்டக்குமார்த் தேவர் வகையறா மயானத்துப்பக்கம் போனது. புதைகுழி மேடுகள் காய்ந்து கிடந்தன.

அண்ணனுக்கும் புருசனுக்கும் மாயழகி சோறு போட்டாள். கருப்பையாவுக்குச் சோறு இறங்கவில்லை. நுனி விரலால் பிசைந்து கொண்டிருந்தான்.

"நீங்க ரெண்டுபேரும், நாளைக் காலையிலே மதுரை கோர்ட்டுல ஆஜராகணும்" வெள்ளையத்தேவன் தலை கவிழ்ந்துகொண்டே சொன்னார்.

மாயழகி கேவி அழுதாள்.

மீனா அத்தை, புதைகுழி மேடுகளுக்கு இடையில், கம்பந்தட்டையை உதறிப் போட்டு, உளுந்தஞ் செடியைப் பரப்பி, ஜமுக்காளம் விரித்தது. புதுத் தலையணையை வைத்து, தடவிக் கொடுத்துவிட்டுத் திரும்பி வந்தது.

கருப்பையா கைகளை உதறி எழுந்தான். மீனா அத்தை, மாயழகியைத் தொட்டுத் தூக்கி, உச்சி மோந்து முத்தமிட்டது.

"மாயழகி... உன் புருசனோட போ தாயி..." அணைவாய் தோளைத் தொட்டுத் தள்ளியது.

நிலா வெளிச்சத்தில் காலடி பார்த்து, புருசனுக்குப் பின்னால் மாயழகி நடந்தாள்.

ரெண்டு புஞ்சை தாண்டினால் மயானம். ரெண்டு புஞ்சையிலும் கம்பந்தட்டை கருப்பையாவின் மூக்கு நிறைய மல்லிகை வாசனை.

வெள்ளைத்தேவனும் பாண்டியும் மீனா அத்தையும் மேட்டுப் புஞ்சையில் குத்துக்கால் வைத்து உட்கார்ந்திருந்தார்கள்.

ரெண்டாவது புஞ்சை கம்பந்தட்டைகள் 'சடசட' வென நொறுங்கி ஓடிபடும் சத்தம் கேட்டது.

மாயழகிக்கும் கருப்பையாவுக்கும் விடிய விடிய உறக்கமில்லை.

பொழுது விடிய, நிறைகுல வள்ளியம்மன் கோயில் ஆலமரத்துக் காக்காய் குருவிகள் கத்த ஆரம்பித்தன.

மீனா அத்தைக்கு முழிப்புத் தட்டி எழுந்து, மயானத்துப் பக்கம் பார்த்தது. புதைகுழி மேடுகளுக்கு இடையில் கருப்பையாவும் மாயழகியும் துணி விலகிக் கிடந்தார்கள்.

நெஞ்சு குளிர பார்வையை விலக்கி, வீரமச்சான்பட்டி வண்டிப் பாதையைப் பார்த்தது.

"ஆத்தாடி.... போலீசு வருதே!" பருத்திச் செடிகளுக்குள் பதுங்கியது.

வெள்ளையத் தேவனுக்கும், பாண்டிக்கும் 'கெதக்' என்றது.

"மாயழகியும் கருப்பையாவும் அலங்கோலமாய்க் கெடக்குறாங்க! போலீசு கையிலே பிடிபட்டா... பெருங்கேவலம். நம்ம மூணு பேரும் ஆளுக்கு ஒரு தெசையிலே ஓடுவோம். பிள்ளைக ரெண்டும் தப்பிக்கட்டும்."

தலைமயிரை அள்ளி முடிந்துகொண்டு, மீனா அத்தை மேற்கே ஓடக் கிளம்பியது.

வெள்ளயைத்தேவன், நிறைகுலவள்ளி அம்மன் கோயிலை நோக்கி ஓடினார்.

பாண்டி, கடைக்கொம்புப் பக்கம் ஓட்டமெடுத்தான்.

துப்பாக்கிப் போலீஸ், ஆளுக்கு இருவராய்ப் பிரிந்து விரட்டிப் போனார்கள்.

கருப்பையாவின் வலதுதோளில், மாயழகி கன்னம் சாய்த்திருந்தாள். உடைபட்ட கோயில் தேங்காய்போல் உதடுகள் விரிந்திருந்தன.

ஓட முடியாத தொந்தி ஏட்டையா பார்வையைச் சுழற்றினார். புதைகுழி இடைவெளியைக் கண்டதும் துப்பாக்கியோடு நாலு எட்டு வைத்தார். கம்பந்தட்டைகள் நொறுங்கின.

மாயழகியும் கருப்பையாவும் பதறி எழுந்தார்கள். கைகோர்த்தவாறு தெற்கே ஓடி, நிறை பெருக்காய் கிடக்கும் கண்மாய்த் தண்ணீருக்குள் பாய்ந்தார்கள்.

●

37 யானை... யானை...

“டேய்...ய்... நம்ம ஊருக்கு யானை வந்திருக்குடோய்...”

இடுப்பைவிட்டு நழுவும் டவுசரை ஒரு கையால் இறுக்கிப் பிடித்துக்கொண்டு, எல்லையைத் தொடப்போகும் ஓட்டப் பந்தயக்காரனாய், நூல் பிடித்தாற்போல் தெருவில் கூவிக்கொண்டே ஓடினான் ‘கள்ளாப்பருந்து’.

ஊருக்கு யானை வந்திருக்கும் செய்தி, தனக்கு முதலில் தெரிந்து விட்ட சந்தோசமும், தன் கூட்டாளிகளுக்கும் தெரியவேண்டுமென்ற ஆர்வமும் மேலிட, தெரு நெடுக கத்திக்கொண்டே ஓடினான்.

கஞ்சித் தட்டில் நெல்லுப் பருக்கைகளை அலசிக் கொண்டிருந்த நரிவேலு, “யானை வந்திருக்கா?” எழுந்த வேகத்தில், கால்பட்டு, கஞ்சித்தட்டு சிதறியது.

“ஊரிலே யானை வந்தா உனக்கென்ன? ஒழுங்கா கஞ்சியைக் குடிச்சிட்டு, எங்கிட்டும் பரதேசம் போயேன்...!” தாயார் கையைத் திரட்டி முதுகில் ‘பொத்’ தென ஒரு போடு

போட்டாள். அதெல்லாம் உறைக்கவில்லை. வாசலைத் தாண்டி, கள்ளாப்பருந்தின் தடம் பார்த்து ஓடினான்.

"டேய்... யானை வந்திருக்குடோய்..."

வாங்கித் திங்க, ஆத்தாவிடம் காசு கேட்டு அடம்பிடித்துக் கொண்டிருந்த பாண்டி, "யானை வந்திருக்கா" காசு வாங்காமலே வெளியேறி ஓட்டமெடுத்தான்.

"யானை வந்திருக்காம்டோய்"

எப்பவும் பெருநாழிக்கு யானை வந்தால், முனியசாமி கோயில் வேப்பமரத்தடியில்தான் நிற்கும்.

காலில் கனத்த சங்கிலி போட்டு, வேப்பமரத் தூரோடு சேர்த்துக் கட்டியிருந்தார்கள். சீராக ஆடும் ஊஞ்சல்போல் யானை அசைந்து கொண்டே இருந்தது.

திருச்சுழி பூமிநாதன்கோயில் யானை எப்பவாவது 'திடுதிப்' பென பெருநாழிக்கு வரும். ஒரு நாள், ரெண்டு நாள் தங்கும்.

இந்த யானை ரொம்பக்காலமா வருது. பாகன் குள்ளமா ஒல்லியா இருப்பார். வெள்ளை லாங்கிளாத் ஜிப்பா. வாய் நிறைய வெற்றிலைக் குதப்பல். யானையின் கால்களுக்கிடையில் குனியாமல் நடப்பார். மீசை மட்டும் பெரிசா இருக்கும். கையிலே அங்குசத்தை வைத்துக் கொண்டு "ஹேய்... ய்... ரா" என்று ஒரு சத்தம் கொடுத்தால், அவ்வளவு பெரிய யானை கிடு கிடுன்னு முன்னேபின்னே மறுகும்!

ஊருக்கு யானை வந்தால், பாகனுக்கு எடுபிடி, அய்யரப்பன்தான். அய்யரப்பன் இந்த ஊர்க்காரன்தான். என்னமோ... பாகனுக்கும் அவனுக்கும் பிடிச்சுபோச்சு, ஊரைவிட்டு யானை போகிறவரை கூடவே இருப்பான்.

வேப்பமரத்தைச் சுற்றி செத்தையும், செதிலுமாகப் புல் மண்டிக் கிடந்தது.

சிறுவர்களுக்குள் உட்கார இடம் பிடிப்பதில் தகராறு. கூட்டத்தில் எவ்வளவுதான் இடித்துப் பின்னுக்குத் தள்ளினாலும் யானை தெரிந்தது.

"யானை எத்தனை நாளைக்கு நம்ம ஊர்லே இருக்கும்?" அய்யரப்பனின் வேட்டியைப் பிடித்து இழுத்துக்கொண்டே கேட்டான் கள்ளாப்பருந்து.

"போடே.... அங்கிட்டு" நுனி விரல்களால் மண்டையில் ஒரு தட்டுத் தட்டினான். யானை போகிறவரை அய்யரப்பனுக்குக் கிராக்கிதான்.

யானைக்கு முன்னால் கரும்புத் தோகை, சக்கரை வள்ளிக்கிழங்குக் கொடிகள் குவிந்திருந்தன. எல்லாம் அய்யரப்பன் ஏற்பாடு. துதிக்கை

நுனியால் எடுத்துச் சுருட்டி, கால்களில் இப்படி ஒரு தட்டு, அப்படி ஒரு தட்டுத் தட்டிவிட்டு 'லபக்' கென வாயில் செருகிக்கொள்ளும் லாவகத்தை இமைக்காமல் பார்த்துக் கொண்டிருக்கலாம். இரையை வாயில் செருகும்போது, ஒரு சொக்கலோடு லேசாகக் கண்களை மூடும். பிள்ளையார் கோயில் சங்குமாதிரி வாய், உடைமர முள்ளு மாதிரி தந்தம்.

திருவிழாக் கூட்டம்போல் பெரியவர்களும் கூடிவிட்டனர்.

ஐஸ்காரனுக்கு மும்முரமான 'யாவாரம்'.

யானை, யாரையும் சட்டை செய்யவில்லை. பாகனை மட்டும் கடைக்கண்ணால் நோட்டம் பார்த்தபடியே பின்னங்கால்களை அகற்றியது. தகரத் கொட்டகையிலே கோடைமழை பெய்வது மாதிரி சத்தம். 'பெருநீர்' கழித்தது.

"சட... சட'ன்னு பைப்பு மாதிரி அடிக்குதுடோய்....!"

பையன்களுக்கு மனசு நனைந்த சந்தோசம்.

"பொட்டை யானை, பேரு மீனாட்சி" பெரியவர்களுக்கு மாத்திரம் விபரம் சொல்லிக் கொண்டிருந்தான் அய்யரப்பன்.

சிறுவர்கள் கன்னத்தில் கை வைத்தபடி,

"யானைதான் பிள்ளையார் சாமி"

"யானைச் சாணியை மிதிச்சா நோயே அண்டாது"

"கால்லே பித்த வெடிப்பு இருந்தா உடனே ஆறிடும்"

"யானை வால் ரோமத்தைக் கையிலே கட்டிக்கிட்டால், வீரம் தன்னாலே வரும்!"

ஆளுக்கு ஆள் விபரம் சொன்னார்கள்.

"அடேய்... பாண்டி..." அண்ணன் கூப்பிட்டான்.

பாண்டிக்குக் காது கேட்கவில்லை.

பதில் பேசாமல் யானையையே பார்த்துக் கொண்டிருந்தான்.

"ஹேய்... ய்... ரா" பாகன் அதட்டினார்.

"யானைக்குன்னு தனி பாஷை இருக்கு. நமக்கெல்லாம் தெரியாதுப்பா..."

"ஹேய்... ய்... ரா" வயிற்றுக்குள் நுழைந்து மறுபுறம் வந்தார்.

'உவ்... வஹ்... ஹ்... ஹாய்...' யானை சின்னதாய்க் கத்தியது.

'யானை பிளிறும்' என்று பாடத்தில் படித்த ஞாபகம்.

கால் சங்கிலியை அவிழ்த்தார்.

"டேய்... யானை தண்ணி குடிக்கப் போகுதுடோய்..."

டவுசரின் பின்புறத்தில் தூசியைத் தட்டிவிட்டு, குதி போட்டுக் கிளம்பினார்கள்.

'டைய்ய்... ங்... டைய்ய்... ங்...'

ஹே... ஹே... வென, கூட்டம் பின்னல் திரண்டு போனது.

அய்யரப்பனுக்குப் பையன்களை விரட்டி முடியலே!

போகிறவழியில் பள்ளிக்கூடம் பூட்டிக் கிடந்தது. உள்ளூர் விடுமுறை.

சுப்பிரமணியர் கோவில் முக்கிலே போயி, நல்லதண்ணிக் கிணத்துக்கு நேராக யானை திரும்பியது.

பையன்கள் குறுக்கே, கருவேல முள்ளுக்குள்ளே நுழைந்து, ரத்தமாகி, நொண்டி வந்து, யானை வரும் பாதையில் எதிர்கொண்டு நின்றார்கள். முள்ளுக்குள் நுழையறதிலே சண்டை. யானை நடந்து வர்றதை முன்னே நின்று பார்க்கணுமாம்.

'டைய்ய்... ங்... டைய்ய... ங்...'

அய்யரப்பன் நல்லதண்ணீர் கிணற்றுச் சுவர்மேல் ஏறி, கையில் வாளியோடு தயாராய் நின்றான்.

கிணற்றுச் சுவரோரம் யானை வந்து நின்றது. அய்யரப்பன் தண்ணியை இறைப்பான். ஊற்றுவதற்கு ஏதுவாய் துதிக்கையை வளைத்து ஏந்தும்.

"டேய்... ஒரு வாளித் தண்ணியை ஒரே வாயிலே ஊத்துதுடோய்...!"

பக்கத்திலுள்ளவன் ஒரு கிள்ளு கிள்ளினான். பெண்கள் அவசர அவசரமாக அடுப்புச் சோலியை முடித்துவிட்டு, முனியசாமி கோயிலில் வந்து கூடிக் கிடந்தனர்.

"ஹேய்... ய்... ரா..."

"யானை எங்கடா போகுது?"

கண்மாய்க் கரையேறியது.

"பெரிய கம்மாய்க்குக் குளிக்கப் போகுதுடா...!"

சிறுவர்களுக்குக் கஞ்சி ஞாபகமே இல்லை.

யானை நின்றது. வாலைத் தூக்கிச் சாணமிட்டது. வயிற்றுக்குள்ளேயே அச்சில் வார்த்து வெளிவருவதைப்போல், உருண்டை உருண்டையாய் வெளியில் வந்து 'தொப்பு தொப்பு' என விழுந்தன.

முண்டியடித்தார்கள்.

"யானை விட்டையை மிதிக்கக் கொடுத்து வைச்சுருக்கணும். கிட்டே போனால் பின்னங்காலால் எத்தினாலும் எத்தும். பயமாயிருக்கு. இருந்தாலும் எல்லாருக்கும் முந்தி மிதிக்கணுமே!"

'டைய்... ய்ங்' நகன்றது.

பெரியவர்களும் பாய்ந்தார்கள்.

'சதக்கு, புதக்கு' 'சதக்கு, புதக்கு' மிதித்து நகட்டிவிட்டார்கள்.

ஓரத்தில் நின்ற நோஞ்சான்கள், கடைசியாய் ஏறி, பாதங்குளிர மிதித்தார்கள். 'நமக்கும் நோய் வரக்கூடாது' என்கிற விருப்பம்.

யானை கண்மாய்த் தண்ணீருக்குள் இறங்கியது.

வேரில் ரம்பம் போட்டு அறுக்கவும், உடைமரம் சாய்வதுபோல், கால்களை மடக்கி யானை சாய்ந்தது.

'க்ளக்... க்ளக்' கண்மாய்க் கரை முழுக்க அலையடித்தது. தும்பிக்கையால் நீரை உறிஞ்சி, உடம்பில் எறிந்து எறிந்து குளித்தது.

பையன்களுக்கு, தீபாவளிக்குப் புதுச்சட்டை போட்டு, வெடி வெடிக்கிற சந்தோசம்.

"ஹேய்... ய்... ரா..."

'டைய்ய்... ங்... டைய்ய்... ங்' கரை ஏறியது.

குளித்த உற்சாகம், வேகமாய் நடந்தது.

"இதென்ன...! யானை அருப்புக்கோட்டை ரோட்டிலே போகுது!"

"யானை எங்கடா போகுது?"

"அய்யரப்பன்ணே... யானை எங்க போகுது?" கெஞ்சினார்கள்.

"திருச்சுழி போகுதுடா"

அருப்புக்கோட்டை ரோட்டுப் பக்கம் மணிச்சத்தம் கேட்கவும், முனியசாமி கோவிலில் எதிர்பார்த்துக் கூடிக்கிடந்த பெண்களெல்லாம் வாரியடித்துக் கொண்டு ஓடி வந்தார்கள்.

யானையின் பின்புறம்தான் தெரிந்தது.

"ஏன் உடனே போகுதுண்ணே? எப்பவும் கடைத்தெருவிலே வந்து வாழைப்பழம், தேங்காய் வாங்கும்... தெருக்காட்டிலே வந்து... சின்னப்பிள்ளைகளை முதுகுமேல ஏத்தி, முகத்திலே தண்ணி அடிச்சுக் காசு வாங்கும்... இப்ப ஏன்...?"

அய்யரப்பனுக்கும் பேச்சு வரலே.

‘டைய்ய்.. ங்... டைய்ய்... ங்...’

பின்னாலே ஓடினார்கள்.

பிள்ளையார் கோயிலோடு பெண்கள் நின்றுகொண்டார்கள்.

பெரிய பாலத்தோடு பெரியவர்கள் நின்றுகொண்டார்கள்.

சிறுவர்கள், திம்மநாதபுரம் வரை யானைக்குப் பின்னாலேயே ஓடினார்கள்.

இதற்குமேல் போக முடியாது.

தீபாவளி முடிகிற சோகம். தன்னை மட்டும் வீட்டில் விட்டு விட்டு, எல்லோரும் திருவிழாவுக்குப் போகிற கோபம்.

“ஹேய்... ய்... ரா... ஹேய்... ய்... ரா”

‘டைய்ய்... ங்... டைய்ய்... ங்...’

கள்ளாப்பருந்து கத்தினான்;

“டேய்... யானைக்காரா... குட்டைப்பயலே...!”

இனிமேல் யானை எப்போ வரும்?

●

38

வேட்டை

நிலா, தண்ணீராய் இறங்கிக் கொண்டிருந்தது.

பூமி குளிர்ந்து கிடந்தது.

சமஞ்ச குமரிகள், ரெட்டைக்குடம் போட்டு ஊரணிக்கும் வீட்டுக்குமாகத் தண்ணீர் சுமந்தார்கள். தலையில் ஒன்னு, இடுப்பில் ஒன்னு.

மாட்டுக்கும் மனுசருக்கும் ஊரணித் தண்ணீர்தான்.

ஆலமரத்து காக்கா, குருவிகள் 'காச்... பூச்' எனக் கத்தின.

ரெட்டைக் குடங்களோடு தரை அதிர 'ணங்...ணங்' என நடந்து போனார்கள்.

நித்தமும் இறைச்சி திங்கிற ஊரு. இறுகித் திரண்ட மேனிக்கட்டு, மச்சான், கொளுந்தன்மார்களை வழியில் கண்டால், இடுப்புக் குடத்தில் ஒரு கை தண்ணீரை அள்ளி முகத்தில் அடித்து விட்டுப் போகிற கொழுப்பு. மனசு கிறங்கிப்போகும் முறைக்கார எளவட்டங்கள், "கிடேறி துள்ளுதே என்னவாம்!

கெணத்துப் பக்கம் தூக்கிட்டுப் போகணுமா?" என்பார்கள். எல்லாம் பேச்சுக்குத்தான். ஒன்னும் நடக்காது. அண்ணன் தம்பிக்குத் தெரிஞ் சா அறுத்துப் போட்டுருவான்ங்க என்கிற பயம்.

பொழுது விடிய நேரம் கிடந்தது. ஊரணித் தண்ணீர் வெதுவெதுப்பாய் இருந்தது.

மார்புக்குமேல் பாவாடையை தூக்கிக்கொண்டு குமரிகள் குளியலாடினார்கள்.

மதினிமார், கொளுந்தியாள்மார்கள் முங்கு நீச்சலில் போய் ஒருவர் நெஞ்சை ஒருவர் கிள்ளி விளையாடினார்கள். மச்சான், கொளுந்தன் கிள்ளுகிற சுகமாய் உணர்ந்து, பொய்க்கோபம் கொண்டார்கள்.

"சும்மா இருங்க மதினி, வலிக்குது" வயதில் மூத்த பெண்கள் சத்தம் போட்டார்கள்.

"அடியே... கட்டப்போறவனுக்கு மிச்சம் வையுங்கடீ..."

கரை ஏற மனசில்லாமல் மறுபடியும் முங்கு நீச்சலாடி கிள்ளித் திரிந்தார்கள்.

ஆம்பளைகள் ஊர் திரும்புகிற நேரம்.

ஓடுவதற்கு வாகாக வேட்டியை தார்ப்பாய்ச்சி கட்டி இருந்தார்கள்.

வண்டித் தடத்தை ஊடே விட்டு, முகத்தில் அடிக்கும் முள்ளுக் காடு. முள் அடைக்காத இடங்களில், மேற்கே சாய்த்த நிலா தடம் காட்டியது.

ஓடிவந்த தூரம் நாலு மைலுக்குக் குறையாது.

முழங்கால்வரை முள் அடித்த ரத்த விளாறுகள்.

வண்டிப் பாதை, ஓடைக்குள் இறங்கியது.

ஓடையில் பெருவெட்டு மணற்சாரி. நறநறவெனச் செருப்புச் சத்தம்.

ஓடைதான் ஊர் எல்லை. எல்லையைத் தொடும்வரை யாரும் மூச்சுக் காட்ட மாட்டார்கள்.

குளிர்ந்த நேரத்தில் தும்மல் போட்டால்கூட காரியம் கெட்டுப் போகும். அப்புறம் கலகம்தான்.

"கலகம் வரத்தான் செய்யும். அதுக்காகப் போற எடமெல்லாம் கலகம் பண்ண முடியுமா? ஒரு கலகம்னாலும் உருப்படியா ரெண்டு பேரை வெட்டிச் சாய்க்கணும். அப்போதான் சுத்துப்பட்டிக்காரன் பயப்படுவான். இல்லேன்னா எவனும் மதிக்க மாட்டான். பொழப்புக் கெட்டுப் போகும்."

மூத்தவர் சொல்லு 'மந்திரம்' மாதிரி.

ஓடையின் எதிர்க்கரை முள்ளுப்புதருக்குள் இருந்து ஒரு நரி ஊளையிட்டபடி தெற்கே ஓடியது.

"இந்த நரி தெனமும் விளையாட்டுக் காட்டுது. ஒரு நாளைக்குக் கறி போடணும்."

"நரிக்கறி நல்லாவா இருக்கும்?"

"நல்லா இருக்குமாவா? கிடைக்கணுமே!"

"நோய் அண்டாது. இந்திரியம் ஊறும்."

"அப்போ நாளை ராத்திரி, முன்னே ஓடவிட்டு பின்னங்காலைப் பார்த்து அருவாளை வீசிற வேண்டியதுதான்."

கருந்திரேகங்களில் நிலா வெளிச்சம்பட்டு வியர்வை பளபளத்தது.

மூத்தவர் ஒருத்தர்தான் மாநிறம். ஆறடிக்குமேல் உயரம். கீழ் உதட்டோடு தாடையில் வெட்டுப்பட்ட தழும்பு. ஒரு கலகத்திலே வேல்கம்பு வெட்டு விழுந்து, முன்னத்திப் பற்களில் ரெண்டு தங்கக் கட்டுப்பல்.

ஓடை ஏறினார்கள். மறுபடியும் முள்ளுக் குவியல். தோள் சுமை கனத்து வலித்தது. வலதுகை வேல்கம்பால் முள்ளை விலக்கி விட்டபடி நடந்தார்கள்.

ஊர் நெருங்க நெருங்க, முள்கிழித்த கால் கடுகடுப்பும், தோள் சுமையும் தெரியலே.

வண்டித் தடத்து புழுதி கிளம்பி நாசியை அடைத்தது.

கிண்டலும் கேலியுமாய் நடந்தார்கள்.

ஊர் முகப்பில் ஒத்தப் புளியமரம். நிலா வெளிச்சத்தில் வானத்துக்கும் பூமிக்குமாக நின்றது. ஒத்தப் புளி தட்டுப்பட்டு விட்டாலே வீட்டுக்குள் நுழைந்தமாதிரி, சிரித்துப் பேசலாம். இளவட்டங்கள் துள்ளல் போடுவார்கள். பாட்டு கிளம்பும். புழுதி புரள 'லொங்கு, லொங்கு' என ஓடக் கிளம்புவார்கள்.

மூத்தவர் சத்தங்காட்டாமல் முன்னே நடந்தார். நெஞ்சுக்குள் ஏதோ உறுத்திக்கொண்டே வந்தது. ஏதோ ஒன்னு. ஞாபகப்படலே.

மூக்கு நுனி வியர்வைச் சொட்டை உதறிவிட்டபடி நடந்தார்.

ஊர் நாய்கள் குரைத்தன. வீட்டுக்கு வீடு ஒரு நாய் கிடக்கும். வீட்டு ஆட்கள் ஊர் திரும்புகிற நேரம் நாய்களுக்குத் தெரியும்.

வேல ராமமூர்த்தி

ஊருக்குள் கேட்கும் நாய்ச் சத்தம், பொண்டாட்டி பிள்ளைகளின் சத்தம்போல் இருக்க, குதியாளம் போட்டபடி நடந்தார்கள்.

ஊரணிக் கரை நெடுக பெரும் பெரும் மரங்கள் நின்றன. கரையை வளைத்து மேற்கே சரிந்தவாக்கில் நெளிந்த வண்டிப்பாதை நிறைய இருட்டு, ஊடு நிலா வெளிச்சம் காட்டியது.

நாய்கள் குழைந்துகொண்டு ஓடிவந்தன. அந்தந்த வீட்டு ஆம்பளைகள்மீது எக்குப் போட்டு நக்கின.

தோளில் தலை தொங்கிக்கிடந்த கிடாய்களின் முகங்களையும் நக்கி ஈரப்படுத்தின.

கொம்பூதி கிராமம் நாற்பது தலைக்கட்டுகள் உள்ள ஊர். வண்ணான், குடிமகன் போக மற்ற எல்லாரும் ஒரே கொடிவழிச் சனங்கள். எல்லாமே கூரை வீடுகள்.

மூத்தவர் வீடு ஒன்னுதான் ஓட்டுக் கொட்டகை. வீட்டுக் கொல்லைகளில் பருத்திமாரு. சோள நாத்து, கம்பந்தட்டைப் படப்புகள், படப்புகளைச் சுற்றி இலந்தை முள்ளுவேலி. திறக்க, அடைக்க ஏதுவான கதவுகளாய் வரிந்து கட்டிய முள்ளுப்படல் இருந்தது. வீடுகளுக்குப் பூட்டு, திறப்பு கிடையாது. ஊருக்குள்ளே களவு என்கிற பேச்சே இல்லை.

கதவோடு உள்ளடங்கி, மண் தண்ணீர்ப் பானைகள். உள் வீட்டுச் சனி மூலையில் தானியக் குலுமை. குலுமையோடு சாய்த்த வேல் கம்பு, அரிவாள், குத்துக் கம்பு, கூரை முகட்டில் சூரிக்கத்திச் செருகல். ஊரணிக்கரையில், மறுபுறம் காட்டும் ஆலமரப் பொந்து. ஒரு அரசமரம். ஆடு மாட்டு இளங்கொடிகள், ஓலைக் கொட்டானில் கட்டி, நாய் வாய்க்கு எட்டாத உயரத்தில் தொங்கின.

முளைக்கொட்டுத் திண்ணைக்கு முன்னாடி நாலு வேம்பு. அது தான் ஊர் மந்தை. ராத்திரி ஆம்பளைகள் கிளம்பிப் போனதும் சமஞ்ச குமரிகள் சடுகுடு விளையாடுறது மந்தையில்தான். எளவட்டங்கள் சிலம்பு பழகுவது ஊரணிக்குள்ளே. கோடையிலேதான் பழக முடியும். காலத்திலே தண்ணி பெருகிப் போகும்.

கீரைச்சட்டியும் நரிவேலுவும்தான் சிலம்பு வஸ்தாவிகள். மூத்தவர் கரையிலே உட்கார்ந்து கண்காணிப்பார். கம்பெடுத்து இறங்கமாட்டார். அவருக்குத் தெரிஞ்ச சிலம்பு விளையாட்டுகளை எல்லாம் கீரைச்சட்டிக்கும் நரிவேலுவுக்கும் கத்துக் கொடுத்தாச்சு.

மூத்தவர் பெரிய தாட்டியன். ஒத்தையிலே கம்பெடுத்து ஒரு ஊரையே வெரட்டுவார்.

மந்தை வேம்புகள், இளங்காற்றுக்குக் குளிர்ந்து ஆடின.

ஒவ்வொரு வீட்டுத் தாழ்வாரத்திலும் தோல் உரித்த கிடாய்கள் தலைகீழாகத் தொங்கின.

விரித்த ஓலைப்பாயில் அறுபட்ட கிடாய்த் தலை. சட்டி சட்டியாய் ரத்தம். அகண்ட பிரம்புக்கூடையில் குடல் வழிந்து கிடந்தது.

பாளம் பாளமாய்க் கறிகளை அரிந்து ஓலைப்பாயில் போட்டார்கள்.

குழந்தைகள், ஆட்டு ஈரலை எடுத்துப் பச்சையாகத் தின்றார்கள்.

ஜவ்வுக்கும் புட்டாணி எலும்புக்கும் பின்னங்காலில் உட்கார்ந்து இருக்கும் நாய்கள் மூச்சுக் காட்டாமல் பார்த்துக் கொண்டிருந்தன.

பெரிய பொம்பளைகள் மண்வெட்டியும் கையுமாக வீட்டுக் கொல்லைக்குப்போய் குழிதோண்டி, ஆட்டுத்தோலைப் புதைத்துவிட்டு வந்தார்கள்.

குடலை ஊரணியில் அலச வேண்டும். கூடையோடு தூக்கித் தலையில் வைத்தபடி நடந்தார்கள். ஆட்டுக்கழிவு, தலைவழியாக மேலெல்லாம் ஓடியது. முகத்தில் வடிவதை மட்டும் ஆட்காட்டி விரலால் வழித்து எறிந்தபடி அலசப் போனார்கள். களவுத் தடயங்களை அழிக்கிற மும்முரத்தில் ஊர் இருந்தது.

கொம்பூதிக்குத் தெற்கே கோவிலாங்குளம், எருமைக்குளம், ஆப்பனூர். ஆசாரி, பூசாரி, பண்டாரம், நாடார் வீட்டுச் சனங்களுக்குக் கறி கொண்டுபோகணும்.

ஆப்பனூர் துலுக்க வீட்டுச் சனம் இந்தக் கறியை வாங்காது.

மை இருட்டுக்குள்ளே கொண்டுபோயி, கதவைத் தட்டிக் கறியைக் கொடுக்கணும். எடைக் கணக்கு கிடையாது. குத்து மதிப்பாக அள்ளிப்போடுறது. தலைக்கறி பிரியமாப் போகும். கள்ள விலைதான். ஆட்டுக் காலு, ஓசி. காசு வாங்குறதில்லே, வாடிக்கைக்கார ஆளுக்கிட்டே கணக்குப் பார்க்கமுடியாது. காட்டிக் கொடுக்காமல் இருந்தால் சரி, ஒரு பெட்டிக் கறி கொண்டு போனால், அரிசி, பருப்பு, மஞ்சள், சீரகம் செலவுக்கு ஆகும்.

பொம்பளைகள் ஆடிப் பறந்து திரிந்தார்கள்.

அங்கம்மா நடுத்தெருவுக்கு ஓடி வந்தாள்.

தலையிலும் தொடையிலும் அடித்துக்கொண்டு கத்தினாள்.

“ராத்திரி போன என் மகன் வில்லாயுதம் மட்டும் ஊர் திரும்பலையே”

அங்கம்மாவோடு இருளாயியும் தெருவுக்கு வந்து மலங்க மலங்க முழித்தபடி அழுதாள். ஆலமரத்துக் காக்கா குருவிகள் ‘குய்’...! எனப் படபடத்து அமர்ந்தன.

நாற்பது வீட்டுத் தெருவும் அங்கம்மாவைப் பார்த்தது.

கறியை அரிந்துகொண்டிருந்த ஆம்பளைகளுக்கு உறைத்தது.

'அடடா... ராத்திரி ஊர் திரும்புறபோது வில்லாயுதம் வரலையே!'

அங்கம்மா திரும்பித் திரும்பிக் கத்தினாள்.

'போன எடத்திலே எம் பிள்ளைக்கு என்ன ஆச்சு?'

ஈரத்தோடு குமரிகள் ஊரணிக்கரை ஏறி ஓடி வந்தார்கள்.

இருளாயி, மேற்கே பார்த்து ஓட்டமெடுத்தாள். நாய்கள் திரும்பி ஒத்தக் குரைப்புக் குரைத்துவிட்டு மறுபடியும் கறிமேல் கண் போட்டு உட்கார்ந்து கொண்டன.

அடிச்சேலை கால் தடுக்காமல் அள்ளிக்கொண்டு இருளாயி ஓடினாள்.

'என் புருசன் மட்டும் ஏன் திரும்பலே!'

மூத்தவர் வீடு, மேலக் கடைசியில் இருந்தது. இருளாயி ஓடிய வேகத்தில் தாழ்வார தூணைப் பிடித்து மூச்சு இரைத்தாள். மூத்தவர் மகள் பானைக் குடத்தோடு படி இறங்கினாள்.

இருளாயியைப் பார்த்து, "என்ன மதினி?" என்றாள்.

"மாமா இருக்காரா?"

"இருக்காரு" படி விலகி உள் வீட்டைக் காட்டினாள்.

உள்வீட்டு முற்றத்தில் மூத்தவர் செம்புத்தண்ணீரில் வாய் கொப்புளித்துக் கொண்டிருந்தார்.

வாய் நிறையத் தண்ணீரோடு, வ்ாசலில் நிற்கும் இருளாயியைப் பார்த்து, "என்னம்மா?" என்கிறமாதிரி புருவம் உயர்த்தினார்.

"என் புருசன்..." உள்ளங்கைகளை மலர்த்தினாள்.

'புளிச்' எனத் துப்பிவிட்டு "என்னது! வில்லாயுதம் வீடு திரும்பலையா?" செம்பை கை வாக்கில் எறிந்தார்.

ராத்திரி ஊர் திரும்பும்போது, மனசுக்குள் உறுத்திய விசயம் பிடிபட்டுப் போனது.

"ஆஹா... மதியை விட்டுட்டேனே!" கயிற்றுக்கொடியில் கிடந்த துண்டை எடுத்து கை, வாய் துடைத்து விட்டெறிந்தார்.

சுவற்று ஆணியில் தொங்கிய இடைவாரை எடுத்துக்கட்டி, ஓட்டு முகட்டில் இருந்த சூரிக்கத்தியை உருவி இடுப்பில் சொருகினார். உள் வீட்டு மூலையில் சார்த்தி இருந்த வேல்கம்பைக் கையில் எடுத்தார்.

வாசலுக்கு வந்து செருப்பை மாட்டிக்கொண்டு தெருவில் இறங்கினார்.

இருளாயியைப் பார்த்து, "நீ வீட்டுக்குப் போம்மா" என்றபடி நடந்தார்.

ஆம்பளைகள், அப்படி அப்படியே கை வேலைகளைப் போட்டு விட்டு எழுந்தார்கள்.

கால், முகம் கழுவித் துடைத்து, கம்புகளோடு கிளம்பினார்கள்.

மூத்தவருக்குப் பின்னால் நெறுநெறுவெனத் தெருவில் இறங்கினார்கள்.

'ஊர் திரும்புறவரை வில்லாயுதம் இல்லாததை கவனிக்கலையே...!'

'வில்லாயுதம் வல்லவனாச்சே, பிடிபட்டிருக்க மாட்டானே!'.

முனியசாமி கோயில் வெண்கலமணிகளை சிறுவர்கள் ஆட்டினார்கள்.

'டைய்யங்... டைய்யங்...'

எல்லோரும் மந்தைக்கு வந்து சேர்ந்தார்கள்.

பட்டப்பகலாய் நிலவடித்தது.

'டைய்யங்... டைய்யங்... டைய்யங்...'

கூழானிக்கிழவி, திருமண் எடுத்து மூத்தவர் நெற்றியில் பூசி விட்டாள்.

'டைய்யங்... டைய்யங்... டைய்யங்...'

மூத்தவர் முன்னே நடந்தார். திரண்டுவந்த பெண்களைக் கைகாட்டி நிறுத்திவிட்டு, ஆலமரம் தாண்டி வண்டிப் பாதை வழியாக நடந்தார்கள்.

நாய்கள் முன்னே முன்னே ஓடின.

ஆம்பளைகள் அறைகுறையாய் விட்டுப்போன கறிக்கிடாய்களை குமரிகள் கை பார்த்தார்கள்.

ஓடைக்குள் இறங்கி மறுபடியும் வண்டிப் பாதை.

வண்டிப் பாதையை விட்டு மேற்கே பிரியும் ஒத்தையடிப் பாதையில் முகத்துக்கு நேராக முள் அடித்தது.

வேலிக் கருவைக்குள் பதுங்கி இருந்த நரி வெளியேறி முன்னே ஓடியது.

பாண்டி, குறிபார்த்துக் கை அரிவாளை விட்டெறிந்தான். பின்னங்காலில் வெட்டுப்பட்டு நரி சாய்ந்தது.

கீரைச்சட்டி சத்தம் போட்டார்.

"ஏண்டா முட்டாப்பயலுகளா... எல்லோரும் என்ன காரியமாப் போறோம்? நரியை அடிக்கிற நேரமா இது?"

இளவட்டங்கள் முண்டி முண்டி வந்து பேசினார்கள்.

"நரிக்கறி கெடைக்காது."

"நோய் அண்டாது."

"இந்திரியம் ஊறும்."

"அடி செருப்பாலே..." கீரைச்சட்டிக்குக் கோபமான கோபம்.

வெட்டுப்பட்ட நரி தனியே கிடந்தது.

'வரும்போது தூக்கிக்கொள்ளலாம்' என்கிற நினைப்பில் இளவட்டங்கள் நடந்தார்கள்.

உவட்டுப் பாதையில் நடக்க நடக்க சுகமாய் இருந்தது.

இளவட்டங்கள் நினைப்பெல்லாம் 'போகிற இடத்தில் கலகம் வரணும். மனம்போனபோக்கில் மனுசங்களை வெட்டிச் சாய்க்கணும். படப்புகளுக்குத் தீ வைக்கணும்.'

குதியாட்டம் போட்டு நடந்தார்கள்.

வெயில் கொஞ்சம் கொஞ்சமாய் ஏறிக் கொண்டிருந்தது.

அங்கம்மாவின் வீட்டில் பெரிய பொம்பளைகள் கூடிக் கிடந்தனர்.

இருளாயி, திண்ணை தாழ்வாரச் சுவரில் சாய்ந்திருந்தாள்.

"இருளாயி... நீ தைரியமா இரும்மா. ஓம் புருசனுக்கு ஒண்ணும் ஆகி இருக்காது."

வில்லாயுதத்துக்கு இருளாயி வாக்கப்பட்டு மூணு மாசங்கூட முழுசா முடியலே. சிறுவயசுப் பொண்ணு. சொந்த மாமன் மகள். கூழானிக் கிழவி, அங்கம்மாவுக்குப் பக்கத்திலேயே உட்கார்ந்திருந்தாள்.

அங்கம்மாவும் இருளாயியும் ஒரே ஜாடை.

ஆளான பருவத்திலே அங்கம்மா அவ்வளவு அழகா இருப்பாள்! இப்பவும் என்ன? கட்டுவிடாத திரேகம். நெளிவு முடி. கள்ளிப் பழம்மாதிரி கண்ணு. வேப்பம்பழ நிறம். சின்ன வயசுலேயே தாலி அறுத்துட்டாள். வில்லாயுதம் பிறக்கலே. வயித்துலே ஏழு மாதம்.

அங்கம்மா புருசன் செல்லையா, கூழானிக்கிழவி மகன். அங்கம்மாவுக்குச் செல்லையா பொருந்தாத மாப்பிள்ளை. பொசுக்கட்டையாய் இருந்தார். செம்மறி ஆட்டுக் காது. புற்றுக் காலோடு பொத்திப் பொத்தி நடப்பார். ஓடத்தான் முடியாது. கன்னம் போடுறதிலே சூரன். வஞ்சகமில்லாதவர். செல்லையாவுக்கு வாக்கப்பட அங்கம்மா இசையவில்லை. கட்டுப்பட்டபிறகும் மனக்கோணல்தான். அங்கம்மா இருக்கிற அழகுக்கு, அவளை நெருங்க அச்சப்பட்டு

செல்லையாவும் கட்டாயப்படுத்தலே. அங்கம்மாவுக்குச் சில கிழவிகள் புத்தி சொன்னார்கள்.

"புருசன் பிடிக்கலேன்னா... பச்சப் பனை ஓலையை ரெண்டா கிழிச்சுக் கை மாத்திப்போட்டு புருசனை ரத்துப் பண்ணிட்டு... வேற ஒரு பயலுக்கு வாக்கப்படு! தட்டு நிறையச் சோறைப் போட்டு வச்சுட்டு சாப்பிடக்கூடாதுன்னா என்ன அர்த்தம்? நீ செய்யிறது நாயமில்லே அங்கம்மா!"

ஏதோ ஒரு நாள் செல்லையாவுக்கு அங்கம்மா இடம் கொடுக்க வயித்திலே வில்லாயுதம் உண்டானான்.

தெற்குப்பட்டி அம்பலக்காரர் வீட்டிலே கன்னம் போட்டு களவாங்கப்போன இடத்திலே கலகம். யாரோ முன்கூட்டியே தகவல் கொடுத்திருக்கான். ரெண்டு பக்கமும் ஏகப்பட்ட சேதாரம். செல்லையாவுக்கு ஓட முடியலே. வெட்டுப்பட்டுச் செத்துப் போனார்.

அங்கம்மா தாலி அறுத்துட்டு அண்ணன் வீட்டுக்கு வந்துட்டாள். அண்ணன் கோட்டைச்சாமிக்கு அங்கம்மாமேல உசுரு. கோட்டைச்சாமி மகள்தான் இருளாயி.

வில்லாயுதம் பிறந்து, வளர்ந்து எளவட்டமாகி, கையிலே கம்பெடுத்து களவுக்குக் கெளம்புறவரை தங்கச்சி குடும்பத்தைக் கோட்டைச்சாமிதான் காப்பாற்றினார். இருளாயி, அங்கம்மா கையிலேயே வளர்ந்தவள்.

வாழவேண்டிய வயசுலே அங்கம்மாதான் அறுத்துட்டு நின்னாள். அங்கம்மா கதி இருளாயிக்கும் வந்துறக்கூடாதேன்னுதான் சனத்துக்கெல்லாம் பயம்.

இருளாயியைச் சுற்றி பெண்கள் உட்கார்ந்து இருந்தனர்.

நேத்து ராத்திரி கண்ணுமூக்குத் தெரியாமல் ஓடிவந்த தடம் பார்த்து நடந்துபோனார்கள். ஊரைவிட்டு ரெண்டு மைல் வந்தாச்சு. ராத்திரி களவாண்ட ஊருக்கு, இன்னும் மேற்கே ரெண்டு மைல் போகணும். வில்லாயுதத்துக்கு ஏதாவது ஆகி இருந்தால் அடுத்த ஒரு மைல் இடைவெளிக்குள்ளேதான் நடந்திருக்கும். மூத்தவருக்குப் பல மாதிரியான யோசனை ஓடியது.

'நேத்து ராத்திரி ஆட்டுக்கிடையிலே நாய்ச்சத்தம் கேட்டு ஊர்ச்சனம் தெரண்டு வந்தது. கையிலே ஆயுதம். விரட்டிவந்த நாய் ராசபாளையத்துக் கோம்பை நாய். அகப்பட்டால் உயிரோட விடாது.'

'ஊர்க்காரன் கையிலே ஒத்தையிலே பிடிபட்டிருந்தால் தாறுமாறாக அடிச்சுச் சீரழிச்சிருப்பான்ங்க.'

'என்னதான் இருந்தாலும் சுத்துப்பட்டி எல்லாருக்கும் நம்மைப் பத்தி நல்லா தெரியும். கை வைக்க அஞ்சுவான்ங்க.'

‘போயி... ஊர்க்காரன்கிட்டே பேசிப் பார்ப்போம். கட்டுப்படாமப் பேசுனா... ஊரையே வளைச்சுக் கை வச்சுற வேண்டியதுதான்.’

சேறும் சகதியுமாக ஒரு சின்ன ஓடை குறுக்கே வந்தது.

எல்லோரும் செருப்புகளைக் கழற்றி கையில் எடுத்துக் கொண்டார்கள். வேட்டியை தூக்கிக் கட்டி இறங்கினார்கள்.

இடதுபக்கம் சகதியில் நாய் புரண்டு உழப்பிய தடம் கிடந்தது. தடம் கிடந்த பக்கமே... ஓடைக்கரை தாண்டி... முள்புதருக்கு அந்தப் பக்கம் வெள்ளை தெரிந்தது.

எல்லாரும் ‘சதக், பொதக்’ எனச் சகதியில் மிதித்துத் தாவிக் கரையேறி ஓடினார்கள். புதர் ஓரம் நாய் கிழித்த வேட்டி கிடந்தது. கருப்பையா ஓடிப்போய் வேட்டியை எடுத்தான்.

நாலு பக்கமும் வெறித்தார்கள்.

வேட்டி கிடந்த புதருக்கும் தெற்கே சோள நாத்துக்குள் வேல்கம்புத் தலைமாட்டில் வில்லாயுதம் அம்மணமாய்க் கிடந்தான். இடைவார் பெல்ட் மட்டும் இருந்தது.

வெயில் முகம் பார்த்துக் கிடந்தவனின் உடம்பெல்லாம் நாய்க் குதறல்.

கருப்பையா ஓடிப்போய் வில்லாயுதத்தின் முகத்தைத் திருப்பினான். குரல்வளை அறுந்து, கழுத்துக்கு வெளியே தொங்கியது. இடது முழி பிடுங்கித் தரையில் கிடந்தது. ஆண் உறுப்புக்குக் கீழே விரைகளைக் காணோம்.

பத்தடி கிழக்கே தள்ளி, சாள நாத்துக்குள் நாய் கிடந்தது. உடம்பெல்லாம் வேல்கம்புக் குத்து. வில்லாயுதத்தின் விரைகள் நாயின் கிழிந்த வாயோரம் குண்டுகுண்டாய்க் கிடந்தன. சோள நாத்துகளிலும் தரையிலும் ரத்தத் திட்டு.

கருப்பையா ஓடிப்போய் வில்லாயுதத்தின்மேல் வேட்டியைப் போர்த்தினான்.

பக்கத்துக்கு மூன்றுபேராக ஆறுபேர் தோள் கொடுத்து வில்லாயுதத்தை தூக்கினார்கள்.

ஏறிக்கொண்டிருந்த வெயில் பிணத்தின்மீது தெறித்துச் சுண்டியது.

மூத்தவர் வாயில் துண்டை வைத்து மூடியபடி நடந்தார்.

‘வில்லாயுதம் எப்பேர்ப்பட்ட வல்லவன்! ஒருத்தன் இருந்தா... பத்துப் பேர் இருக்கிற தைரியம் வரும். பெருங்காரியம் செய்யக் கூடியவன் அற்பமா செத்துப் போனான்.’

இளவட்டங்கள் எதுவும் பேசாமல் நடந்தார்கள்.

வீட்டுக்கு வீடு கறிக்குழம்பு வாசம்.

ஊருக்குள் பிணம் வந்தது.

பிணத்தை இறக்கவிடாமல் அங்கம்மா உருண்டாள்.

இருளாயிக்கு ஒப்பாரி வச்சு அழுகத் தெரியலே.

"என் ராசா... என் தெய்வமே... சாமீ..."

வீட்டு முற்றத்தில் இறக்கினார்கள்.

பாண்டி ஓடிப்போய் மூத்தவர் வீட்டிலிருந்து ஒரு பெஞ்சுப் பலகையைத் தூக்கிக்கொண்டு ஓடி வந்தான்.

பலகையின்மேல், வடக்கே பார்த்துப் படுக்க வைத்தார்கள்.

வில்லாயுதத்தின் முகத்தைப் பார்க்க சனம் நெருக்கியடித்தது. வேட்டி மூடிக் கிடந்தது. ஆம்பளைகள் யாருக்கும் முகத்தைத் திறந்துகாட்ட மனசில்லே. பார்க்கிற மாதிரியாவா இருக்கு? சுற்றி நின்றுகொண்டு பெண்களை மறித்தார்கள்.

அங்கம்மா நுழைந்து முகத்து வேட்டியைத் திறந்தாள்.

இடது கண்ணு முழி இருந்த இடத்தில் ரத்தக் குழி. கரு ரத்தமாய் வீங்கிப் பெருத்த உதடுகள். முகமெல்லாம் நாய்க் கீறல். வெளியே தொங்கும் தொண்டைக் குழி.

"ஆத்தாடி... ஆத்தாடி... என் செல்லம்... என் பணப்பெட்டி. என் சிங்கம்..." பல்லுக்கட்டி கீழே விழுந்தாள்.

இருளாயி முகத்தை மூடிக்கொண்டு விழுந்து உருண்டாள்.

பொம்பளைகள் தலையில் தலையில் அடித்தார்கள்.

சிறு பிள்ளைகள் வயிற்றில் கண்ணீர் வடிய ஓரத்தில் நின்று கேவினார்கள்.

மூத்தவரின் வாயில் பொத்தி இருந்த துண்டில் கண்ணீர் இறங்கிக்கொண்டிருந்தது. பிணத்தின்மீது பெண்கள் விழுந்து அழுகிற கொடுமை சகிக்கவில்லை.

தனக்கு விபரம் தெரிய எத்தனை சாவுகள்! நோய் நொடியிலே படுத்துச் செத்தது குறைவுதான்.

நாய் குதறி, பாம்பு கடிச்சு, வெட்டுப்பட்டுச் செத்ததுதான் நிறைய. களவை விட்டால் கள்ளச் சாராயம் காய்ச்சலாம். ரெண்டும் ஒன்னுதான்.

பிணத்தை வெகுநேரம் போட்டு வச்சிருக்க முடியாது. ரெம்பவும் சேதாரம் ஆகி இருக்கு. சுருக்காக அடக்கம் பண்ணிறணும். மூத்தவர் இளவட்டங்களை வேகப்படுத்தினார்.

பெண்கள், இருளாயியை கட்டிப்பிடித்து அழுதார்கள்.

இருளாயி பெரிய மனுஷி ஆவதற்கு முன்னாடி கூட்டாளிப் பொண்ணுகளோடு சேர்ந்து இலந்தைப்பழம் பிடுங்க காட்டுக்குப் போனார்கள்.

கண்மாய்க் காட்டுக்குள்ளே இலந்தைப்பழம் பழுத்துச் சரியுது. ஆளுக்கொரு ஓலைக் கொட்டானோடு போனார்கள். ஆவாரஞ் செடியை ஒடித்து குச்சியாக்கிக் கொண்டார்கள்.

செடிக்கு நூறு, இருநூறு பழம். குச்சியை வச்சு தட்டினால் 'பொலு பொலு'ன்னு உதிரும். உதிர்ந்த பழங்களை முள்ளுக்குள் கையை விட்டு எடுக்கணும். கையிலே முள்ளு குத்தும். இலந்தை முள்ளும் தூண்டி முள்ளும் ஒன்னு. தோலைக் கிழிச்சிரும்.

விடலைப் பெண்கள் செடி, செடிக்கு ஓடிப்போய் உட்கார்ந்து தட்டினார்கள். ரெண்டு மூனு செடிப் பழம் கொட்டான் நெறைஞ்சு போச்சு. ஆனாலும் பழம் பழுத்துக் கெடக்கிற கொடுமையைப் பார்த்துட்டு எப்படி வர? தாவணியில் மடி கட்டி நிறைத்தார்கள்.

இருளாயி, ஒரு இலந்தைச் செடியைப் பார்த்து அணைவாய் அமர்ந்து பழங்களைத் தட்டினாள்.

செடி, தரையோடு படர்ந்து குமி கட்டி இருந்தது. செடியின் அடியில், தூரோடு சுற்றி, ஒரு நாகம் படுத்திருந்தது. கருநாகம். இருளாயிக்குத் தெரியலே. தட்டிக்கொண்டே இருந்தாள். ஒவ்வொரு தட்டுக்கும் நாகத்தின் உடம்பில் இலந்தை முள் குத்த, உஸ்... உஸ் எனச் சத்தம்.

முள் குத்திச் சீண்டச் சீண்ட, நாகத்திற்குக் கோபம் தலைக்கேறிக் கொண்டிருந்தது. 'சீத்து... சீத்து' என நாக்கை நீட்டி நெளித்தது.

சிவப்பு சிவப்பாய்க் குண்டுகுண்டான பழங்களைப் பார்த்து, இருளாயி, நாக்கில் இனிப்பும் புளிப்புமான நெய் ஊற, சந்தோஷத்தில் தட்டிக் கொண்டிருந்தாள்.

நாகம், முள்ளுக்குள் தலைதூக்க முடியாமல் அவிழ்ந்தது.

இருளாயி, ஆவரங்குச்சியைக் கீழே வைத்துவிட்டு உதிரிந்த பழங்களை எடுக்க, செடிக்குள் பூப்போல் கையைவிட்டாள். நாகத்தின் உடம்பில் நுனிவிரல் இடித்து 'நெலுக்' என்றது.

சரசரவென வெளிக் கிளம்பும் கருநாகத்தைப் பார்த்ததும், இருளாயி ஈரல்குலை பதறி, "ஆத்தாடி.... நல்ல பாம்பூ..." அலறி கொட்டானையும் குச்சியையும் போட்டுவிட்டு, பருத்திக் காட்டுக்குள் விழுந்து ஓட்டமெடுத்தாள்.

தலைப்படம் தூக்கி, நாகம் விரட்டி வந்தது.

எக்குப்போட்டுத் தரையில் கொத்திக்கொண்டே வந்தது.

வண்டிப்பாதையைப் பிடித்து ஓடினாள். திரும்பிப் பார்க்க கண்ணு வரலே.

பாவாடையை கூட்டிப்பிடித்துத் தூக்கிக்கொண்டு ஒரே ஓட்டம்.

'நல்ல பாம்பு விரட்டிவந்தால் வளைந்து வளைந்து ஓடணும். சாரைப்பாம்பு விரட்டிவந்தால் நேராக ஓடணும்.' சிறு பிள்ளைகளாய்ப் பேசிக்கொண்ட ஞாபகம். வளைந்து வளைந்து ஓடினாள். பாம்பு, விடாமல் விரட்டி வந்தது.

கட்டக்குமார்த் தேவர் புஞ்சைக்கு நேராக விலக்குப்பாதையில் வந்ததும் 'நச்' என முட்டி நின்றாள்.

கையில் வேல் கம்போடு வந்த வில்லாயுதத்தின் நெஞ்சில் மோதிக் கிடந்தாள். புஞ்சைக் காவலுக்கு வந்தவன் வில்லாயுதம்.

"ஏய் கழுதை... ஏன் இப்பிடி ஓடியாறே?" நெஞ்சு நிறையச் சாய்ந்து கிடந்த இருளாயியை விலக்காமலே கேட்டான்.

"பாம்... பாம்பூ... வெரட்டி வருது..." வில்லாயுதத்தை கட்டிப் பிடித்துக் கொண்டாள்.

"பாம்பா... எங்கே?" இடது மார்போடு இருளாயியை விலக்கிக் கொண்டு முன்னே பார்த்தான்.

தலையெல்லாம் கருஞ்சிவப்பாய் வண்டித்தடத்தோடு நாகம் வந்து கொண்டிருந்தது.

வில்லாயுதம், இருளாயியைப் பின்னே தள்ளிவிட்டான். வேல் கம்போடு ரெண்டு எட்டு முன்னே போனான்.

நாகம், நுனிவாலில் ஊன்றி நின்று எட்டிப் பாய்ந்து கொத்தியது.

வில்லாயுதம் எச்சரிக்கையாய்க் குத்தினான். ஒரு குத்து... மறு குத்து... மூணாவது குத்தில் வேல்கம்பு, தலையில் இறங்கியது.

குத்துப்பட்ட நாகத்தலை தரையோடு இருக்க, வாலைச் சுழற்றிச் சுழற்றி அடித்தது.

புரட்டி புரட்டி அடி. வேல்கம்பின் நுனியைப் பிடித்தபடி வில்லாயுதம் எட்டி நின்றான். கருநாகம், வேல்கம்பைப் பின்னி முறுக்கியது.

இருளாயி, பாதையோரம் உணர்வில்லாமல் கிடந்தாள்.

செத்தபாம்பை வேல்கம்பிலிருந்து உரிக்க வில்லாயுதம் பெரும்பாடு பட்டான்.

இருளாயியைத் தூக்கி தோளில் சுமந்துகொண்டு வந்து வீட்டில் போட்டான்.

இருளாயிக்கு மூணு நாள் உடம்புக்கு முடியலே. நாலாவது நாள் புஷ்பவதி ஆகிவிட்டாள்.

வில்லாயுதத்தின் தோளில்சாய்ந்த சந்தோசத்தில்தான் 'பூ' பூத்ததாக ஊரோடு பேச்சு.

பல்லுக்கட்டி மயங்கிக்கிடந்த அங்கம்மாவின் முகத்தில் பொம்பளைகள் தண்ணீர் அடித்துத் துடைத்துவிட்டார்கள்.

அங்கம்மா, இருளாயியைக் கட்டிப்பிடித்து ஒப்பாரி வைத்தாள்.

செல்லமக விரிச்ச முந்தி

சிங்காரம் கலையலயே...

வல்லவன் பேருசொல்ல ஒரு

வாரிசு பெறக்கலயே....

வில்லாயுதத்துக்கு இருளாயி, மூணு மாசங்கூட முந்தி விரிக்கலே.

மகனையும் மருமகளையும் முன்னே நடக்கவிட்டுப் பின்னழகு பார்த்தவள் அங்கம்மா.

கன்னி கழிஞ்சதும் கழுத்துத் தாலியைப் பறி குடுத்துட்டு நிக்கிற கொடுமையை அனுபவித்தவள்.

புருஷன், வெட்டுப்பட்டுச் செத்தார். மகன், நாய் குதறிச் செத்தான்.

பிணத்தைச் சுற்றி பொம்பளைகள் மட்டும் இருந்தார்கள்.

மூத்தவர், தாழ்வாரத் திண்ணையில் கவிழ்ந்தபடி இருந்தார்.

இளவட்டங்கள், ஊரணிக்கரைக்கும் வீட்டுக்குமாக தடுமாறித் திரிந்தார்கள்.

வேப்பங்குளத்துப் பட்டைச் சாராயம் புளியமரத்தடிக்கு வந்து இருந்தது. கேன் சாராயம். மும்முரமான யாவாரம். குடிக்காத ஆம்பளை கிடையாது.

நேரமாகுது.

மூத்தவர், ஊரணிக்கரைக்கு ஆள்விட்டார்.

கருப்பையா, கீரைச்சட்டி, பாண்டி, நரிவேலு நாலுபேரும் வேட்டி அவிழ வந்தார்கள்.

"நேரமாகுதுடா... பாடையைத் தோது பண்ணுங்கப்பா..."

நரிவேலு, பிணத்தின் காலை கட்டிப்பிடித்து அழுதான்.

"வில்லாயுதம்... போயிட்டியேடா..."

"ஏய்... சுணங்குது... பாடையைக் கட்டு" மூத்தவர் துரத்தினார்.

ஊரணிக்கரையோரம், மிச்சமான போதையில் ரெண்டுபேர் பாய்ந்து உருண்டார்கள்.

அங்கம்மா மட்டும் ஒப்பாரி வைத்துக் கொண்டிருந்தாள். சதுரம் காய்ந்திருந்தாள்.

வில்லாயுதத்தின் கால்மாட்டில் தலை இறக்கி அழுதுகொண்டிருந்த இருளாயிக்குச் சத்தம் வரலே. தொண்டை கட்டிப் போச்சு.

பாடை தயாரானது.

பொழுது இறங்கிக் கொண்டிருந்தது.

பிணத்தைக் குளிப்பாட்ட முடியாது. அலண்டுபோகும். சாஸ்திரத்துக்கு ஒரு செம்புத் தண்ணீரை, சுற்றித் தெளித்து தூக்கிற வேண்டியதுதான்.

பிணத்தைத் தூக்கிப் பாடையிலே வைக்க ஆள் போதாது. எல்லாப் பயலும் ஊரணிக் கரையிலே வெட்டி வழக்காடிக்கிட்டு கிடக்கிறான்ங்க.

கூழானிக்கிழவி, தடுமாறி வந்தாள்.

வில்லாயுதத்தின் தலைமாட்டில் மூத்தவரும் மாமனார் கோட்டைச்சாமியும் நின்றார்கள்.

குமரிகள் வேகவேகமாக அடுப்பு வேலைகளை முடித்து, குழம்புச் சட்டியை மூடி வைத்துவிட்டு இழவு வீட்டுக்கு ஓடிவந்தார்கள்.

அங்கம்மா, இருளாயியைப் பார்த்து பொங்கிப் பொங்கி அழுதாள்.

இருளாயியின் மாராப்பு ஒதுங்கிக் கிடந்தது.

"எனக்கு இன்னொரு மகன் இருந்தாலும் உன்னை அவனுக்கு கட்டி வச்சிறலாமே. என் தலைவிதியா உனக்கும் எழுதணும்!"

சமஞ்ச குமரி மாதிரி சதுரம் வாடாமல் இருக்கிற மருமகளைப் பார்த்துப் பதறினாள்.

அங்கம்மா புருசன் செல்லையா, கலகத்திலே வெட்டுப்பட்டுச் செத்தபோது அங்கம்மாவுக்கு பதினேழு, பதினெட்டு வயசு, நல்ல பிராயம். மூணு மாசம் கழிச்சு வில்லாயுதம் பிறந்தான்.

ஊருச் சனம் சொல்லுச்சு, "அடி... அங்கம்மா... ஓம் புருசன் 'திடு திப்'னு மாண்டுபோனான். நீ குமரி. சின்ன வயசுலே தாலி அறுத்துட்டுப் படுற அவஸ்தை பொம்பளைகளுக்குத்தான் தெரியும். ஓம் புருசன் செல்லையாகூடப் பெறந்த தம்பி ஆறுமுகம் இருக்கான். மறு தாலி கட்டட்டும். உனக்கும் ஆம்பளத் துணையாப் போகும். தப்பில்லே, நம் சாதி வழமைதானே." அங்கம்மா பிடிவாதமா, 'முடியாது'ன்னுட்டாள்.

கள்ளையும் சாராயத்தையும் குடிச்சிட்டு நித்தம் கறி திங்கிற ஊரு. ஆனாலும் ஒரு சொல்லுக்கு எடமில்லாமல் மகன் முகம் பார்த்தபடியே மானங் காத்தாள்.

'அந்தா... இந்தா'ன்னு காலந்தள்ளி வர்றபோது... ஒருநாள் கொளுந்தன் ஆறுமுகத்துக்கு உடன்பட வேண்டியதாகிப் போச்சு.

ரெண்டுபேருக்கும் ஒருநாள் ஏற்பட்ட தொடுப்பு... ஒளிவு மறைவா நீடிச்சு நடந்துச்சு. இப்பவும்... கண்டும் காணாமல் நடக்கும்.

இருளாயி சமஞ்சு இருக்கிறப்போ... பருத்திமாரு பிடுங்க படப்புப் பக்கம் போனாள். படப்புக்குக் கிழக்கே கூடி 'சட... சட'ன்னு சத்தம்.

சத்தம் வந்த பக்கம் தலைநீட்டி இருளாயி பார்த்தாள்.

அங்கம்மாவும் ஆறுமுகமும் அரைகுறையாகப் படுத்துக் கிடந்தார்கள்.

இருளாயியைக் கண்டதும் ஆறுமுகம் வேட்டியை இழுத்துக் கட்டிக்கொண்டு ஊரணிப் பக்கம் போய்விட்டார்.

விரிச்சுக் கிடந்த முந்தியை கூட்டிச் சேர்த்து நெஞ்சை மறைத்தபடி, அங்கம்மா படப்படியில் ஒண்டினாள்.

அண்ணன் கோட்டைச்சாமிக்குத் தெரிந்தால் கழுத்தை அறுத்துக் காணாப் பொணமா ஆக்கிவிடுவார்.

இருளாயியைப் பார்த்து அங்கம்மா, கையெடுத்துக் கும்பிட்டாள்.

இருளாயி, வந்தவழியே தலை நிமிராமல் ஓடினாள். இதுவரை யார்கிட்டேயும் மூச்சுக் காட்டவில்லை.

ஊரணிக்கரை இளவட்டங்கள் காட்டுவாக்கில் ஓடக் கிளம்பினார்கள்.

வேப்பங்குளத்தான் சாராயக் கேனோடு கருவ முள்ளுப் புதருக்குள் பதுங்கினான்.

கீரைச்சட்டி, "போலீஸ் வருது" கத்திவிட்டுக் கிழக்கே ஓடினான்.

வண்டிப்பாதை வழியாகப் போலீஸ் வந்துகொண்டிருந்தது. பத்து பதினஞ்சு போலீஸ். கிடைக்குள் நாய் நுழைந்ததும் ஆடுகள் சிதறுவதுபோல், பிணத்துக்கு அருகில் இருந்த ஆம்பளைகள் வேலி முள்ளைத் தாண்டி ஓடினார்கள்.

மூத்தவருக்குக் குலை ஆடியது.

"பொணம் கெடக்குற நேரத்திலே போலீஸ் வருதே."

மூத்தவரும் கோட்டைச்சாமியும் படப்பு ஓரம் போய், தெற்காட்டுப் பக்கம் ஓடினார்கள்.

பொம்பளைகள் கொல்லையிலும், படப்பு ஓரங்களிலும் பதுங்கினார்கள்.

கூழானிக்கிழவி 'வெடுக் வெடுக்' என நடந்து குப்பைக் குழியோரம் உட்கார்ந்து கொண்டாள்.

எல்லா ஆம்பளைகளும் எட்டத்திலே போய்விட்டார்கள்.

நரிவேலு மட்டும் மந்தை வேப்பமரத்திலே ஏறி குலைகளுக்குள் உட்கார்ந்து கொண்டான்.

வேப்பமர உச்சியில் 'கொம்பு' கட்டித் தொங்கியது. வாயில் வைத்து ஊதினால் நாலு பட்டிச் சுற்றுக்குச் சத்தம் கேட்கும்.

பெஞ்சுப் பலகையில் பிணம் கிடந்தது.

அங்கம்மாவும் இருளாயியும் மட்டும் உட்கார்ந்திருந்தார்கள்.

காக்கி உடுப்பைக் கண்டதும், நாய்கள் முன்னேபோய்க் குறைக்கவும் பின்னக் கட்டவுமாக வந்தன.

முகத்தில் லத்தி அடிபட்டது ஒரு நாய் 'வ்வ்வீய்... ய்...' சந்துக்குள் பாய்ந்து ஓடியது. மற்ற நாய்கள் சுதாரித்து கிட்டே நெருங்காமலே குரைத்தன.

மந்தைக்குள் நுழைந்த போலீஸ், பக்கத்துக்கு நாலுபேராகப் பிரிந்து துழாவினார்கள்.

வீட்டுக் கதவுப்படல் ஓரம் பதிந்திருந்த மண்பானைகள் நொறுங்கி, தண்ணீர் தெருவழியே ஓடியது. கதவுப் படல்களைப் பிய்த்து எறிந்து வீட்டுக்குள் நுழைந்தார்கள்.

தானியக் குலுமைகள் நொறுங்கிச் சிதறின.

சோற்றுப் பானைகள் தெருவில் வந்து விழுந்தன.

பிணம் ஈ மொய்த்துக் கிடந்தது.

அங்கம்மா, தன் மடிக்குள் இருளாயியை அமுக்கிக் கொண்டாள்.

சிறுவர்கள் ஊரணிக்கரைக்கு ஓடி ஆலமரத்துப் பொந்து வழியாகப் போலீஸை நோட்டம் பார்த்தார்கள்.

கூழானிக்கிழவி பிடிபட்டுப் போனாள்.

மூத்தவர் வீட்டு ஓடுகளைப் போலீஸ் நொறுக்கியது.

நாய்கள் ஊருக்கு வெளியே நின்று கத்தின.

ஏழெட்டுப் பொம்பளைகள் பிடிபட்டுப் போனார்கள். குமரிகள் கெதியாக, காட்டுவாக்கில் விழுந்து ஓடினார்கள். ஆளுக்கொரு குமரியை விரட்டி எளவட்டப் போலீஸ்கள் ஓடினார்கள்.

ஒரு ஏட்டையாவும் ரெண்டு போலீஸும் பிணத்துக்கு அருகே வந்தார்கள்.

அங்கம்மா, இருளாயியைச் சேலைக்குள் மூடினாள்.

பிணத்தின் முக வேட்டியை லத்திக் கம்பால் ஒரு போலீஸ் விலக்கியதும் 'குப்' எனப் பறந்த ஈக்கள், மறுபடியும் முகத்தில் ஊன்றி உட்கார்ந்தன.

"யோவ்... மூடுய்யா" ஏட்டையா தலைத் தொப்பியைக் கழற்றினார். அங்கம்மாவின் முதுகில் லத்திக் கம்பால் ஒரு போடு போட்டார்.

அங்கம்மா அலுங்காமல் உட்கார்ந்திருந்தாள்.

வேப்பமரக் கிளைக்குள் ஏறிப் பதுங்கி இருந்த நரிவேலு எல்லாவற்றையும் பார்த்துக் கொண்டிருந்தான்.

பிடிபட்ட பொம்பளைகளின் தலையில் கறிக்குழம்புச் சட்டிகள் ஏறின.

"தூக்குடீ... ம்..." லத்தி அடி விழுந்தது. அடுப்பு அனலில் கிடந்த மண் சட்டி பொசுக்கியது. கையை உதறினார்கள்.

"தெனமும் நாவுக்கு ருசியா கள்ள ஆட்டுக்கறி கேக்குதோ" மறுபடியும் லத்தி அடி.

உச்சந்தலையில் சுடும் கறிக்குழம்புச் சட்டியோடு பொம்பளைகளை தெருவில் வரிசையாக நடக்கவிட்டார்கள்.

"நடங்கடீ..." பின்னந் தொடையில் லத்தி அடி.

ரெண்டு பக்கமும் போலீஸ் வந்தது.

"ம்... நட..."

மறுபடி மறுபடி லத்தி அடி.

செல்லம்மாவின் தலைச்சட்டி கீழே விழுந்தது.

"திங்கிற கொழுப்பு... தூக்குடீ..." செல்லம்மாவின் பின்புறம் அடி விழுந்தது.

உடைந்த சட்டியின் ஒரு பக்க ஓட்டை எடுத்து தலையில் வைத்துக் கொண்டு வரிசை குலையாமல் நடந்தாள்.

நரிவேலு 'விறு, விறு' என மர உச்சிக்கு ஏறினான். கட்டிக் கிடந்த கொம்பை எடுத்து ஊதினான்.

'பூம்... பூம்... பூம்... ம்... பூம்... ம்... ம்ம்...'

இடுப்பு வேட்டியை அவிழ்த்து எல்லாப் பக்கமும் தெரியும்படி மர உச்சியில் இருந்து வெள்ளை வீசினான்.

போலீஸ், வேப்பமர உச்சியைப் பார்த்தது.

கூழானிக்கிழவி, தலைச்சட்டியைத் தூக்கி இடதுபக்கப் போலீஸின் முகத்தில் அடித்தாள். போலீஸ் லத்தியைச் சுழற்றி அடித்ததில் கூழானிக்கிழவியின் வலது காதுத் தண்டட்டி அறுந்து ரத்தம் ஓடியது. சாராயம் குடித்த போதையில் கிழவிக்கு வலி தெரியலே. ஓடிப்போய் கோவில் வெங்கல மணிகளை 'டைய்ய்ங்... டைய்ய்ங்...' ஆட்டினாள்.

காட்டுக்குள் பதுங்கி இருந்த சனமெல்லாம் கிளம்பி ஊரைப் பார்த்து ஓடி வந்தது.

'பூம்ம்... ம்... பூம்... ம்... ம்... பூம்... ம்... ம்'

கொம்பூதுவதை நரிவேலு நிறுத்தலே.

போலீஸ் திகைத்தது.

அங்கம்மா, மடிக்குள் கிடந்த இருளாயியைத் தள்ளிவிட்டு எழுந்தாள்.

வில்லாயுதத்தின் மீதிருந்த ஈக்கள் 'விர்ர்...' எனப் பறந்து மறுபடியும் வேட்டியில் அமர்ந்தன.

சேலைத் தலைப்பை வாரி இடுப்பில் இறுக்கினாள். தலைமுடியை அள்ளி முடிந்தாள். படி தாவி வீட்டுக்குள் ஓடி சனி மூலையில் சாய்த்திருந்த குத்துக்கம்பை எடுத்தாள். மறுபடியும் தாண்டித் தெருவுக்கு வந்தாள்.

உச்சி மரத்தில் கால் இடறி நரிவேலு கீழே விழுந்தான்.

போலீஸ் சுற்றி வளைத்து அடித்தது.

நரிவேலுவுக்கு நெற்றிப் பொட்டு தெறித்தது.

கீரைச்சட்டி ஓடி வந்து, ஏட்டையாவின் புறங்கையைத் திருகி கழுத்தில் சூரிக்கத்தியை வைத்தான்.

ஏட்டுக்கு உறைத்தது.

'துப்பாக்கியை எடுத்துட்டு வராதது எவ்வளவு பெரிய தப்பு'

அசைய முடியலே.

கையில் கிடைத்த கம்புகளோடு எளவட்டங்கள் போலீஸை சுற்றி வளைத்தார்கள்.

பாண்டி, ஒரு போலீஸைத் தூக்கி தலைகீழாகத் தரையில் அடித்தான்.

முப்பது, நாற்பது இளவட்டங்கள்.

மூத்தவரும் கோட்டைச்சாமியும் வந்து சேர்ந்தார்கள்.

நரிவேலு ரத்தத்தோடு நடுவில் கிடந்தான்.

சுற்றிநின்ற இளவட்டங்களை விலக்கிக்கொண்டு குத்துக் கம்போடு அங்கம்மா ஓடி வந்தாள்.

மூத்தவர் மறித்து, "ஏய் அங்கம்மா.. கம்பைக் கீழே போடு..." என்றார். அங்கம்மா பொங்கப் பொங்கத் தடுமாறி நின்றாள். குத்துக் கம்பைக் கீழே ஊன்றினாள்.

கூழானிக்கிழவி கோவில் மணிகளை ஆட்டிக்கொண்டே இருந்தாள். காதுவழியே ரத்தம் ஓடியது.

சிறு குழந்தைகளும் சேர்ந்து மணிகளை ஆட்டினார்கள்.

கீரைச்சட்டி, சூரிக்கத்தியை ஏட்டய்யாவின் வலது கழுத்தில் இறுக்கினான்.

"எல்லா போலீஸூம் வந்தவழியே திரும்பிப் பாக்காம ஓடு..."

போலீஸ் மலைத்தது.

ஏட்டய்யாவின் கழுத்தில் சூரி கீறியது.

"ஓடுங்கப்பா..." ஏட்டு கத்தினார்.

போலீஸார் திரும்பி ஊரணிக்கரைப் பக்கம் நடந்தார்கள்.

அங்கம்மா, குத்துக்கம்பின் அடி திருப்பி, ஓடிப்போய் ஏட்டய்யாவின் நெஞ்சில் ஓங்கி அடித்தாள்.

"பெத்த மகன் பொணமாக் கெடக்கிறபோது... பொம்பளைய அடிக்கியேடா பாவி!"

தலைத்தொப்பி கீழே விழுந்தது.

ஏட்டு குனிந்தார்.

கீரைச்சட்டி, ஏட்டய்யாவைத் தூக்கி நிறுத்தினான். திரும்பி ஈ மொய்த்துக் கிடந்த வில்லாயுதத்தைக் காட்டி, "மாசம் ஒரு மனுச உசுரு அற்பமா அழியுது. பொழைக்க எங்களுக்கு வேற வழி தெரியலே..." கண்களில் நீர் கட்டியது.

ஏட்டய்யா, தொப்பியை மாட்டிக்கொண்டு வடக்கே நடந்தார்.

நாய்கள், ஊரணிக்கரைவரை விரட்டிப் போனது.

இளவட்டங்கள் நாய்களை அதட்டினார்கள்.

சாஸ்திரத்துக்கு ஒரு செம்புத் தண்ணீரை சுற்றித் தெளித்துவிட்டு வில்லாயுதத்தைத் தூக்கி பாடையில் வைத்தார்கள்.

இருளாயி மட்டும் அழுதாள்.

அங்கம்மாவுக்கு அழுகை நின்றுபோனது.

வில்லாயுதத்துக்குக் கொள்ளிவைக்க மூத்தவரே தீச்சட்டி தூக்கி முன்னால் நடந்தார்.

அத்தனை சனமும் பின்னால் போனது.

குழம்புச் சட்டியும் கொள்ளிக் குடமும் மந்தையில் உடைந்து கிடக்க, ஊரணிக்கரை தாண்டிப் பிணம் போனது.

●